வீர் சாவர்க்கர்

வீரம், வீரம், மேலும் கொஞ்சம் வாழ்க்கை

இலந்தை சு. இராமசாமி

தமது ‘எடிசன்: கண்டுபிடிப்புகளின் கதாநாயகன்’ நூலின் மூலம் பல்லாயிரக்கணக்கான இளைஞர்களை வசீகரித்த இலந்தை இராமசாமி, ஒரு கவிஞரும் மொழிபெயர்ப்பாளரும்கூட. தொலைபேசித்துறையில் பணியாற்றி ஓய்வு பெற்றவர். ‘சந்த வசந்தம்’ எனும் தமிழ்க் கவிதைக் குழுமத்தை மின்னலையில் நடத்தி வருகிறார்.

ஆசிரியரின் பிற நூல்கள்

ஹென்றி ஃபோர்ட் : ஒரு கார் - ஒரு ஊர் - ஒரு பேர்

அலாஸ்கா : அழகின் சிலிர்ப்பு

பனி கண்டேன் பரமன் கண்டேன் : கயிலாய யாத்திரை

அலெக்சாண்டர் கிரஹாம் பெல்

எடிசன் : கண்டுபிடிப்புகளின் கதாநாயகன்

ஐயர் தி கிரேட் : வ.வே.சு. ஐயரின் வாழ்க்கை

வீர் சாவர்க்கர்

வீரம், வீரம், மேலும் கொஞ்சம் வாழ்க்கை

இலந்தை சு. இராமசாமி

கிழக்கு

வீர் சாவர்க்கர்
Veer Savarkar
Ilandhai S. Ramasamy ©

First Edition: August 2008
168 Pages

ISBN 978-81-8368-911-3
Kizhakku - 335

Kizhakku Pathippagam
177/103, First Floor,
Ambal's Building, Lloyds Road,
Royapettah, Chennai 600 014.
Ph: +91-44-4200-9603
Email : support@nhm.in
Website : www.nhm.in

Author's Email : subbaierramasami@yahoo.com

Kizhakku Pathippagam is an imprint of New Horizon Media Private Limited.

அந்நியனை இந்துஸ்தானத்திலிருந்து விரட்ட நான் விரும்புவது போலவே ஜாதிப்பாகுபாடுகளுக்கும் தீண்டாமைக்கும் எதிராகப் போராடவேண்டும் என்று நான் விரும்புகிறேன்.

- சாவர்க்கர்

உள்ளே

1. அக்னிக் குஞ்சு

'என்ன சார்! சரித்திரப் புத்தகத்தை விழுந்துவிழுந்து படிச்சுக்கிட்டு இருக்கீங்க. ஏதாவது புத்தகம் எழுதப் போறீங்களா?' என்று கேட்டார் மராத்தி ஆசிரியர்.

'அதெல்லாம் ஒண்ணும் இல்லை. பத்து வருஷமா குப்பை கொட்டிக் கிட்டிருக்கேனே அதே சரித்திரப் புத்தகம்தான்' என்றார் வரலாற்று ஆசிரியர்.

'நீங்க வழக்கமாக எடுக்கிற பாடம்தானே, அப்புறம் ஏன் இப்படியொரு தயாரிப்பு?'

'எங்க வகுப்புல புதுசா ஒரு பையன் சேர்ந்திருக்கான். எதையாவது தப்பாச் சொன்னா கண்டுபிடிச்சுடுறான். அதனாலதான் கொஞ்சம் முன்னேற்பாடாப் படிச்சுட்டுப் போறேன்.'

'அந்தப் பையன் யாரு?'

'விநாயக் தாமோதர் சாவர்க்கர்னு பேரு.'

'அவனா? அவனைச் சுத்தி எப்பவும் பத்துப் பசங்க இருந்துக்கிட்டே இருக்காங்க. அவன் கவிதை எல்லாம்கூட எழுதுவான். சத்ரபதி சிவாஜியைப் பத்தி மராத்தியில ஒரு கவிதை எழுதியிருந்தான். என்கிட்ட காட்டினான். ரொம்ப நல்லா இருந்தது. அவனோட கவிதைகள் ஒரு மராத்திப் பத்திரிகையில பிரசுரமாயிருக்கு.'

'ஆச்சரியமா இருக்கே!' என்றார் வரலாற்று ஆசிரியர்.

'அது மட்டுமில்ல. அவன் என்ன சொன்னாலும் மாணவர்கள் கேட் குறாங்க. அவன்கிட்ட அப்படி ஒரு வசீகரம் இருக்கு.'

நாசிக்கில் இருந்த சிவாஜி வித்யாலயாவில் படித்துக்கொண்டிருந்த விநாயக் தாமோதர் சாவர்க்கர் என்ற அந்தப் பதினான்கு வயது இளைஞன் அப்படித்தான் இருந்தான். அவன் தந்தை ஒரு மராத்திக் கவிஞர். அதனாலேயே அவனுக்கும் மராத்தி இலக்கியத்தில் ஆர்வம் ஏற்பட்டிருந்தது. மிக அசாதாரணமான தனது பேச்சுத்திறமையால் மாணவர்களை வசீகரித்திருந்தான்.

மஹாராஷ்ட்ராவில் உள்ள நாசிக்குக்கு அருகே இருந்த பகூர் என்ற இடத்தில், 1883-ம் வருடம், மே மாதம் 28-ம் தேதி பிறந்தான். அவனு டைய பெற்றோர் தாமோதர் பந்த் சாவர்க்கருக்கும் ராதாபாய்க்கும் மொத்தம் நான்கு குழந்தைகள். கணேஷ், விநாயக், நாராயணன் என்று மூன்று ஆண்குழந்தைகள். மைனாபாய் என்று ஒரு பெண் குழந்தை. தாமோதர் பந்த் சாவர்க்கர் மஹாராஷ்ட்ர, சித்பவன் பிராமண இனத்தைச் சேர்ந்தவர். அந்த இன மக்கள், பரசுராமரால் உருவாக்கப் பட்டதாக ஒரு கர்ண பரம்பரைக் கதை உண்டு. மராட்டா அரசரிடம் முதல் பேஷ்வாவாக இருந்த பாலாஜி விஸ்வநாத், சித்பவன் இனத்தைச் சேர்ந்தவர். சிறந்த தளபதியாக இருந்த பாஜிராவ்கூட அந்த இனத்தைச் சேர்ந்தவர்தான். தலைவர் நானாபட்னாவிஸ், முதல் சுதந்த ரப்போரில்(1857) பங்குபெற்ற நானாசாஹேப், ஆங்கில அரசை எதிர்த்துப்போராடிய வாசுதேவ் பல்வந்த், மஹாராஷ்ட்ராவை பிளேக் நோய் தாக்கியபோது, மக்களைக் கொடுமைப்படுத்திய ராண்டைத் தீர்த் துக்கட்டிய சாபேகர் சகோதரர்கள், கோபாலகிருஷ்ண கோகலே, கோவிந்த ரானடே, லோகமான்ய பாலகங்காதர திலகர் ஆகியோர் சித்பவன் இனத்தைச் சேர்ந்தவர்கள்.

தாமோதர் பந்த் சாவர்க்கர் ஆங்கிலத்திலும் மராத்தியிலும் சிறந்த புலமை பெற்றவர். எனவே, தமது குழந்தைகளுக்கு மராத்தியக் கவிதை களையும் காவியங்களையும் போதித்தார். அவற்றை மனப்பாடமாக ஒப்பிக்கச் சொல்லிப் பழக்கினார். குறிப்பாக விநாயக் தாமோதர் சாவர்க்கருக்கு இலக்கியத்தில் அதிகம் நாட்டம் இருந்ததால், தந்தை கற்றுக்கொடுத்ததை மிகவும் ஆவலுடன் கற்றுக்கொண்டார். இளம் வயதிலேயே இலியட் போன்ற காவியங்களைப் படித்து அசைபோடு வார் விநாயக் தாமோதர்.

விநாயக் தனது ஒன்பதாவது வயதில் தாயை இழந்தார். தாமோதர் பந்த் இரண்டாம் திருமணம் செய்து கொள்ளவில்லை. பிள்ளைகளைக் கண்ணும் கருத்துமாக வளர்த்தார்.

நாசிக்கில் உள்ள பள்ளியில் அப்போது சாவர்க்கர் படித்துக்கொண்டிருந் தார். அவர் வீட்டில் பல பழைய புத்தகங்கள் இருந்தன. பாலகங்காதர திலகர் 'கேசரி' என்கிற பத்திரிகையை அந்தச் சமயத்தில் கொண்டுவந்து

கொண்டிருந்தார். அதை விநாயக்கின் தந்தை விடாமல் வாங்கிப் படிப்பார். அந்தப் பத்திரிகையின் பல பழைய பிரதிகள், அங்கே மூலையில் இருந்த ஓர் உடைந்த அலமாரியில் இருந்தன. அவற்றை யெல்லாம் மிக ஆர்வமாகப் படித்தான் விநாயக். மற்றப்பிள்ளைகள் வெளியில் ஓடி ஆடி விளையாடியபோது, மராட்டிய வீரர்களின் வரலாறுகளைப் படித்து அவற்றைச் சிறுசிறு நாடகங்களாக எழுதிக் கொண்டிருந்தான். அவனுடைய இன்னொரு முக்கியமான பொழுது போக்கு, 'போர் விளையாட்டு'. அவனும் அவனது நண்பர்களும் இரண்டு பிரிவுகளாகப் பிரிந்துகொள்வார்கள். ஒன்று எதிரிப்படை. மற்றொன்று தேசபக்தர்களின் படை. இரண்டுக்கும் யுத்தம் நடக்கும். ஆனால், எப்பொழுதும் இந்திய வீரர்கள்தான் வெற்றிபெறவேண்டும் என்பது எல்லோருடைய விருப்பமாக இருந்தது. எனவே, அந்நியப் படையில் சேருவதற்கு அவனது நண்பர்கள் தயங்கினார்கள். சீட்டுக் குலுக்கிப்போட்டு அந்நியப் படைக்கு ஆள் சேர்க்கவேண்டியிருந்தது.

ஆங்கிலேயப்படை - இந்தியப்படை, சிவாஜியின் சைன்யம் - ஔரங் கசீப்பின் படை, முகம்மதியப் படை- இந்துக்கள் படை என்று சமயத் துக்குத் தகுந்தாற்போல் அணிகள் மாறிக்கொள்ளும்.

சாவர்க்கரின் தந்தை ஆன்மிகவாதி. அவர் வீட்டில் தினமும் பூஜை நடக்கும் . பூஜையறையை நிர்வகிக்கும் பொறுப்பு விநாயக்கிடம் கொடுக்கப்பட்டது. விநாயக்கை அதிகம் கவர்ந்தது, பூஜையறையில் இருந்த துர்க்காதேவி படம். அந்தப் படத்தின்முன் அமர்ந்து கண்மூடித் தியானம் செய்வான். ஆங்கில ஆதிக்கத்தின் அட்டூழியங்கள் அவன் மனத்தை வெகுவாகப் பாதித்ததால், துர்க்கா தேவி படத்தின் முன் தன் உடல் பொருள் ஆவி அனைத்தையும் நாட்டுக்காக அர்ப்பணிப்பதாகச் சபதம் எடுப்பான். தனது நண்பர்களையும் அப்படிச் சபதம் ஏற்கும்படி வற்புறுத்தினான். திலகர் அறிவித்த சிவாஜித் திருநாள், விநாயகர் பண்டிகை ஆகியவற்றைக் கொண்டாடுவதில் மிகுந்த ஆர்வம் காட்டினான்.

1895-96-ல் மஹாராஷ்ட்ராவில் பல இடங்களில் பிளேக் நோய் தாக்கியது. பலர் மடிந்தார்கள். முதலில் அரசு அதைக் கண்டுகொள்ள வில்லை. பிறகு, ராண்ட் என்ற அதிகாரியைப் பிளேக் கட்டுப்பாட்டு அதிகாரியாக நியமித்தது. அவனுடைய கெடுபிடி அதிகமாகியது. பிளேக் தாக்கிய வீட்டில் இருப்பவர்களை மட்டுமில்லாமல், அக்கம் பக்கத்திலுள்ளவர்களையும் வீட்டைவிட்டு வெளியேற்றினான் ராண்ட். அவர்களின் உடைகளைக் களைந்து நடுத்தெருவில் நிற்க வைத்தான். வீட்டுக்குள் மருந்தடிப்பதாகச் சொல்லிப் பொருள்களை எடுத்து வெளியே போட்டான். பிளேக் நோயால் மக்கள் கொடுமைப்பட்டதை

விட, ராண்ட்டின் அட்டகாசத்தால்பட்ட அவதிதான் அதிகமாக இருந்தது. அவனை எதிர்த்து யாராலும் குரல் எழுப்ப முடியவில்லை. இதையெல்லாம் பத்திரிகையில் படித்த சாவர்க்கரின் நெஞ்சம் கொதித்தது.

பம்பாயில் தாமோதர், பாலகிருஷ்ணன் , வாசுதேவன் என்ற மூன்று சாபேகர் சகோதரர்கள் இருந்தனர். மூவருமே ஹிந்து நெறிமுறைகளைப் பழிப்பதையோ மாற்ற முயல்வதையோ விரும்பாதவர்கள். பிளேக் நோய் பயங்கரமாகத் தலை விரித்தாடிய சமயத்தில், பள்ளித் தேர்வு வந்தது. அதைத்தள்ளிப் போடும்படி மக்கள் கேட்டதை ஆங்கில அரசு ஏற்றுக் கொள்ளவில்லை. தேர்வுக்காகப் போடப்பட்ட பந்தலை தாமோதரனும் பாலகிருஷ்ணனும் யாருக்கும் தெரியாமல் எரித்தனர். விக்டோரியா மஹாராணி பதவியேற்ற வைரவிழாவைக் கொண்டாட, பம்பாய் அரசு ஏற்பாடு செய்திருந்தது. சாபேகர் சகோதரர்களின் ஆத்திரம் அதிகமாகியது. பம்பாய்க் கோட்டைப் பகுதிக்குப் போய் யாருக்கும் தெரியாமல், விக்டோரியா மஹாராணியின் சிலையைச் சிதைத்து, செருப்பு மாலை அணிவித்தனர். இது பம்பாயில் பெரும் பரபரப்பை ஏற்படுத்தியது. அங்கிருந்து அவர்கள் பூனாவுக்கு வந்தனர். பூனாவில் ராண்ட்டின் அட்ட காசம் அதிகமாக இருந்தது. விக்டோரியா மஹாராணியின் வைரவிழா ஏற்பாடுகளையும் ராண்டைதான் கவனித்துக் கொண்டிருந்தான். 1897, ஜூன் 27-ம் தேதி ஊர்வலத்தில் வந்துகொண்டிருந்த ராண்ட்டை, தாமோதர் சுட்டுக் கொன்றான். யார் கொன்றது என்று எவ்வளவு முயன்றும் போலீஸால் கண்டுபிடிக்க முடியவில்லை. தாமோதர் மேல் சந்தேகம் இருந்ததால், தாமோதரைப் பிடித்துக்கொடுப்பவர்களுக்கு இருபதாயிரம் ரூபாய் பரிசை அறிவித்தது அரசு. கணேஷ் திராவிட் என்பவனும் அவனது சகோதரனும் தாமோதரைக் காட்டிக் கொடுத்தனர். தாமோதர், 1898 ஏப்ரல் 18-ம்தேதி எரவாடா ஜெயிலில் தூக்கிலிடப் பட்டான். அவனது சகோதரர்கள், காட்டிக்கொடுத்த திராவிட் சகோதரர் களைக் கொன்றனர். அவர்களும் தூக்கிலிடப்பட்டனர். இந்தக் கொலை களுக்கு உடந்தை என்று குற்றம்சாட்டி, பாலகங்காதர திலகரைக் கைது செய்தது போலீஸ். அவருக்குப் பதினெட்டு மாதங்கள் சிறைத் தண்டனை வழங்கப்பட்டது.

சாபேகர் சகோதரர்களின் மரணம் சாவர்க்கரை அதிகம் பாதித்ததால், அதைப் பற்றி ஒரு கவிதை எழுதினான். அந்தக் கவிதையை அவன் எழுதிக்கொண்டிருக்கும்போது, அவனுக்குப் பின்னால் வந்து நின்ற அவனது தந்தை அதைப் பார்த்துவிட்டார். சாபேகர் சகோதரர்களைப் பற்றி யார் பேசினாலும் அவர்களைச் சந்தேகக் கண்கொண்டு பார்த்தது அரசு. எனவே, மேற்கொண்டு அதை எழுதவேண்டாமென்று எச்சரித் தார் தாமோதர் பந்த்.

எனவே, இரவில் யாருக்கும் தெரியாமல் அந்தப்பாடலை எழுதி முடித்தான். ‘மித்ர மேளா’ என்ற தன் அமைப்பு நண்பர்களுக்கு காளி தேவியின் படத்தின் முன் நின்று படித்துக் காட்டினான். சிறிய அளவில் இயங்கிவந்த மித்ர மேளா அமைப்பு, கொஞ்சம் கொஞ்சமாகப் பெரி தாக வளர ஆரம்பித்திருந்தது.

அந்தச் சமயத்தில் பகூரிலும் பிளேக் பரவியது. அவனது தந்தை பிளேக் நோய்க்குப் பலியானார். எரிகிற கொள்ளியில் பெட்ரோலை ஊற்றியது ஆங்கில அரசு. இறந்துபோன அவரது தந்தையின் சடலத்தை வெளியிலே போட்டு, வீட்டைக் காலி செய்யச் சொன்னார்கள் ஆங்கில அதிகாரிகள். விநாயக்கின் சித்தப்பா உதவியால் இறுதிக் காரியங்களை நிறைவேற்றினர். சித்தப்பாவையும் விநாயக்கின் சிறிய சகோத ரனையும் பிளேக் தாக்கியது.

அவர்கள் குடும்பமே தங்குவதற்கு இடமில்லாமல் பாழடைந்த கோயில் ஒன்றில் தங்கினார்கள். அங்கே அவனது சித்தப்பாவும் இறந்துபோனார். கணேஷுக்குத் திருமணம் ஆகியிருந்ததால், அவனது இளம் மனைவியும் அவர்களோடு தங்கியிருந்தாள். அவனுடைய தம்பி பிழைக்கமாட்டான் என்று மருத்துவர்கள் சொன்னார்கள். விநாயக்கின் நண்பன் தத்தார், நாசிக்கிலுள்ள தனது வீட்டுக்கு அவர்களை அழைத்துச் சென்றான். நாசிக்கிலிருந்த பிளேக் சிறப்பு மருத்துவமனையில் அவனது தம்பி நாராயணன் சேர்க்கப்பட்டான். ஒரு நாள், மருத்துவ மனைக்குச் சென்ற அண்ணன் கணேஷ் வெகு நேரம் வரை வீடு திரும்பாததால் விநாயக் மருத்துவமனைக்குச் சென்றான். அங்கே கணேஷும் நோயால் தாக்கப் பட்டுப் படுத்துக் கிடந்தான். சட்டென்று அவனுக்குள் ஒரு பயம் தொற்றிக் கொண்டது. தன் சகோதரர்களை இழந்துவிடுவோமோ என்ற பயம். வீட்டுக்கு வந்ததும் அண்ணியைப் பார்த்த அவனால் அழுகையைக் கட்டுப்படுத்த முடியவில்லை. அந்த நிலையிலும் அவனுக்கு ஆறுதல் சொல்லி தைரியமூட்டினாள் அண்ணி. அதற்குப் பிறகு, விநாயக் எல்லாப் பொறுப்புகளையும் ஏற்க நேர்ந்தது. நல்லவேளையாக அவனது தம்பியும் அண்ணனும் பிளேக் நோயிலிருந்து உயிர் தப்பினர்.

நண்பன் வீட்டுக்கு அடுத்தத் தெருவில் ஒரு வீடு பார்த்துக் குடி யேறினார்கள். சகோதரர்கள் நோயுற்றிருந்த இக்கட்டான சூழ் நிலையிலும் விநாயக், மித்ர மேளாவின் செயல்பாடுகளை நிறுத்த வில்லை. மித்ரமேளா ரகசியமாகச் செயல்பட்டுக்கொண்டிருந்தது. மூத்த சகோதரர் கணேஷ் குடும்பப் பொறுப்பை ஏற்றுக்கொண்டார். விநாயக்கும் நாராயணனும் படிப்பைத் தொடர்ந்தார்கள்.

நண்பர்கள் பலர் அவன் வீட்டுக்கு வந்தனர். அவர்களை அன்போடு வரவேற்பாள் விநாயக்கின் அண்ணி. அவளும் அவனது இரகசிய அமைப்பின் உறுப்பினராகச் சேர்ந்தாள்.

பள்ளியில் விநாயக்கின் ஆணைக்குக் கட்டுப்பட்டு எதையும் செய்யப் பல மாணவர்கள் தயாராக இருந்தனர். அந்த நேரத்தில் 'மித்ர மேளா' வையும் அதன் செயல்பாடுகளையும் உன்னிப்பாகக் கவனித்துக் கொண்டிருந்தது அரசு.

'மித்ரமேளா'வில் வாராவாரம் கூட்டங்கள் நடக்கும். 1857-ல் முதல் சுதந்தரப்போரில் பங்குபெற்ற வீரர்களைப்பற்றியும், இத்தாலியச் சுதந் தரத்திற்காகப் பாடுபட்ட மாஜினி கரிபால்டி பற்றியும் சத்ரபதி சிவாஜி பற்றியும் உணர்ச்சியோடு பேசுவான் விநாயக்.

1901-ம் ஆண்டு பூனா ஃபர்குஸன் கல்லூரியில் சேருவதற்கான நுழைவுத் தேர்வை எழுதினான். வெற்றி பெற்றான். பூனாவுக்குப் புறப்படுவதற்கு முன், 'மித்ர மேளா' ரகசிய இயக்கத்தின் அடுத்த மட்டத் தலைவர்களை தகுந்த முன் யோசனையுடன் உருவாக் கினான். நண்பர்கள் ஏற்பாடு செய்திருந்த கூட்டத்தில் அவன் பேசும் போது, 'ஃபர்குஸன் கல்லூரி மாணவர்களையும் நமது இயக்கத்தில் இணைத்துவிடுவேன்' என்று சொன்னான்.

அவன் சொன்னது போலவே ஃபர்குஸன் கல்லூரியில் அவனது இயக்கம் 'அபிநவ பாரத்' என்ற புதிய பெயரில் தொடங்கப்பட்டது. பூனா ஃபர்குஸன் கல்லூரி மாணவர்கள் தங்கும் விடுதியில் அவனுக்கு இடம் கிடைத்தது.

நாசிக்கைவிட பூனாவில் இருந்த மாணவர்கள், விநாயக்கிடம் அதிக ஆர்வம் காட்டினர். அங்கிருந்த பெரும்பாலானவர்களுக்கு ஆதர்சமாக அங்கே திலகரும் 'கல்' பத்திரிகை ஆசிரியர் பரஞ்ச்பேயும் இருந்தனர். பல இடங்களில் விநாயக் சாவர்க்கரைப் பேச அழைத்தனர். ஒவ்வொரு ஞாயிறன்றும் மாலையில் பூனா நகரில் ஒதுக்குப்புறமாக இருந்த ஒரு சிவன் கோயிலில் 'அபிநவ பாரத்' இளைஞர்கள் ஒன்று கூடினர். மொத்தமாகப் போனால் யாராவது கவனித்துவிடுவார்கள் என்பதால், தனித் தனியாகச் செல்வார்கள். புதிதாகச் சேருகிற இளைஞர்கள் 'அபிநவ பாரத்' தின் உறுதிமொழியை எடுத்துக்கொண்டனர். அதே உறுதிமொழியைப் பின்னாளில் தென்னிந்தியாவில் நீலகண்ட பிரம் மச்சாரி தலைமையில் ஒரு புரட்சிக்குழு எடுத்தது. அந்தக் கூட்டத்தில் உறுதிமொழி எடுத்த வாஞ்சிநாதன்தான், கலெக்டர் ஆஷைக் கொன்றார். அதற்குமுன் அபிநவ பாரத்தின் உறுதிமொழியைத் தாங்கிய அறிக்கைகள் பல இடங்களில் விநியோகிக்கப்பட்டன.

ரகசியப் பிரமாணம் எடுத்த இளைஞர்களின் எண்ணிக்கைப் பெருகியது. இளைஞர்கள் மட்டுமல்ல. பெரியவர்கள்கூட ரகசியப் பிரமாணம் எடுத்துக் கொண்டார்கள். காவல் துறையின் உளவுக் குறிப்பு இப்படிச்

சொன்னது: 'எந்த நேரத்திலும் வெடிக்கும் எரிமலை போன்றது அபிநவ பாரத்.' உண்மையில் அபிநவ பாரத், தேவைப்பட்டால் வன் முறையைக் கைக்கொள்ளவும் தயாராக இருந்தது.

'சாவர்க்கரின் பேச்சுத்திறமை, கேட்போரைக் கட்டி இழுத்தது. திறமையுள்ள மற்றப் பேச்சாளர்கள் பொறாமைப்படும் அளவுக்கு அந்த இருபத்திரண்டு வயது இளைஞன் தேர்ச்சி பெற்றிருக்கிறான்' என்று அரசுக் குறிப்புகளிலேயே காணப்படுகிறது. ஃபர்குஸன் கல்லூரியில் இயங்கிவந்த அனைத்து மாணவர் சங்கங்களிலும் அபிநவ பாரத் இளைஞர்களே பொறுப்பேற்றிருந்தனர்.

கையெழுத்துப் பத்திரிகை ஒன்றையும் வாரவாரம் வெளியிட்டான் விநாயக். அதில் வெளியான கட்டுரைகள், இத்தாலி போன்ற நாடுகளில் விடுதலைக்குப் பாடுபட்ட வீரர்களின் வரலாறையும் வீர சிவாஜியைப் பற்றியும் கட்டுரைகளைத் தாங்கி வந்தன. அதில் வெளிவந்த கட்டுரை களை மஹாராஷ்ட்ராவில் உள்ள வேறு பல பத்திரிகைகளும் வெளியிட்டன,

விநாயக் அரசியல் நடவடிக்கைகளில் ஈடுபடுவதைக் கண்ட பேரா சிரியர்கள், பாடத்தில் கவனம் செலுத்தச் சொல்லி, அவனுக்குப் புத்தி மதி கூறினர். அவர்களது வேண்டுகோளை ஏற்றுக்கொள்ள மறுத்து விட்டான் விநாயக்.

அபிநவ பாரத் உறுப்பினர்களிடையே விநாயக் சாவர்க்கர் ஒரு புதிய செயல்திட்டத்தை அறிவித்தான். அந்நியப் பொருள்களை பகிஷ்கரிக்கும் திட்டம். முதல் கட்டமாக, அபிநவ பாரத் சங்கத்தில் அந்நியத் துணிகளை எரிப்பது என்று முடிவெடுத்தனர். விநாயக், இளைஞர்களை முடுக்கி விட்டான். வீடுவீடாகச் சென்று அந்நியத் துணிகளை அணியவேண்டாம் என்று வேண்டுதல் விடுத்த அபிநவ பாரத் இளைஞர்கள், வீடு வீடாக அந்நியத் துணிகளையும் சேகரித்தார்கள். இறுதியாக, வண்டிகளில் மூட் டைமூட்டையாகக் கொண்டுவரப்பட்ட அந்நியத்துணிகள் மைதானத்தில் குவிக்கப்பட்டன. முதலில் திலகர் மைதானத்துக்கு வந்தார். அவரும் வேறு பல தலைவர்களும் அந்நியத்துணி எரிப்பைத் தொடங்கிவைத் தனர். அந்தக் குவியலில் எரிந்துகொண்டிருந்த ஒரு கோட்டைக் கையில் எடுத்துத் தூக்கிப்பிடித்து, மஹாதேவ் பரஞ்ச்பாய் வீர உரையாற்றினார்.

'இதோ இந்த விதேசிக் கோட்டின் சின்னப்பைக்குள்தான், கள்ளத் தனமாக இந்தியப்பணத்தையும் மணிமுடிகளையும் கௌரவத்தையும் அள்ளிக்கொண்டு சென்றார்கள். தீயே, இதை எரித்துத் தள்ளு. ஏ, தீயே! எங்கள் தேசிய அவமானத்தை, கொளுத்திப் பொசுக்கு' என்று பேசினார் பரஞ்ச்பாய்.

1905-ம் ஆண்டு நடைபெற்ற இந்த நிகழ்ச்சி ஆங்கிலேயர்கள் மத்தியில், பெரும் கொந்தளிப்பை ஏற்படுத்தியது. ஆங்கிலேய அரசை ஆதரித்த பத்திரிகைகள், 'இந்தப் போக்கை முளையிலேயே கிள்ளி எறிய வேண்டும்' என்று எழுதின. கல்கத்தாவில் வெளியான பத்திரிகைகள் இதைப் பாராட்டியிருந்தன.

அந்தச் சமயத்தில், ஆங்கில அரசு அந்நியத் துணி எரிப்புக்குக் காரண மான விநாயக் சாவர்க்கர் மீது நடவடிக்கை எடுக்கவேண்டும் என்று ஃபர்குஸான் கல்லூரி நிர்வாகத்தை வற்புறுத்தியது. கல்லூரி முதல்வர், விநாயக் சாவர்க்கருக்கு 10 ரூபாய் அபராதம் விதித்தார். கல்லூரி விடுதியில் தங்குவதற்கு அவனுக்கு அனுமதி மறுக்கப்படுவதாகவும் உடனே வெளியேறிவிடவேண்டும் என்றும் உத்தரவிட்டார். பாலகங் காதர திலகர், 'கேசரி' பத்திரிகையில் கல்லூரி முதல்வரின் இந்த நட வடிக்கையைக் கண்டித்து எழுதினார். அந்தக் காலத்தில் 10 ரூபாய் என்பது மிகப் பெரிய தொகை. இந் நிகழ்வுக்காக, பொது மக்கள் தாங் களாகவே முன்வந்து பணம் கொடுத்தனர். 10 ரூபாய்க்கு அதிகமாகவே பணம் சேர்ந்தது. அபராதத் தொகையைக் கட்டினார். கல்லூரி விடு தியைவிட்டு வெளியேறினார். நல்ல வேளையாக, பி. ஏ. தேர்வு எழுது வதற்கு அவருக்குத் தடை விதிக்கப்பட்டிருக்கவில்லை. தேர்வு எழுதி வெற்றி பெற்றார்.

கல்லூரிப்படிப்பை முடித்ததும் இயக்கத்தை மேலும் விரிவுப்படுத்தி, மஹாராஷ்ட்ராவுக்கு வெளியே அதைக் கொண்டு செல்லவேண்டு மென நினைத்தார். மாநிலத்தின் பல்வேறு இடங்களில் சிறு சிறு இயக்கங்களாக இயங்கிவந்த அனைத்தையும் ஒரு மையச் சங்கத்தின் கீழ் ஒருங்கிணைக்கும் முயற்சியில் இறங்கினார். ஒவ்வோர் அமைப்பி லிருந்தும் ஒவ்வொரு பிரதிநிதியை அனுப்பச் சொல்லி, ஒரு ரகசிய மாநாடு நடத்தினார். மாநாட்டில், சாவர்க்கர் ரகசியப் பிரமாணத்தை வாசிக்க வந்திருந்த அனைவரும் திரும்பச் சொன்னார்கள். பூரண சுதந் தரமே இலட்சியம், அதை அடையும் முயற்சியில் ஆங்கங்கே உள்ள கல்லூரிகள் பள்ளிகள் மட்டுமன்றி வெளியிலும் பொதுச் சங்கங்கள் தொடங்கப்பட்டுப் புரட்சி செய்வது என்று அந்த மாநாட்டில் முடிவு செய்யப்பட்டது.

சாவர்க்கரை மாநிலத்திலுள்ள வெவ்வேறு அமைப்புகள் சொற்பொழி வாற்ற வருமாறு அழைப்புவிடுத்தன. சிலசமயங்களில் ஒரே நாளில் நாலைந்து கூட்டங்களில் பேசினார். அவரது பேச்சைக் கேட்பதற்காக வெகு தொலைவிலிருந்துகூட மக்கள் வந்தனர். அரசு, சந்தர்ப்பத்துக் காகக் காத்திருந்தது. அபிநவ பாரத்தின் கிளைகள் நாடெங்கிலும் தொடங்கப்பட்டன. பிற்காலத்தில் காங்கிரஸ் கட்சியில் பெரும்

புள்ளிகளாக விளங்கிய பலர், ஆரம்பத்தில் அபிநவ பாரத்தில் உறுப்பினர்களாக இருந்தவர்கள்தான்.

சாவர்க்கர் சொற்பொழிவுக்காக வெளியூர்களுக்குச் செல்லும்போது, அவருடன் இசைக் குழுவையும் அழைத்துச் செல்வார். சாவர்க்கரின் தேசபக்திப்பாடல்களையும், கோவிந்த் என்ற ஆபாபாங்க்ளேயின் பாடல்களையும் பாடகர்கள் பாடினார்கள். இவற்றையெல்லாம் கவனித்துவந்த அதிகாரிகள், சாவர்க்கரின் இசைக்குழு பாடிய பாடல்கள் அச்சிடப்பட்ட புத்தகங்களைப் பறிமுதல் செய்தனர். அடுத்தபடியாக சாவர்க்கரைக் கைது செய்யவேண்டும் என்பதுதான், ஆங்கில அரசின் எண்ணமாக இருந்தது. ஆனால், அவரைக் கைது செய்தால் மக்களிடையே கொந்தளிப்பு ஏற்படும் என்று பயந்த அரசு, அவரைக் கைது செய்வதைத் தள்ளிப்போட்டுக்கொண்டே வந்தது.

இந்தச் சந்தர்ப்பத்தில்தான், சாவர்க்கருக்கும் யமுனா பாய்க்கும் திருமணம் நடைபெற்றது. சாவர்க்கரின் மாமனார், அவர் மேற் கொண்டு படிக்க உதவிசெய்யத் தயாராக இருந்தார். சாவர்க்கருக்கும் சட்டப் படிப்புப் படிக்க ஆசையாக இருந்தது. அதேசமயம், அதிகாரிகள் அவரைப் படிக்க விடுவார்களா என்பது சந்தேகமாக இருந்தது. ஒரு சமயம், நாசிக்கில் சாவர்க்கர் பேசிய ஆவேசப் பேச்சால் எரிச்சல் அடைந்தார்கள் ஆங்கில அதிகாரிகள். அவர் எந்த நேரமும் கைது செய்யப்படலாம் என்று எதிர்பார்க்கப்பட்டது. அந்தக் காலத்தில், லண்டனில் சியாமாஜி கிருஷ்ண வர்மா என்பவர் 'சிவாஜி'யின் பெய ரால் படிப்பூதியம் ஒன்றை சிறந்த மாணவர்களுக்கு வழங்கிக்கொண் டிருந்தார். அந்தப் படிப்பூதியம் சாவர்க்கருக்குக் கிடைத்திருப்பதாக அறிவிப்பு வந்தது. நிம்மதியடைந்தார்கள் ஆங்கில அதிகாரிகள். இந்தியாவைவிட்டு அவர் ஒழிந்தால் சரி என்று மேற்கொண்டு எந்த நடவடிக்கையும் எடுக்காமல் அவர் லண்டன் புறப்படும் நாளை ஆவலோடு எதிர்பார்த்துக் காத்திருந்தனர். சிவாஜி படிப்பூதியம் சாவர்க் கருக்குக் கிடைப்பதற்குத் திலகரின் சிபாரிசும் ஒரு காரணம்.

சாவர்க்கரின் மனநிலையும் கிருஷ்ண சர்மாவின் மனநிலையும் ஓரளவு ஒத்திருந்த காரணத்தால்தான், இந்தியாவில் செய்யும் பணியை இன்னும் சிறப்பாக லண்டனில் செய்ய இயலும் என சாவர்க்கர் நினைத் தார். பாரிஸ்டராகப் பட்டம் பெறுவது ஒரு புறமிருந்தாலும், தனது முக்கியக் குறிக்கோள் அதுவல்ல என்று நண்பர்களிடம் சொன்னார். லண்டனில் மட்டும் 700 இந்திய மாணவர்களுக்கு மேல் படித்து வந்தனர். அவர்கள் மட்டுமன்றி அங்கே வியாபாரத்துக்கென்று வந்து தங்கும் இந்தியர்களுக்கும் ஆங்கில அரசோடு பேச்சுவார்த்தை நடத்த வந்திருப்பதாகச் சொல்லும் சில மிதவாதத் தலைவர்களுக்கும் அவர்கள்

தவிர சுற்றுலாவுக்காக வரும் பெருந்தனக்காரர்களுக்கும், சிற்றரசர்களுக்கும் சுதந்தர உணர்ச்சியை ஊட்டுவதற்கு, லண்டன் செல்வது அவசியம் என்றார் சாவர்க்கர். அதோடு, சில கருத்துகளை லண்டனில் சொல்லலாம்.ஓரளவுக்கு அங்கே கருத்துச் சுதந்தரம் இருந்தது. ஆனால் அதையே இந்தியாவில் சொன்னால், 'தேசத்துரோகம்' என்று சிறையிலே தள்ளிவிடுவார்கள்.

சாவர்க்கர் ஆரம்ப முதலே வன்முறையில் ஈடுபாடு கொண்டிருந்தார். வேண்டிய ஆயுதங்களை பிரான்ஸ் போன்ற நாடுகளில் சேகரிப்பது எளிது. அந்தக் காரணத்தாலும் வெளிநாடு செல்ல விருப்பப்பட்டார்.

திருமணமாகி ஒருசில ஆண்டுகளே ஆகியிருந்தது. மகன் பிரபாகரன் கைக் குழந்தை.இருந்தாலும் குடும்பத்தைவிட்டுப் பிரியத் தயாரானார் சாவர்க்கர். உபகாரத் தொகையாகக் கிடைக்கிற பணத்துக்கும் மேல் அதிகச் செலவு ஆகும். என்ன செய்வது என்று யோசித்துக்கொண்டிருந்தார் சாவர்க்கர். மாமனார் சிப்லுங்கர் அவருக்கு உதவுவதாக வாக்களித்தார்.

லண்டன் சென்றதும் முதல் வேலையாக மாஜினி பற்றி ஒரு புத்தகம் எழுதவேண்டும் என்று மனத்துக்குள் தீர்மானித்தார். அவர் வாழ்ந்த காலத்தில், முஸ்லிம்கள் தனி உரிமைக்குப் போராடிக்கொண்டிருந்ததால், அவரும் தமது கொள்கையாக ஒரு கோஷத்தை அறிவித்தார்.

'ஒரே நாடு ஒரே கடவுள், ஒரே இனம், ஒரே மனம், எல்லோரும் சகோதரர் நமக்குள் பேதமில்லை. இதில் ஐயமில்லை, இல்லை.'

இந்தியாவிலிருந்து கிளம்புவதற்கு முன் அபிநவ பாரத் நண்பர்களை அழைத்து ஒரு கூட்டம் போட்டார். அந்தக் கூட்டத்தில், ஆங்கிலேய அரசை எதிர்ப்பதற்கு ஆயுதப் புரட்சி ஒன்றுதான் வழி என்பதை வலியுறுத்தினார்.

விநாயக் சாவர்க்கர் லண்டனுக்குப் போவதற்கு முன்பே அவரைப் பற்றிய ரகசியக் குறிப்புகள் லண்டனுக்குப் போய்விட்டன. அவற்றைப் பின்னாளில் சாவர்க்கர் பார்க்க நேர்ந்தது. அவை எவ்வளவு அபத்தமான குறிப்புகள் என்பதை சாவர்க்கர் வெளி உலகுக்குச் சொன்னார். பல வரலாற்று ஆசிரியர்கள், புலனாய்வுக் குறிப்புகளை மட்டும் வைத்துக் கொண்டு வரலாறை எழுதிவிடுகிறார்கள். அவை ஒரு வழிகாட்டியாக இருக்க முடியுமே தவிர, உண்மை என்று கொள்ள முடியாது. அதற்காகவே, தன்னைப் பற்றிய குறிப்புகளில் உண்மைக்குப் புறம்பாக எத்தனை செய்திகள் உள்ளன என்பதைத் தெளிவுபடுத்தினார்.

'எனக்கு இருபது வயதாக இருக்கும்போதே இந்திய அரசு எனக்காக ஒரு ரகசியக் கோப்பை உருவாக்கியிருந்தது. அந்தக் கோப்புக்கு 1947 வரை

உயிர் இருந்தது. 1906-ம் ஆண்டு மாண்ட்கோமரி என்பவர் என்னைப் பற்றிய செய்திகளைத் தொகுத்து பம்பாய்க்கு ஒரு கோப்பு அனுப்பியிருந்தார்' என்று குறிப்பிடுகிறார் சாவர்க்கர்.

ஆகமய்யா குரு என்பவர் ஒரு சமயம் பூனாவுக்கு வந்திருந்தார். 'இளைஞர்கள் ஏழு பேரை என்னிடம் அனுப்புங்கள். அவர்களுக்கு நான் வழிகாட்டுகிறேன்' என்று சொன்னார். அபிநவ பாரத் உறுப்பினர்கள், உடனே பம்பாயிலிருந்த சாவர்க்கரைத் தந்தி கொடுத்து வரவழைத்தனர். சாவர்க்கர் ஆகமய்யா குருவைச் சந்தித்தார்.

அவர், 'பணம் கொண்டு வாருங்கள். உங்களுக்குச் சங்கம் ஆரம்பிப்பதைப் பற்றிச் சொல்கிறேன்' என்றார். அவர் ஒரு பொய்யர் என்பதைப் புரிந்துகொண்ட சாவர்க்கர், வெளியேறிவிட்டார். பின்னாளில் ஒரு பெண்ணிடம் தகாத முறையில் நடந்துகொண்டதற்காக, ஆகமய்யா குரு கைது செய்யப்பட்டார். ஆகமய்யா குருவை சாவர்க்கர் சந்தித்ததைப் பெரிய சதித்திட்டம்போலக் குறிப்பிட்டிருந்தது புலனாய்வுக் குறிப்பு. அதையும் சாவர்க்கர் சுட்டிக் காட்டினார்.

லண்டன் செல்வதற்கு முன்னால் அவருக்குப் பிரிவு உபசார விழா பல இடங்களில் நடந்தது. திலகர், பரஞ்ச்பாய் ஆகியோர் அவரை வாழ்த்தி வழியனுப்பினர். சாவர்க்கர் லண்டனுக்குப் பயணமானார்.

2. கனல் பூக்கள்

‘சாவர்க்கர். இந்தப் புத்தகத்தைப் படிக்கத் தந்ததற்காக மிகவும் நன்றி. மாஜினியின் பேச்சு இரத்த நாளங்களில் சென்று துடிப்பை ஏற்படுத்துகிறது’ என்றார் எட்டிகட்.

‘ஆமாம். அதை நமது நாட்டு நிலையோடு ஒப்பிட்டுப் பாருங்கள். அப்படியே பொருந்துகிறதில்லையா?’ என்று கேட்டார் சாவர்க்கர்.

‘உண்மைதான். ஆனால், நாம் என்ன செய்ய முடியும்?’

‘இப்படி ஒவ்வொருவரும் கேட்டுக்கொண்டிருந்தால் எதுவும் செய்ய முடியாது. நம்மால் நிச்சயம் முடியும்.’

‘மாஜினி ‘யங் இட்டாலி’ என்ற ரகசிய இயக்கத்தை நடத்தி வந்தார். நம்மிடம் அப்படி ஒரு இயக்கம் இல்லையே?’

‘ஆரம்பித்துவிடலாம்.’

‘சாவர்க்கர். நீங்கள் சாதாரண ஆசாமி இல்லை. வெடிகுண்டு.’

‘அதையும் தயாரித்துவிடலாம்.’

‘உம்மிடம் பேசிக்கொண்டிருப்பதே ஆபத்து. நான் வருகிறேன்’ என்றார் எட்டிகட்.

‘சற்றுப்பொறுங்கள். அவர் என்னதான் சொல்கிறார் என்று முழுக்கக் கேட்டுவிடலாம்’ என்றார் கேசவானந்த்.

‘நம்முடைய நாடு அடிமைப்பட்டு கிடக்கிறது. நம்மை எப்படி நடத்து கிறார்கள் என்று இந்தக் கப்பலிலேயே பார்க்கிறீர்கள் அல்லவா? ஓரிரு நூற்றாண்டுகளுக்கு முன்பு ஆங்கிலேயர் ஒருவருக்கு சிவாஜி

மகாராஜாவின் தளபதி, விருந்து கொடுத்தாராம். ஸ்பூன், ஃபோர்க் ஆகியவற்றுக்குப் பழக்கப்பட்ட அவருக்குக் கையால் சாப்பிட இயல வில்லை. ஆனால், போண்டாவுக்குள் எப்படிக் கிழங்கு வந்தது என்று ஆச்சரியப்பட்டாராம். ஆனால், இன்று அவர்கள் நம்மை எள்ளி நகையாடுகிறார்கள். இதோ நம்முடன் பயணம் செய்யும் ஹர்நாம் சிங்கின் டர்பனைப் பார்த்துக் கேலி செய்கிறார்கள். இதற்கெல்லாம் காரணம், நாம் பலமில்லாமல் போனதுதான். இப்பொழுது நமக்குத் தேவை ஆயுத பலம்' என்றார் சாவர்க்கர்.

'அதற்கு நாம் ரகசியமாக இயங்க வேண்டுமே?' என்று கேட்டார் எட்டிகட்.

'ஆமாம் . ஓர் அமைப்பைத் தொடங்கிவிடவேண்டியதுதான்.'

'எப்பொழுது?'

'இப்பொழுது.'

'எங்கே?'

'இங்கே.'

'இங்கேயா, இப்பொழுதா?' என்று வியப்புடன் கேட்டார் கேசவானந்த்.

'ஆமாம்.'

'நீங்கள் என்ன சொல்கிறீர்கள்? ஒரு சில இளைஞர்களால் மட்டும் என்ன செய்துவிட முடியும்?பாலகங்காதர திலகர் போன்ற மகான்கள் ரகசியச் சங்கங்கள் தொடங்கினால் நல்லது. அதில் பல பேர் சேர்வார்கள்' என்றார் எட்டிகட்.

'மாஜினியின் வரலாற்றைப் படித்தீர்களல்லவா? யங் இட்டாலியிலும் ஆரம்பத்தில் ஒரு சிலர்தான் இருந்தனர். மாஜினி என்ன சொன்னார் தெரியுமா? யங் இட்டலியைத் தொடங்கிய போது ஊர்பேர் தெரியாத ஒரு சில இளைஞர்களே அதில் உறுப்பினர்களாக இருந்தனர். ஆனால், நாளடைவில் யங் இட்டாலியின் பெயரைக் கேட்டாலே அதிகார வர்க்கத்தினர் நடுங்கும் அளவுக்கு அது வளர்ந்துவிட்டது' என்றார்.

அது சரி, திலகர் போன்றவர்கள் ரகசியச் சங்கங்கள் தொடங்கி நடத்த வில்லை என்று நமக்குத் தெரியுமா? ரகசியச் சங்கங்களை விளம்பரப் படுத்திக்கொண்டா தொடங்குவார்கள்? அவர்கள் தொடங்கவில்லை யென்றால் என்ன? ரகசிய அமைப்பைத் தொடங்கிய பெருமை நம்மைச் சேரட்டுமே' என்றார் சாவர்க்கர்.

'நான் அதற்குச் சொல்லவில்லை...' என்று இழுத்தார் எட்டிகட்.

'வயதான தாய் ஒருத்தி நோய்வாய்ப்பட்டிருக்கிறாள் என்று வைத்துக் கொள்வோம். அவளுக்கு ஐந்து பிள்ளைகள். நான்கு பிள்ளைகள் சோம் பலினாலோ, அசிரத்தையாலோ, பயத்தாலோ அவளுக்குச் சிகிச் சையளிக்க முன்வரவில்லை. ஐந்தாவது மகனுக்கு அவளுக்கு என்ன செய்ய வேண்டும் எனத் தெரியும். அவனும் சோம்பிக்கிடந்தால் அந்தத் தாயை யார் காப்பாற்றுவார்கள்? மற்ற சகோதரர்கள் செய்யவில்லை எனவே நானும் எதுவும் செய்ய மாட்டேன் என்று சொன்னால், அந்தத் தாய் ஐந்து பிள்ளைகளைப் பெற்றிருந்தும் ஆதரவின்றிச் சாகவேண்டியது தான். நாம் அந்த ஐந்தாவது மகனின் நிலையில் இருக்கிறோம். நம் நாட்டுக்குப் பூரண சுதந்தரம் பெறப் பாடுபடவேண்டும். பாரத மாதாவின் அடிமைத்தளையை உடைக்கவேண்டும்' என்றார் சாவர்க்கர்.

'எங்கோ நடைபெறும் ஒரு சின்ன புரட்சியால் மாபெரும் சாம் ராஜ்யத்தை அசைக்க முடியுமா?' என்று கேட்டார் கேசவானந்த்.

'நம்மில் ஒரு சிலர் ஏற்றுகிற தியாகத் தீ, மேலும் பல பந்தங்களை எரிய விடும்' என்றார் சாவர்க்கர்.

'எனக்கு யோசிக்க இரண்டு நாள்கள் அவகாசம் வேண்டும்' என்றார் எட்டிகட்.

'எனக்கும்தான்' என்றார் கேசவானந்த்.

'இரண்டு நாள்கள் என்ன? அதற்கும் மேலும் எடுத்துக்கொள்ளுங்கள்' என்றார் சாவர்க்கர்.

அன்றைக்கு சாவர்க்கருடன் கப்பலில் பயணம் செய்த இந்தியர்கள் எட்டிகட், கேசவனாந்த், ஹர்நாம் சிங் ஆகியோர். எட்டிகட், கேச வானந்த் என்பது அவர்களின் உண்மையான பெயர் அல்ல. அவர்கள் தங்களுடைய பெயர்களை எந்த நேரத்திலும் வெளியிடக் கூடாது என்று கேட்டுக்கொண்டதால், சாவர்க்கர் அளித்த மாற்றுப்பெயர்கள்.

மறுநாள் எட்டிகட்டும் கேசவானந்தும் தங்களது சம்மதத்தைத் தெரி வித்தார்கள்.

'சரி. இப்பொழுதே நமது சங்கத்தைத் தொடங்கிவிடலாம்' என்றார் எட்டிகட்.

'அதற்கு என்ன பெயர் கொடுக்கலாம்?' என்று கேட்டார் கேசவானந்த்.

'அபிநவ பாரத்' என்றார் சாவர்க்கர்.

'பெயர் நன்றாக இருக்கிறது' என்றார் எட்டிகட்.

‘சரி எப்படி உறுதிமொழி எடுப்பது?’

பூனாவில் இருக்கும்போது தயாரித்த உறுதிமொழியை சாவர்க்கர் எழுதிக்காட்டினார்.

‘கடுமையாக இருக்கிறதே!’ என்றார் எட்டிகட்.

‘அப்படி இருந்தால்தான் நாம் உறுதியாகச் செயல்படமுடியும்’ என்றார் சாவர்க்கர்.

‘நீங்கள் இந்த உறுதிமொழியை எடுத்துக்கொள்வீர்களா?’ என்று கேட்டார் கேசவானந்த்.

‘நிச்சயமாக’ என்று சொல்லிக்கொண்டே எழுந்துநின்று, அந்த உறுதி மொழியைப் படித்தார் சாவர்க்கர். பிறகு சாவர்க்கர் படிக்க மற்ற இருவரும் ஒருவர் பின் ஒருவராக உறுதிமொழியை எடுத்துக் கொண்டார்கள்.

‘உங்களுக்கு ஓர் உண்மையைச் சொல்லட்டுமா? இந்த அபிநவ பாரத் இரண்டு ஆண்டுகளுக்கு முன்பே தொடங்கப்பட்டு விட்டது. மஹாராஷ்ட் ராவிலும் இந்தியாவில் பல இடங்களிலும் உறுதிமொழி எடுத்த நூற்றுக் கணக்கான உறுப்பினர்கள் இருக்கிறார்கள்’ என்று சிரித்துக்கொண்டே சொன்னார் சாவர்க்கர்.

‘எங்களை ஏமாற்றிவிட்டீர்களே!’ என்றார் எட்டிகட்.

‘ஏமாற்றவில்லை. ஒரு சங்கத்தைத் தொடங்கிய பெருமை உங்களுக்கு வேண்டாமா? நடுக்கடலில் தோன்றிய முதல் சங்கம் இதுதானே!’ என்றார் சாவர்க்கர்.

அந்தக் கப்பலில் அவரோடு பயணம் செய்த பல இந்தியர்கள் ஆங்கி லேயரோடு எப்படிப் பழகவேண்டும் என்று இந்தியாவிலேயே பயிற்சி எடுத்துக்கொண்டு வந்திருந்தனர். அவர்களோடு நடனமாடுவது, அவர் களைப் போலவே உடுத்துவது, கத்தி கரண்டி ஆகியவற்றைப் பயன் படுத்தி சாப்பிடுவது, நுனிநாக்கில் ஆங்கிலம் பேசுவது என்று பல வழிகளிலும் ஐரோப்பிய கனவான்களைத் திருப்திப்படுத்த முயன்று கொண்டிருந்தனர். அவர்கள் என்னதான் செய்தாலும் ஆங்கிலேயர்கள் அவர்களை உதாசீனப்படுத்தினார்கள்.

‘நமது தோலின் நிறம்தான் இதற்குக் காரணமா?’ என்று கேட்டார் எட்டிகட்.

‘இல்லை, சூரியன் அஸ்தமிக்காத நாடு என்ற கர்வம் எப்படியோ அவர்கள் மண்டைக்குள் புகுந்துகொண்டது. ஐரிஷ்காரர்கள்

வெள்ளைத்தோல் உடையவர்கள்தான். அவர்கள் சுதந்தரத்துக்காகப் போராடுகிறார்கள். அவர்களையும் அவர்கள் உதாசீனப்படுத்து கிறார்கள். இதற்கு ஒரே வழி அவர்கள் வழியிலேயே சென்று அவர் களை மடக்குவதுதான். கெஞ்சிக் கொண்டிருந்தால் பயனில்லை. அடிக்கவேண்டும். அப்பொழுதுதான் வலியை உணர்வார்கள். எப்பாடு பட்டேனும் நாம் ஆயுதப்பயிற்சி பெறவேண்டும். அவர்களை நிம் மதியாகத் தூங்கவிடக் கூடாது. அவர்களுடைய பலம்கூடப் பஞ்சு மிட்டாய் மாதிரித்தான். வெளிப்பார்வைக்குப் பெரிதாகத் தெரியும். பிடித்து அழுத்தினால் சுருங்கிவிடும்' என்றார் சாவர்க்கர்.

'நம்மால் மட்டும் அதை எப்படிச் செய்துவிடமுடியும்?'

'முடியும். நம்மைப்போலச் சுதந்தரத்துக்குப் போராடுபவர்களையும், அமெரிக்காவைப்போல சுதந்தரத்துக்காகப் போராடி வென்றவர் களையும் நாம் நண்பர்களாக்கிக் கொள்ளவேண்டும். நான் லண்டனுக்குப் பாரிஸ்டராவதற்காகப் போகிறேன் என்பது ஒரு காரணம்தான். அங்கே ஐ.சி.எஸ், ஐ.எஃப்.எஸ், பார் அட் லா படிப்ப தற்காகச் செல்லும் இந்தியர்களில் ஒரு சிலரையாவது நம் பக்கம் திருப்பமுடிந்தால், அது இந்தியாவிலும் எதிரொலிக்கும். ஐரோப் பாவின் வேறு பல நாடுகளுக்கும் பரவும். பல இடங்களிலிருந்து நமக்கு ஆதரவு கிடைக்கும். நமது தேவைகள் என்ன என்பது ஆளும் வர்க் கத்துக்குப் புரியும். இங்கே புரட்சிகரமானவர்கள் என்று பேசக்கூடிய வர்கள்கூட ஆங்கில அரசு நீடிக்க வேண்டும், ஆனால் சீர்திருத்தங்கள் வேண்டும் என்றுதான் கேட்கிறார்கள். அமெரிக்கா போன்ற நாடுகளில் உள்ளவர்கள், ஆங்கில ஆட்சியை இந்தியர்கள் விரும்புகிறார்கள் என்று எண்ணும்படி ஒரு தவறான கருத்து உருவாக்கப்படுகிறது. எனவே, நமது மிதவாதத் தலைவர்களை நம்புவதால் எந்தப் பயனுமில்லை. பூரண சுதந்தரம் அடைந்தே தீரவேண்டும். இதை அடைவதற்கு நம் உயிரைக் கொடுக்கவும் நேரலாம். தானே மடியப்போகிற உயிர், ஒரு சாதனைக்காகத்தான் மடியட்டுமே!'

'முதலில் நாம் என்ன செய்யவேண்டும்?' என்று கேட்டார் எட்டிகட்.

'ஐரோப்பாவில் சில இடங்களிலிருந்து மிக எளிதாக ஆயுதங்களும் வெடிகுண்டுகளும் பெறமுடியும். முதலில் நாம் ஆயுதப் பயிற்சி பெற வேண்டும். அடுத்து நம்மைப்போலவே உள்ள ஐரோப்பிய நாட்டினரு டன் உறவுகொண்டு ஐரோப்பாவில் யுத்தம் நடக்கிற சமயத்தில், இந்தியாவில் கிளர்ச்சியை உண்டுபண்ணவேண்டும்' என்றார் சாவர்க்கர்.

சாவர்க்கரின் சாமர்த்தியமான பேச்சில் மயங்கிக் கப்பலில் உடன் பயணம் செய்த பல இந்திய இளைஞர்கள் அபிநவ பாரத்தின் உறுப் பினர்களாகச் சேர்ந்தனர்.

1906-ம் வருடம், ஜூன் மாதம் 6-ம் தேதி அவர் கப்பலில் ஏறி உள்ளே வந்தபோது, கப்பல் ஊழியர்கள் ஆங்கிலக் கனவான்களைக் கவனிப் பதில் ஈடுபட்டிருந்தார்கள். தனது இருக்கை எதுவென்று எந்த ஐரோப் பியனிடமும் அவரால் கேட்க முடியவில்லை. இறுதியாக ஒரு ஐரோப் பியனிடமே கேட்டார். நல்ல வேளையாக அவன் அவரது ட்ராவெல் ஏஜெண்ட் தாமஸ் குக் நிறுவனத்தின் ஊழியன். எனவே, அவனது துணை ஊழியனை அனுப்பி, இடத்தைக் காட்டச் சொன்னான். அவன் அவரை அறைக்கு அழைத்துச் சென்றான். அந்த அறையில் ஏற்கெனவே ஒரு சீக்கிய இளைஞன் இருந்தான். சாவர்க்கரைவிட மூன்று வயது இளையவன். சாவர்க்கரைப் பார்த்ததும் முகம் மலர்ந்து வரவேற்றான்.

'இவ்வளவு நேரம் நீங்கள் இங்கே வரவில்லை என்பதால் எங்கே மனம் மாறித் திரும்பிச் சென்றுவிட்டீர்களோ என்று நினைத்தேன். இங்கே இன்னும் கொஞ்சம் தள்ளிச் சில பஞ்சாபி இளைஞர்கள் இருக் கிறார்கள்' என்றான். அவன் பெயர் ஹர்நாம்சிங்.

ஹர்நாம்சிங் அமிர்தசரஸை சேர்ந்தவன். சிறுவயதிலேயே தந்தையை இழந்தவன். தாய்க்கு ஒரே மகன். புத்திசாலி. பி. ஏ. பட்டம் பெற்றிருந் தான். அவனது திறமையை மெச்சி, நாபா சமஸ்தான அரசர், அவனை பாரிஸ்டர் படிப்பதற்காக லண்டனுக்குத் தன் சொந்தச் செலவில் அனுப் பினார். அவனும் பணக்காரன்தான். அவனது தாய்க்கு அவனை வெளி நாட்டுக்கு அனுப்புவதில் விருப்பமில்லை. தமது இனத்தைச் சேர்ந்த ஒருவன் லண்டன் சென்று படித்துப் பாரிஸ்டரானால் தங்கள் இனத் துக்கே பெருமை என்று சீக்கியத் தலைவர்கள் சிலர் அவனை வெளிநாடு அனுப்பும்படி அவனது தாயை வற்புறுத்தினார்கள். அதனால்தான் அவன் லண்டன் கிளம்பியிருந்தான். சாவர்க்கர் அவசர அவசரமாக இந்தியாவிலிருந்து கிளம்பியதால், ஐரோப்பாவுக்கு ஏற்ற உடைகளை அதிகம்கொண்டு வரவில்லை. இந்தியாவில் இருந்தபோதுகூட அவர் அந்த மாதிரி உடைகளை அணிந்ததில்லை. மிகவும் கஷ்டப்பட்டார். எட்டிகட்தான் எப்படி உடையணிவது, டை கட்டுவது என்பதை அவருக்குக் கற்றுக்கொடுத்தார். சாப்பாட்டு அறையில் எப்படிச் சாப் பிடுவது என்பதற்கும் பயிற்சியளித்தார். இடது கையில் ஃபோர்க்கும் வலது கையில் கத்தியும் வைத்துக்கொண்டு சாப்பிடவேண்டும் என்று நியதியிருந்ததால், ஒருமுறை வலது கையை இந்திய வழக்கப்படி வாயில் வைத்துவிட்டார். அது உதட்டைப் புண்ணாக்கிவிட்டது. ரத்தம் கொட்டியது. உடனே, யாருக்கும் தெரியாமல் கைக்குட்டையால் வாயைப் பொத்திக்கொண்டு அங்கிருந்து நகர்ந்துவிட்டார். அவருக்குக் கடற்பயணம் ஒத்துக் கொள்ளாததால் வாந்தி வந்துவிட்டது என்று மற்றவர்கள் நினைத்தார்கள். ஆனால், கடற்பயணத்தினால் அவருக்கு எந்த வியாதியும் வரவில்லை.

ஹர்நாம்சிங்கும் மற்ற சீக்கியர்களைப்போல முடிவளர்த்து, டர்பன் கட்டியிருந்தான். அதைத்தவிர மற்றப்படி ஐரோப்பியர்களைப்போல டை, காலர், கோட் ஷூ அணிந்திருந்தான். ஒரு நாள், கப்பலில் சாவர்க்கர், ஹர்நாம்சிங், எட்டிகட் மூவரும் மேல்தளத்துக்குச் சென்று நின்றுகொண்டிருந்தனர். அப்பொழுது சில ஐரோப்பியப் பெண்களும் சிறுவர்களும் அங்கு வந்தனர். ஹர்நாம் சிங்கைக் கேலி செய்தனர். ஒரு சிறுவன் சிரித்துக்கொண்டே அவனை நெருங்கிவந்தான். எட்டிகட் அவனைத் தள்ளிவிட்டான். நல்ல வேளையாக ஐரோப்பியர்கள் சண்டைக்கு வரவில்லை.

'ஹர்நாம்சிங் இனித் தலைப்பாகையை அணியக் கூடாது. அவனை மற்றவர்கள் கேலிசெய்யும்போது, இந்தியர்களின் சுயகௌரவம் பாதிக் கப்படுவதாக நான் உணர்கிறேன். அவன் டர்பன் கட்டி வந்தால், அவனுடன் நான் மேல்தளத்துக்குச் செல்ல மாட்டேன்' என்றார் எட்டிகட்.

'நமது உரிமையில் தலையிட அவர்கள் யார்? ஹர்நாம்சிங் டர்பன் கட்டிக் கொண்டுதான் வரவேண்டும்' என்றார் சாவர்க்கர்.

'உங்களைப் பார்த்தால், உடை, மத விஷயத்தில் சற்று முன்னேறிய கருத்து உடையவர்போல் தெரிகிறது. ஆனால், இப்படிச் சொல் கிறீர்களே?' என்றுக் கேட்டார் எட்டிகட்.

'உண்மைதான். காலத்துக்கு ஏற்ப மதப் பழக்கவழக்கங்களையும் மாற்றிக்கொள்ள வேண்டியதுதான். மூடப்பழக்கங்களை நான் வெறுக் கிறேன். ஆனால் டர்பன் என்பது மூடப்பழக்கமல்ல. அதை அணிவது என்பது அவனது உரிமை. அவனுடைய மதத்தின் கடமை. எனவே, அவன் தலைப்பாகை அணிந்துதான் வரவேண்டும். இன்னும் சொல் லப்போனால் ஹர்நாம் சிங்கின் தலைப்பாகை வெவ்வேறு வண்ணங் களில் அழகாக இருக்கிறது. ஐரோப்பியர்களின் தொப்பிதான் குப்பைத் தொட்டி மாதிரி இருக்கிறது' என்றார் சாவர்க்கர்.

'வேறு வழியே இல்லையா?' என்று கேட்டார் எட்டிகட்.

'இருக்கிறது. இனி நாம் எல்லோரும் தலைப்பாகை கட்டிக்கொண்டு ஹர்நாம் சிங்குடன் செல்லவேண்டும். யார் சிரிக்கிறார்கள் என்று பார்த்துவிடலாம்' என்றார் சாவர்க்கர்.

அன்றிலிருந்து அவர்கள் எல்லோரும் தலைப்பாகை அணியத் தொடங்கினர். ஐரோப்பியர்கள் அடங்கிப்போனார்கள்.

எஸ். எஸ். பெர்ஸியா கப்பலில் பயணம் செய்தபோது, சாவர்க்கருக்கு வீட்டு ஞாபகம் அடிக்கடி வந்தது. இளம் மனைவி, கைக்குழந்தை

அன்பான சகோதரர்கள், குடும்பத்தையே தலைமேல் பொறுப்பாகத் தாங்கும் அண்ணி என நினைவுகள் அவர்களைச் சுற்றிச் சுற்றி வந்தன. ஆனால், அளவுக்கு மீறிய பாசம் எடுத்த காரியத்தைக் குலைத்துவிடும் என்பதும் அவருக்குத் தெரிந்திருந்தது. எனவே, அந்த எண்ணங்களைத் தள்ளி வைத்தார்.

அவருடன் ஒரே அறையில் தங்கியிருந்த ஹர்நாம் சிங், வீட்டு நினைவில் சாப்பிடாமல் பட்டினி கிடந்தான். அழுதான். ஏடன் வந்ததும் இறங்கி, இந்தியாவுக்குத் திரும்பப் போகப் போவதாகச் சொன்னான்.

'சாவர்க்கர். நீங்கள்தான் இங்கே எனது நண்பன். என்னால் லண்டன் செல்ல முடியாது. மனத்தளவில் நான் இவ்வளவு பலகீனமானவனாக இருப்பேன் என நினைக்கவில்லை. என்னை மன்னித்துவிடுங்கள்' என்று பேசினான். அவனைச் சமாதானப்படுத்தினார் சாவர்க்கர்.

ஒரு வழியாக, ஹர்நாம்சிங் திரும்பிப் போகும் எண்ணத்தைக் கைவிட்டான். பின்னாளில் மிகத் தீவிரமான போராளியாக மாறினான்.

பகல் பொழுதில் இளைஞர்களை ஊக்கப்படுத்துவதில் நேரம் செலவிட்ட சாவர்க்கர், முன்னிரவு நேரத்தில் கப்பலின் மேல் தளத்தில் போய் அமர்ந்துகொள்வார். வானத்தின் அண்டப்பெருவெளியும் பரந்த கடலும் அவரை ஈர்த்துப் பல சிந்தனைகளைத் தூண்டிவிடும். கவிதைகள் எழுதுவார். ஒருநாள் அவர் கவிதை எழுதிக்கொண்டிருக்கும்போது, அவருக்குத் தெரியாமல் ஹர்நாம்சிங் அங்கே வந்தான். சாவர்க்கர் அவனைப் பார்த்தார். தனது கவிதையை அவனுக்குப் பாடிக் காட்டினார். பின்னாளில் சாவர்க்கரைப் பற்றிப் பேச்சு வரும்போதெல்லாம், கப்பலின் மேல் தளத்தில் சாவர்க்கரோடு கழித்த இலக்கியப் பொழுதுகளைப் பற்றிச் சொல்லி மகிழ்ந்தான் ஹர்நாம்சிங்.

கப்பல் செங்கடலைத் தாண்டி சூயஸ் துறைமுகத்தை அடைந்தது. அது ஐரோப்பா ஆசியா ஆப்பிரிக்கா கண்டங்களை இணைக்கும் துறைமுகம். பன்னாட்டு வியாபாரத்தலம். அங்கிருந்து புறப்பட்ட கப்பல், சில தினங்களில் பிரான்ஸிலுள்ள மார்ஸெயில்ஸ் துறைமுகத்தை வந்தடைந்தது. அந்தத் துறைமுகம் பின்னாளில் தன்வாழ்வில் ஒரு பெரிய புயலைக் கிளப்பப்போகிறது என்பது தெரியாமல் அந்த மண்ணில் இறங்கி நடந்தார் சாவர்க்கர்.

பிரான்ஸின் தேசிய கீதம் அந்த மண்ணில்தான் உருவானது. 1789, பிரெஞ்ச் புரட்சியின்போது, இங்கிருந்துதான் பிரெஞ்சு படை அணி வகுத்துச் சென்றது. ஜோசப் மாஜினி அவர் பிறந்த மண்ணிலிருந்து நாடு கடத்தப்பட்டபோது, இந்த மண்ணில்தான் தங்கினார். 'யங் இட்டாலி' இயக்கத்தை இங்கிருந்துதான் இயக்கினார். ஆஸ்திரியாவின்

தூண்டுதலால் அவரைப் பிரான்ஸ் வெளியேறச் சொன்னபோது, இங்கேதான் தலைமறைவாக இருந்தார். பிறகு, வெற்றி வீரனாக இத்தாலிக்குள் நுழைந்தார். எனவே, சாவர்க்கருக்கு அது புனித பூமி. அங்கே ஒரு வழிகாட்டியை அமர்த்திக்கொண்டு மாஜினி தங்கியிருந்த பகுதிகளுக்குச் சென்று பார்த்துவிட்டு, அங்கிருந்து லண்டனுக்கு ரயில் ஏறினார். அந்த ரயில் இங்கிலீஷ் கால்வாயை அடைந்தது. அங்கிருந்து படகு மூலம் இங்கிலீஷ் கால்வாயைக் கடந்து, டோவெர் என்ற இடத்துக்கு வந்தார். அங்கிருந்து லண்டனுக்கு ரயில் ஏறினார். குளிர்ச்சி பொருந்திய லண்டன் வீதிகளைச் சூடேற்றுவதற்காக, புரட்சி நெருப்பு அந்த ரயிலில் பயணம் செய்துகொண்டிருந்தது.

3. எழுச்சிச் சிங்கம்

சாவர்க்கர் லண்டனுக்கு வந்து சேர்ந்த சமயத்தில் அங்கிருந்த இந்திய அமைப்புகளைப்பற்றியும், அங்கே தடம்பதித்த சில பெரிய இந்தியத் தலைவர்களைப் பற்றியும் தெரிந்து கொள்வது அவசியம்.

லண்டன் இந்தியா சொஸைட்டி

இப்படி முறையான ஓர் அமைப்பை முதன்முதல் தொடங்கியவர் தாதாபாய் நௌரோஜி.

அவர் ஆரம்பத்தில் பிரிட்டிஷ் அரசு, இந்தியாவுக்கு அவசியம் என்றும் அவர்களால் நன்மை விளைகிறது என்றும் நம்பினார். இங்கிலாந்தில் உள்ள ஆங்கிலேயர்களுக்கு இந்தியாவைப் பற்றியும் இந்தியர்களின் நிலைமையைப் பற்றியும் சரியான முறையில் எடுத்துச் சொல்லாதது தான் இந்தியர்களின் தொல்லைகளுக்குக் காரணம் என்றார். தாதாபாய் லண்டனில் இருந்தபோது, தனது வணிகத்தையும் கவனித்து வந்தார். வசதியாக அங்குத் தங்குமளவுக்குச் செல்வம் சேர்ந்ததும் வணிகத்தை நிறுத்திவிட்டார். ஆங்கிலேய அதிகாரிகளையும் இந்தியர்களையும் உறுப்பினர்களாகக் கொண்ட 'ஈஸ்ட் இந்தியா அசோஸியேஷன்' என்ற அமைப்பை நிறுவினார். இதில் இந்தியாவில் பதவி வகித்து ஓய்வு பெற்று லண்டனில் ஓய்வூதியம் பெற்றுக்கொண்டிருந்த அதிகாரிகள் உறுப்பினர்களாக இருந்தனர். இந்தியாவிலும் இதன் கிளைகள் தொடங்கப்பட்டன. மஹாராஜாக்களிடமிருந்தும் சிற்றரசர்களிடமிருந்தும் பணம் வசூலித்து அந்த அமைப்பை செழிப்போடு நடத்திவந்தார்.

அந்த அமைப்பின் மூலம் பிரிட்டிஷ் அரசு எப்படி இந்தியாவைச் சுரண்டுகிறது என்பதை ஆதாரங்களோடு சுட்டிக்காட்டினார். 1901-ம் ஆண்டு கணக்கின்படி ஆண்டு ஒன்றுக்கு 15 மில்லியன் ரூபாய்

இந்தியாவிலிருந்து இங்கிலாந்துக்குச் சுரண்டிக்கொண்டு வரப்பட்ட தென்றும் இது கடந்த 100 ஆண்டுகளாக நடைபெற்று வந்தது என்றும் அந்தக் காரணத்தால் செல்வச் செழிப்புள்ள இந்தியா பஞ்சத்தில் உழல நேர்ந்ததென்றும் எடுத்துக்காட்டினார். சில ஆண்டுகளுக்குப் பிறகு அந்த அமைப்பிலிருந்தும் வெளியேறினார்.

ஐ.சி.எஸ் தேர்வு, லண்டனிலும் இந்தியாவிலும் நடைபெறவேண்டும் என்றும் அப்பொழுதுதான் இந்திய அதிகாரிகள் பெரிய பதவிகளுக்கு வர இயலும் என்றும் பிரிட்டிஷ் பார்லிமெண்ட்டில் கூறினார். ஐ.சி.எஸ் தேர்வை இந்தியாவில் நடத்த பிரிட்டிஷ் பார்லிமெண்ட் அனுமதி அளித்தது. ஆனால், இந்தியாவிலிருந்த அதிகாரிகள் அது சாத்திய மில்லையென்று கிடப்பில் போட்டுவிட்டார்கள்.

பார்லிமெண்ட்டின் தீர்மானத்தையே நடைமுறைப்படுத்தாத துணிச் சல், இந்தியாவில் பணியிலிருந்த ஆங்கில அதிகாரிகளுக்கு இருந்தது. 'பிரிட்டிஷ் அண்ட் அன்பிரிட்டிஷ்' என்ற தலைப்பில் தாதாபாய் ஒரு புத்தகம் எழுதினார். அதில் இந்தியச் செல்வம் எப்படிக் கொள்ளை யடிக்கப்படுகிறது என்று விளக்கி இருந்தார். ஆனாலும் அக்கொள் ளையை யாராலும் தடுக்கமுடியவில்லை. உடல்நிலை பாதிப்பால் அவர் 1907-ம் ஆண்டு இந்தியா திரும்பினார்.

பிரிடிஷ் கமிட்டி ஆஃப் தி இண்டியன் நேஷனல் காங்கிரஸ்

காங்கிரஸின் கொள்கைகளையும் இந்திய நிலைமையையும், காங்கி ரஸின் ராஜ விசுவாசத்தையும் எடுத்துக்காட்ட இந்த கமிட்டி அமைக்கப் பட்டது. இதன் சார்பாக 'இந்தியா' என்ற பத்திரிகையும் நடத்தப் பட்டது. இது அதிகாரபூர்வ லண்டன் கமிட்டியாகக் கருதப்பட்டாலும் அதற்கு உரிய கௌரவம் அரசால் கொடுக்கப்படவில்லை.

ஜஸ்டிஸ்

ஹைண்ட்மேன் என்பவர் 'ஜஸ்டிஸ்' என்ற பத்திரிகையை நடத்தினார். ஹைண்ட்மேன் ஆங்கில அரசை எதிர்த்தவர். 'சோஷியல் டெமாக் ரட்டிக்' என்ற கட்சியைத் தொடங்கியவர். லண்டனில் இருந்த காங் கிரஸ் தலைவர்கள், மிஸ்டர் ஹைண்ட்மேனோடு நட்புக்கொண்டிருந் தார்கள். ஹைண்ட்மேன் சற்றுக்கடுமையாக அரசை விமர்சனம் செய்த தால், தமக்கும் ஹைண்ட்மேனுக்கும் சம்பந்தமில்லை என்று விலகிக் கொண்டார்கள். இச்சமயத்தில்தான் ஷியாமாஜி கிருஷ்ண வர்மாவால், 'இந்தியன் சோஷியாலஜிஸ்ட்' என்ற பத்திரிகை தொடங்கப்பட்டது. சாவர்க்கர் லண்டனுக்கு வந்த போது, இங்கிலாந்தில் படிப்பதற்கென்று வந்த இந்திய மாணவர்களின் நிலை எப்படி இருந்தது என்று பார்ப் போம். சாவர்க்கர் தனது 'இன்சைட் எனிமி கேம்ப்' என்னும் நூலில் இதை மிகத் தெளிவாக எழுதியிருக்கிறார்.

‘அப்பொழுது பிரிட்டனில் இந்திய மாணவர்கள் சுமார் 2000 பேர் இருந்தார்கள் . அவர்களில் 90% க்கும் மேற்பட்டவர்களுக்குத் தேசபக்தி என்றால் என்னவென்றே தெரியாது. ஆங்கில அரசில் பெரிய உத்தி யோகம் பார்ப்பது ஒன்றுதான், அவர்களுடைய குறிக்கோள். பெரும் பாலோர் ஆக்ஸ்ஃபோர்ட், கேம்ப்ரிட்ஜ், மான்செஸ்டர் மற்றும் எடின் பரோ பல்கலைக்கழகங்களில் படித்துவந்தனர். லண்டனிலும் லண்டனின் புறநகர்ப் பகுதிகளிலும் வசித்துவந்தனர். அவர்களில் பெரும்பாலோர் பெரிய இடத்துப் பிள்ளைகள். மஹாராஜாக்கள், ஜமீன் தார்கள், திவான்கள், நிலப்பிரபுக்கள் குடும்பங்களைச் சேர்ந்தவர்கள். ஆங்கிலத் தாதியர்களால் வளர்க்கப்பட்டவர்கள். ஆங்கில அரசுக்கு விசுவாசமுள்ளவர்களாக இருக்கவேண்டும் என்று சொல்லியே வளர்க் கப்பட்டவர்கள். பதினான்கு வயதைத் தாண்டிய பிறகு அவர்கள் ஹேரோவுக்குப் படிக்க அனுப்பப்பட்டார்கள். லண்டனில் உள்ள ஆங்கிலக் குடும்பங்களில் கட்டண விருந்தினர்களாகத் தங்கினார்கள். ஆங்கிலம் மட்டுமே பேசினார்கள். தாய்மொழியை மறந்துவிட்டோம் என்று சொல்வதில் பெருமை கொண்டார்கள் மேற்கத்திய சங்கீதமும் நடனமும் கற்றார்கள். தெரு ஓர நடனப் பெண்களுடன் நடனமாட வாய்ப்பு கிடைத்தாலும் மகிழ்ந்தார்கள். இந்திய வழக்கப்படி, அவர்களில் பலர் இளமையிலேயே திருமணமானவர்கள். ஆனால், அவ்வளவு இளமையில் திருமணமாயிற்று என்று சொன்னால் ஆங்கிலக் கனவான்களும் பெண்களும் கேலி செய்வார்கள் என்ற பயத்தில் திருமணமாகவில்லை என்று பொய் சொன்னார்கள்.

பிரிட்டிஷ் இளைஞர்களைவிடத் தாங்கள் பெரியவர்கள் என்று காட்டிக் கொள்வதற்காக, வேண்டாத பந்தாக்கள் காட்டினார்கள். விலையு யர்ந்த காலணி, அலங்கார ஆடைகள் என்று மினுக்கினார்கள். என்ன தான் மினுக்கினாலும் அவர்கள் நிறத்தை மாற்ற முடியாதே. எனவே, அவர்கள் கறுப்பர்களாக இரண்டாந்தரமாகவே நடத்தப்பட்டார்கள். ஆங்கிலேயக் குடும்பத்தினருடன் அமர்ந்து புகைக்கவும் குடிக்கவும் ஆடவும் கிடைக்கிற வாய்ப்புக்காக அவர்கள் அளவுக்கு மீறிச் செலவு செய்தார்கள். இவர்களிடமிருந்து பல பரிசுப்பொருள்களும் அதிகப் பணமும் கிடைக்கும் என்பதால், பல பிரிட்டிஷ் குடும்பங்கள் அவர்களை விருந்தினராக ஏற்றுக்கொண்டார்கள்.

இப்படிப்பட்ட மாணவர்கள் மத்தியில் தேசிய உணர்வை ஏற்படுத்தியே தீர்வது என்ற உறுதியோடுதான் சாவர்க்கர் லண்டனுக்கு வந்தார்.

இந்தியா ஹவுஸ், 65 கிராம்வெல் தெரு, லண்டன் N56 என்ற முகவரியில் இருந்தது. அருகிலேயே ட்ராம், ரயில், பேருந்து வசதிகள் இருந்தன. வாட்டர்லூ பார்க், ஹைகேட் வுட்ஸ், க்யுன்ஸ் வுட்ஸ் பூங்காக்கள்

இருந்தன. வீட்டின் பின்பகுதியில் விஸ்தாரமான தோட்டமும் டென்னிஸ் விளையாட்டுத் திடலும் இருந்தன. 25 பேர் தங்குவதற்கு இடமிருந்தது. கீழ்த்தளத்தில் நூலகமும் கூட்டங்கள் நடத்துவற்குப் பெரிய அறையும் இருந்தன. அங்கு தங்குபவர்கள் மது அருந்தக் கூடாது. அசைவம் உண்ணக் கூடாது. அவர்களே இணைந்து சமையல் செய்து கொள்ளவேண்டும். உபகாரச் சம்பளம் பெறுபவர்கள் சாப்பாட்டுக்கும் தங்குவதற்கும் சேர்த்து 16 ஷில்லிங் கட்டணம் செலுத்தவேண்டும். மற்றவர்களுக்குக் கொஞ்சம் அதிகம். அங்கு தங்குபவர்களே அந்த வீட்டை நிர்வகித்துக்கொள்ளவேண்டும்.

●

எட்டிகட் இந்தியா ஹவுஸுக்குள் நுழைந்தார்.

'வாருங்கள் எட்டிகட். இப்பொழுதுதான் விழாக்கள் நடத்துவதைப் பற்றிப் பேசிக்கொண்டிருந்தேன்' என்றார் சாவர்க்கர்.

'என்னால் எதிலும் நேரடியாக ஈடுபட முடியாது. ஆனால் உங்களுக்கு உதவ முடியும்' என்றார் எட்டிகட்.

'எப்படி?'

'விழாவை நீங்கள் அறிவியுங்கள். சுவரொட்டி ஒட்டுவது, அழைப்பிதழ் கொடுப்பது , ஆள்களைத் திரட்டுவது போன்ற செயல்களை நான் செய் கிறேன். ஆனால், விழாக்கள் நடத்துவதால் என்ன பயன்?' என்று கேட்டார் எட்டிகட்.

'இங்குள்ள இந்திய இளைஞர்கள் ஆங்கில மோகம் கொண்டிருந்தாலும், அடிப்படையில் இந்தியர்கள். நமது பண்பாட்டில் ஊறியவர்கள். எனவே முதலில் நவராத்திரி விழா, விஜய தசமி விழா, விநாயகர் விழா என்று கொண்டாடுவோம். கலாசார நிகழ்ச்சிகளுக்கு ஏங்கிக் கொண்டிருக்கும் அவர்கள் நிச்சயம் வருவார்கள். கொஞ்சம் கொஞ்சமாக நமது கருத்து களை விதைப்போம். கலாசார விழாக்களில் தொடங்கி, பிறகு மாவீரர் களின் ஜெயந்தி விழாவைக் கொண்டாடுவோம். 1857 சுதந்தரப் போர் நாளைக் கொண்டாடுவோம்' என்றார் சாவர்க்கர்.

'ஆங்கிலேயர் நடத்தும் கூட்டத்தில் ஏதாவது குழப்பம் விளைவிக்க வேண்டுமென்றால் சொல்லுங்கள். அதற்கு நான் ஏற்பாடு செய்கிறேன்' என்றார் எட்டிகட்.

'வேண்டாம். அந்த அளவுக்கு நாம் இறங்கிப்போய்விடக் கூடாது. நமக்கு ஆங்கிலேயர் விரோதிகள் அல்லர். அவர்களின் அடக்குமுறை தான் எதிரி' என்றார் சாவர்க்கர்.

விழாக்கள் எடுப்பதற்கும் கூட்டங்கள் நடத்துவதற்கும் சாவர்க்கருக்கு ஒரு புதிய அமைப்புத் தேவையாக இருந்தது. 'அபிநவ பாரத்'தின் பெயர் ஏற்கெனவே அரசுக்குறிப்புகளில் பாதகமான நிலையில் இருந்த தால், 'ஃப்ரீ இந்தியா சொஸைட்டி' என்ற பெயரில் ஒரு புதிய அமைப்பைத் தொடங்கினார். அந்த அமைப்பில் இருந்தவர்களுக்குச் சில நிபந்தனைகள் விதிக்கப்பட்டிருந்தன.

1. தினமும் ஏதாவது தேசப்பணி செய்தல்
2. அன்றாடம் என்ன செய்தோம் என்பதை நாள்குறிப்பில் எழுதி வைத்தல்.
3. தேசபக்தியைத் தூண்டும் நூல்கள் எழுதுதல், பிரசாரம் செய்தல், சொற்பொழிவாற்றுதல்.
4. இந்தியா, புதுச்சேரி, மற்றும் வெளிநாடுகளிலிருந்து வரும் பத்திரிகைகளில் தேசபக்திக் கட்டுரைகளை எழுதுதல்.
5. இந்திய இளைஞர்களுக்குத் தேசபக்தி ஊட்டுதல், சிக்கனமாக இருத்தல்.
6. அடிக்கடி உபவாசம் இருந்து அதில் மிச்சமாகும் பணத்தைத் தேச விடுதலை காரியங்களுக்குப் பயன்படுத்துதல்.
7. எழுச்சிமிக்க தேசபக்தர்கள், தலைவர்கள் பிறந்தநாள், நினைவு நாள்களைக் கொண்டாடுதல்.
8. முக்கியமான தேசிய எழுச்சிநாள்கள் , குறிப்பாக முதல் இந்தியச் சுதந்தரப் போர் நினைவு ஆகியவற்றைக் கொண்டாடுதல்.
9. ஒவ்வொரு வாரமும் வாராந்திரக் கூட்டம் நடத்துதல். அதில் கலந்து கொள்ளுதல்.

வாராந்திரக்கூட்டத்தில் முப்பது பேர்வரை பங்கு கொண்டனர். ஒவ்வொரு கூட்டத்திலும் சாவர்க்கர் வீர முழக்கம் செய்வார். அந்தக் கூட்டங்களுக்கு ஆங்கில அரசில் கூலிக்கு உளவு வேலை செய்யும் இந்தியர்களும் வந்தனர். அவர்கள் மூலம் செய்தி, அரசு அதிகாரி களுக்குச் சென்றது.

இந்தியா ஹவுஸில் இருந்தவர்களும், 'இந்திய சோஷியாலஜிஸ்ட்' பத்திரிகையும் ராஜ துவேஷப் பிரசாரங்களை முடுக்கிவிடுவதாகக் குற்றம்சாட்டப்பட்டன. பிரிட்டிஷ் நாடாளுமன்றம் வரைக்கும் இந்தச் செய்தி பரவி, இந்தியா ஹவுஸ் பற்றிக் கேள்வி கேட்கப்பட்டது.

ஒருநாள் சாவர்க்கரின் அறைக்கு, இந்தியா ஹவுஸின் பணிப்பெண் வந்தாள்.

'ஐயா, உங்களைப் பார்க்க ஒரு கனவான் வந்திருக்கிறார்' என்றாள் பணிப்பெண்.

'யார்?' எனக்கேட்டார் வீரசாவர்க்கர்.

'இதோ அவரது விசிட்டிங் கார்ட்.'

'ஓ, இந்தியர்தான். வரச்சொல்.'

'குட் மார்னிங்' என்று சொல்லிக்கொண்டே உள்ளே நுழைந்தார் அவர். பிறகு கைகுலுக்குவதற்காகத் தன் கரங்களை நீட்டி 'ஐ ஏம் வி.வி.எஸ். ஐயர்' என்றார்.

'ஐ ஏம் சாவர்க்கர்' என்று சொல்லிக்கொண்டே எழுந்து நின்று ஐயரின் கையைக் குலுக்கினார் சாவர்க்கர்.

'உங்கள் உடையைப் பார்த்தால் வெள்ளைக்காரக் கனவான் மாதிரியே இருக்கிறீர்கள். நீங்கள் லண்டனுக்கு எதற்காக வந்திருக்கிறீர்கள்?' என்று கேட்டார் சாவர்க்கர்.

'இங்கே லிங்கனில் பார் அட் லா படிக்கச் சேர்ந்திருக்கிறேன். நீங்களும் அங்கே படிப்பதாகக் கேள்விப்பட்டேன். அதுதான் பார்த்துவிட்டுப் போகலாமென்று வந்தேன்.'

'அப்படியா, படிப்பதைத் தவிர வேறு என்ன செய்வதாக உத்தேசம்?'

'வெஸ்டர்ன் மியூசிக் கற்றுக்கொள்ளலாம் என்று ஆசை.'

'இந்திய இசை தெரியுமா?'

'கொஞ்சம் தெரியும்.'

'பிறகு?'

'ஆங்கில நடனம் கற்றுக் கொள்ளலாமென்றிருக்கிறேன்.'

'ஏன்?'

'கல்லூரி விழாக்களிலும் விருந்துகளிலும் மாணவர்களும் நடனமாட வேண்டுமாமே!'

'ஆமாம். ஆனால் உங்களுக்கு உங்கள் நாட்டைப் பற்றிக் கொஞ்சமும் அக்கறையில்லையா? நம்மை அடிமைப்படுத்தி நமது கலாசாரத்தைக் குலைத்து, நம்மைச் சுரண்டிக் கொண்டிருப்பவர்களுடனா நடனம் ஆட விரும்புகிறீர்கள்?' என்று ஆக்ரோஷமாகக் கேட்டார் சாவர்க்கர்.

'நான் இங்கே படிக்கத்தானே வந்திருக்கிறேன்?'

‘நீங்கள் உங்கள் படிப்பை மட்டும்தான் பார்க்கிறீர்கள். வங்காளத்தைத் துண்டாக்கினானே அந்தப் பாவி கர்சான், நமது மக்களைப் பந்திக்கானாவில் தள்ளிக் கொடுமைப்படுத்துகிறார்களே பிரிட்டிஷ்காரர்கள், இதைப்பற்றியெல்லாம் கொஞ்சமாவது சிந்தித்தீர்களா?’

‘நான் அதைப்பற்றிச் சிந்திக்கவில்லை.’

‘சிந்தித்துப் பாருங்கள். போய்வாருங்கள்’ என்றார் சாவர்க்கர்.

‘சரி, நாம் மீண்டும் சந்திப்போம்’ என்று சொல்லிவிட்டு வெளியேறினார் ஐயர்.

சாவர்க்கருடன் பழகினால் எங்கே தனது படிப்புப் பாதிக்கப்படுமோ என்று முதலில் ஐயர் தயங்கினார். முதல் சந்திப்பின்போது அவர் பேசிய பேச்சு அவரைக் கலவரப்படுத்தினாலும், அவருடைய முகம் திரும்பத் திரும்ப நினைவுக்கு வந்துகொண்டிருந்தது. இதுவரை நாட்டைப் பற்றிச் சிந்திக்காமல் நம்மைப்பற்றியே சிந்தித்துக் கொண்டிருந்துவிட்டோமே என்ற குற்ற உணர்வு அவரை அடிக்கடி வருத்தியது. அப்போதெல்லாம் குடும்பத்தைக் கவனித்துக்கொள்வது முக்கியமில்லையா என்று தம்மைத் தாமே சமாதானம் செய்து கொள்வார் ஐயர்.

ஆனால் சாவர்க்கரின் உண்மையான தேசபக்தியைப் பார்த்து, அவரை மீண்டும் மீண்டும் பார்க்கவேண்டும் என்று தோன்றியது வ.வே.சு. ஐயருக்கு.

வீர் சாவர்க்கரை வழிகாட்டியாகக் கொண்ட இளைஞர் பட்டாளம் பெருகியது. ஹர்நாம்சிங், அய்யர், டி. எஸ். எஸ். ராஜன், எம். கே. டி. ஆச்சார்யா, மதன்லால் திங்ரா போன்ற பலர் இந்தியா ஹவுஸில் தங்கி வீர் சாவர்க்கரோடு புரட்சியில் ஈடுபட்டனர். அந்தச் சமயத்தில்தான், மாஜினியின் வரலாறை எழுதத் தொடங்கினார் சாவர்க்கர்.

4. சாவர்க்கர் எழுதிய மாஜினியின் வாழ்க்கை வரலாறு

'விநாயக், எதையோ தீவிரமாகச் சிந்தித்துக்கொண்டிருக்கிறீர்களே, என்ன விஷயம்?' என்று கேட்டார் இந்தியா ஹவுஸின் பொறுப்பாளர் முகர்ஜி.

'ஜோசஃப் மாஜினியின் வரலாறை எழுதவேண்டும் என்று நினைக்கிறேன். அதற்கு வேண்டிய புத்தகங்கள் கிடைக்கவில்லை. அவரது வரலாறை ஆறு பாகங்களாக யாரோ எழுதியிருப்பதாகக் கேள் விப்பட்டேன். லண்டனில் உள்ள நூலகங்களில் எங்கு கிடைக்கும் என்று எனக்கு விசாரித்துச் சொல்ல முடியுமா?'என்று கேட்டார் சாவர்க்கர்.

'இங்கிருக்கும் நூலகத்திலேயே அந்தப் புத்தகம் இருக்கிறது என்று நினைக்கிறேன். இருங்கள். பார்த்துவிட்டு வந்து சொல்கிறேன்' என்று சொல்லிவிட்டுக் கீழ்த்தளத்துக்குச் சென்றார். சிறிது நேரத்தில் ஒரு புத்த கத்தைக் கொண்டுவந்து தந்தார். அது மாஜினியின் வரலாறுதான். 300 பக்கங்கள் கொண்ட புத்தகம். ஆனால், அது முதல் பாகம்தான். இன்னும் ஐந்து பாகங்கள் இருக்கின்றன. சாவர்க்கர் அந்த முதல் பாகத்தை முழுதும் படித்துக் குறிப்புகள் எடுத்துக்கொண்டார். மேலும், இரண்டு தொகுதிகள் அந்த நூலகத்தில் கிடைத்தன. அவற்றையும் படித்தார். சாவர்க்கரின் ஆர்வத்தைக் கவனித்தார் முகர்ஜி. எல்லாத் தொகுதிகளையும் கண்டுபிடித்து அவருக்குக் கொடுக்கவேண்டும் என்று ஆசைப்பட்டார். எப்படியோ மீதமிருந்த மூன்று தொகுதி களையும் தேடி எடுத்து சாவர்க்கரிடம் கொடுத்தார் முகர்ஜி. சாவர்க்கர் அவற்றைத் தீவிரமாக ஆராய்ந்தார். குறிப்புகள் எடுத்தார். அப்படியே அதை மொழியாக்கம் செய்தால், அது உணர்ச்சிகரமாக அமையாது என்று நினைத்தார். எனவே, படிக்கிறபோதே 'ஜிவ்'வென்று உணர்ச்சி

கொப்பளிக்கிற மாதிரி, 300 பக்கங்களுக்கு மராத்திய மொழியில் மொழியாக்கம் செய்தார். அவருக்கு முன்பாக, மாஜினியின் வாழ்க்கை வரலாறு பற்றிய கட்டுரைகளை சுரேந்திரநாத் பானர்ஜி என்பவர் எழுதியிருந்தார். பல சொற்பொழிவுகளிலும் அவரது வாழ்க்கை வரலாறைப் பற்றிப் பேசினார். ஆனால்,ஒவ்வொரு பேச்சின் முடிவிலும் 'மாஜினியின் போராட்டம் இத்தாலிக்கு ஏற்றது. ஆனால், ஹிந்துஸ்தானுக்கு அது பயன் படாது. நாம் வன்முறையில் ஈடுபடக் கூடாது. நமக்குச் சாத்வீகப் போராட்டம் ஒன்றுதான் வழி' என்று கூறியிருந்தார். ஆனால், சாவர்க்கர் ஆயுதப்புரட்சி மூலம்தான் சுதந்தரம் பெற முடியுமென்று நம்பினார். மாஜினியின் வழிதான் சிறந்த வழி என எண்ணினார்.

மஹாராஷ்ட்ராவில் 1900-ம் ஆண்டு கானேகர் என்பவர் மாஜினியின் வரலாறை ஒரு சிறு நூலாக எழுதியிருக்கிறார். அதன் பிறகு பரஞ்ச்பாய் 'கல்' பத்திரிகையில் பல கட்டுரைகள் எழுதியிருக்கிறார். சாவர்க்கர் அங்கிருந்தபோது மாஜினியைப் பற்றிப் பேசியிருக்கிறார். அந்த அளவுக்குத்தான் மராத்திய மக்களுக்கு மாஜினியைப் பற்றித் தெரியும். ஆனால் லண்டனில் அவர் எழுதியிருந்த புத்தகம், வெடிக்கத் தயாராக இருக்கும் ஒரு எரிமலையைப்போல இருந்தது. அந்தப் புத்தகத்துக்கு 26 பக்கத்தில் ஒரு முன்னுரை எழுதினார். புத்தகம் தயார். அதை வெளியிட வேண்டுமே! அதற்குத் தனது தமையன் பாபாராவின் உதவியை நாடினார். பாபாராவ், பாலகங்காதர திலகரிடம் ஆலோசனை கேட்டார். 'இதை வெளியிடுவது ஆபத்தானது. எதற்கும் யோசித்துச் செய்' என்று சொல்லிவிட்டார் திலகர். புத்தகம் வெளிவரும் என்று தெரிந்தால் போலீஸ் அதைத் தடைசெய்யும். எனவே, பல அச்சகங்கள் அதை அச்சிட மறுத்தன. கடைசியில், ஜகதாகிசேத்து என்ற அச்சகம் வெளியிட ஒப்புக்கொண்டது. அபிநவ பாரத்தின் வெளியீடுகள் வெறும் பஜனைப் பாடல்கள்தான் என்னும் எண்ணத்தை போலீஸின் மனத்தில் உருவாக்குவதற்காக சாவர்க்கர், மற்றும் கோவிந்த் ஆகியோர் பாடல்கள் அடங்கிய புத்தகத்தை 'லகு அபிநவ் பாரத் மாலா' என்ற பெயரில் முதலில் வெளியிட்டனர். அடுத்துத் 'தோராலி அபிநவ மாலா' என்ற 300 பக்கங்கள் கொண்ட புத்தகம் ஒன்றரை ரூபாய் விலையில் வெளியிடப்படுமென்றும், அதை வெளியிடுமுன் முன்பதிவு செய்து கொள்வதால் புத்தகம் நிச்சயம் கிடைக்கும் என்றும் விளம்பரம் செய்தனர். அந்தப் புத்தகம்தான் மாஜினியின் வரலாறு. பலர் முன்பதிவு செய்தனர். 2000 புத்தகங்கள் வெளியாயின. வெளியான ஒரே மாதத்தில் எல்லாப் புத்தகங்களும் விற்றுத் தீர்ந்தன. அந்தப் புத்தகத்தை லோக மான்ய திலகருக்கும் லோகமான்ய பரஞ்ச் பாய்க்கும் சமர்ப்பணம் செய் திருந்தார் சாவர்க்கர். அதுவரையில் 'ராஜ மான்ய', 'ராஜஸ்ரீ' விருதுகளே கொடுக்கப்பட்டு வந்தன. ராஜ்யமே இல்லாதபோது 'ராஜமான்ய'

‘ராஜஸ்ரீ’ போன்றவை பொருளற்றவை என்றும் ‘தேச பந்து’, ‘லோக மான்ய’ அடைமொழிகள் கொடுப்பதுதான் முறை என்று ‘கல்’ பத்திரிகை ஆசிரியர் பரஞ்ச்பாய் முன்பு ஒரு கட்டுரையில் எழுதியிருந் தார். எனவே, திலகருக்கும் பரஞ்ச்பாய்க்கும் ‘லோகமான்ய’ என்ற அடைமொழி கொடுத்து அவர்களுக்கு அந்நூலைச் சமர்ப்பித்தார் சாவர்க்கர். பின்னாளில் திலகருக்கு ‘லோகமான்ய’ என்ற அடைமொழி நிலைத்துவிட்டது. ‘லோகமான்ய பாலகங்காதர திலகர்’ என்றே அவர் மரியாதையுடன் அழைக்கப்பட்டார்.

இரண்டாவது பதிப்பை உடனே வெளியிடும்படியும் தங்கள் பெயரைப் பதிவு செய்துகொள்ளும்படியும் பலர் எழுதினார்கள். விஹாரி, கல், கேசரி ஆகிய பத்திரிகைகள் அந்தப்புத்தகத்தைப் பாராட்டி எழுதின.

அந்தப் புத்தகத்தில் மாஜினியின் வாசகங்களைக் கொடுத்துவிட்டு, மிக சாமர்த்தியமாக அடைப்புக்குள் - நேரடியாக இந்திய விடுதலையைப் பற்றித் தெரிவிக்காமல்- தனது கருத்தைக் கொடுத்திருந்தார் சாவர்க்கர்.

‘ஏ பூசாரிகளே, இது உங்களது தாய்நாடு இல்லையா? நீங்கள் இந்த மண்ணில் பிறந்து வளரவில்லையா? நாம் அடிமைத்தனத்தில் உழன்று கொண்டிருக்கும்போது நீங்கள் எப்படிச் சொர்க்கத்துக்குப் போக முடியும்? உண்மையான மதம் உங்களிடம் இல்லை. எங்களிடம் இருக்கிறது. உங்களுக்கு மதம் வேண்டுமா? எங்கள் அணியில் சேருங்கள். மதத்தையும் அரசியலையும் பிரிக்கமுடியாது. இரண்டும் ஒன்றோடொன்று பின்னிப்பிணைந்தவை. நம் தேசத்தைச் சேர்ந்த 20 மில்லியன் மக்களும் திரண்டெழுந்தால், ஒரு ஆஸ்திரியா என்ன மூன்று ஆஸ்திரியாக்கள் எதிர்த்து வந்தாலும் முறியடித்துவிட முடியும்.’

இந்த வாசகத்தை எழுதிவிட்டு, அதற்குக்கீழே, ‘இதைத்தான் 20 மில்லியன் மக்களைக்கொண்டு மாஜினி அடைய விரும்பினார். இதை விடப் பத்துமடங்கு மக்கள் இருந்து, எதிரிகள் மாஜினி சொன்ன அளவே இருந்தால், ஒரே நாளில் அந்த நாடு விடுதலை அடைந்து விடாதா?’ - இது சாவர்க்கரின் குறிப்பு.

வாசகங்களைக் கொடுத்து அவற்றிற்கேற்பத் தன் கருத்தையும் கொடுத்து அந்தப் புத்தகத்தைத் தீப்பிழம்பாக மாற்றியிருந்தார் சாவர்க்கர். அவர் எழுதியிருந்த முன்னுரை பலருக்குத் தலைகீழ்ப் பாடம்.

அரசு அதிகாரிகள் விழித்துக்கொண்டு, புத்தகத்தைத் தடை செய்வதற்கு முன்னால், 2000 படிகளும் விற்றுத் தீர்ந்துவிட்டன. இரண்டாவது பதிப்பு வெளியிடப்போவதாக விளம்பரம் வெளிவந்தபோது, அரசு விழித்துக்கொண்டது. ஆனாலும் அதிகாரிகளுக்கு ஒரு சிக்கல். வெளி

யீட்டாளரையும், எழுத்தாளரையும் அச்சிட்டவரையும் ராஜ நிந்தனைக் குற்றத்தில் கைது செய்து, பிறகு புத்தகத்தைத் தடை செய்யலாம். ஆனால், புத்தகத்தில் எந்த இடத்திலும் இந்தியாவைப் பற்றிப் பேச வில்லை. எனவே, நீதி மன்றத்தில் அது எடுபடாது. எனவே, புத்தகத்தை மட்டும் தடை செய்தார்கள். அரசு புத்தகத்தைத் தடை செய்ததும், புத்த கங்களை வாங்கியவர்கள், வீட்டுச் சுவர்களில் பள்ளந்தோண்டி புத்த கத்தை உள்ளேவைத்துப் பூசினார்கள். சிலர் கிணற்றுச் சுவர்களில் பதுக் கினார்கள். போலீஸ்காரர்கள் வீடு வீடாகச் சென்று சோதனை செய்த தில் 500 புத்தகங்களை மட்டுமே அவர்களால் கண்டுபிடிக்க முடிந்தது. புத்தகம் யாரிடமாவது இருந்தால், அவர் அபிநவ பாரத் இயக்கத்தைச் சேர்ந்தவர் என்று கருதிக் கைது செய்யப்பட்டார். 1946-ம் ஆண்டில் பம்பாய் மாநிலத்தில் பாபுராவ் கேர் என்பவர் பிரதம மந்திரி ஆனார். அவர் அந்தத் தடையை நீக்கினார். அதன் பிறகுதான் இரண்டாவது பதிப்பு வெளிவந்தது. அந்தப் பதிப்பின் வெளியீட்டு நிகழ்ச்சிக்கு சாவர்க்கர் தலைமை தாங்கினார்.

வீரசாவர்க்கருக்கு ஆயுதங்கள் தேவைப்பட்டன. அது மட்டுமல்ல. ஆயுதங்களைக் கையாளப் பயிற்சியும் தேவைப்பட்டது. அந்தக் காலத்தில் துப்பாக்கி, ரிவால்வர் ஆகியவற்றை வாங்குவது சிரமமான தல்ல. பாரிஸில் உள்ள கடைத்தெருவில் எந்தத் தடையும் இல்லாமல் ரிவால்வர் வாங்க முடியும். லண்டனில், தபாலாபீஸில் ஏழரை ஷில்லிங் பணத்தைக் கட்டிவிட்டு, ரசீதை ஆயுதம் விற்கும் கடைகளில் காட்டி ஆயுதம் வாங்கிக் கொள்ளலாம். சாவர்க்கரும் வ.வே.சு. ஐயரும் ஆயுதப் பயிற்சி பெற விரும்பினார்கள். ஆனால் ஆயுதப்பயற்சி பெறு வது அத்தனை எளிதான காரியமாக இல்லை.

5. முதல் சுதந்தர முழக்கம்

அந்நிய ஆட்சி ஒழியவேண்டும். நாடு விடுதலை அடைய வேண்டும். அதற்காக எப்படிப்பட்ட முறைகளையும் கையாளலாம் என்று ஓயாமல் பேசிவருகிறோம். இப்படிப் பேசுவதால், விடுதலை அடைந்துவிடு வோமா? செயலில் இறங்கினால்தானே விடுதலை சாத்தியமாகும்?' என்று கேட்டார் டாக்டர் டி.எஸ்.எஸ். ராஜன். அவர் ஐயருடன் அப்பொழுது இந்தியா ஹவுஸில் தங்கியிருந்தார்.

'நீ சொல்வது உண்மைதான். முதலில் நமக்கு ஆயுதப் பயிற்சி அவசியம். நாம் எல்லோரும் சுதந்தர நாடாகிய இங்கிலாந்தில் இருக்கும் போதே ஆயுதப் பயிற்சி பெறவேண்டும். இந்நாட்டில் ஆயு தங்கள் வாங்கவும் துப்பாக்கிச் சுடும்பயிற்சி பெறவும் எவ்வளவோ வசதிகள் இருக்கின்றன. நாமும் ஏதாவது ஓர் இடத்தில் சேர்ந்து பயிற்சி பெறவேண்டும். ஆனால் ஒரே ஒரு சங்கடம். கறுப்பர்களாகிய நம்மை அங்கே சேர்த்துக்கொள்ள மாட்டார்கள்' என்றார் வ.வே.சு. ஐயர்.

'அதற்காக நீங்கள் ஏதாவது முயற்சி எடுத்தீர்களா?'

'நானும் சாவர்க்கரும் நமது விடுதிக்கு அருகில் உள்ள பயிற்சி சாலையில் உறுப்பினராகச் சேர விண்ணப்பம் செய்தோம். எங்களை அனுமதிக்கவில்லை. அதற்குப் பிறகு, இந்த ஊரில் இருக்கும் கடைத் தெருக்களில் குறிவைத்துச் சுடும் பந்தயக் கூடங்களுக்குச் சென்று, அதிகப் பணம் செலவழித்து, சுடப்பழகிக் கொண்டோம்.'

'உங்களுக்கு அனுமதி மறுத்த பயிற்சி சாலையில் நான் முயற்சி செய்து பார்க்கட்டுமா?'

'தாராளமாக. உனக்கு அனுமதி கிடைத்து, நீ பயிற்சி பெற்றுவிட்டால், நம் ஆள்களுக்கு நீ சொல்லித் தரலாம்' என்றார் ஐயர்.

மறுநாள் இரவு. சாப்பாட்டு நேரம். ஐயர் , சாவர்க்கர், ராஜன் மூவரும் சாப்பிட அமர்ந்தனர்.

'எனக்கு ஆயுதப்பயிற்சி சாலையில் இடம் கிடைத்துவிட்டது' என்றார் ராஜன்.

'நீ பெரிய ஆளய்யா. டாக்டருக்குப் படிக்கிறாய் என்று கொடுத்தார் களோ என்னவோ?'என்றார் ஐயர் .

'எப்படிக்கொடுத்தார்களோ தெரியாது. பார்த்தால் நல்ல பிள்ளையாய் இருக்கிறான் என்று கொடுத்திருக்கலாம்' என்றார் ராஜன்.

'எப்படியோ, எங்களுக்குக் கிடைக்காத அனுமதி உனக்குக் கிடைத்து விட்டது. எப்போது சேரப்போகிறாய்?' என்று கேட்டார் சாவர்க்கர்.

'ஏற்கெனவே சேர்ந்துவிட்டேன். இன்று மாலை ஒரு மணி நேரம் பயிற்சி கொடுத்தார்கள்.'

'இந்த அதிர்ஷ்டம் தொடர்ந்து நீடிக்கிறதா பார்க்கலாம்' என்றார் சாவர்க்கர்.

மூன்று நாள்கள் கழித்து, ராஜனுக்கு ஒரு மணியார்டர் வந்தது. ஆயுதப் பயிற்சி சாலை அவர் கட்டிய பணத்தை, அவருக்குப் பயிற்சி கொடுக்கச் செலவழித்த ரவைகளின் விலையைக் கழித்துக்கொண்டு அனுப் பியிருந்தது. அவரைச் சேர்த்துக்கொள்ள இயலாதென்ற கடிதமும் கூடவே வந்தது.

ஆனாலும் ராஜன் முயற்சியைக் கைவிடவில்லை. லண்டனில் ஏழை மக்களுக்குக் கைத்தொழில் பயிற்சி அளிப்பதற்காக ஒரு தொழிற்கூடம் லண்டன் நகரசபையால் நடத்தப்பட்டது. அதில் மற்றக்கலைகளோடு துப்பாக்கிச் சுடும் பயிற்சியும் கற்றுக்கொடுக்கப்பட்டது. அதில் புகைப் படத்தொழில் கற்பதற்காக, ராஜன் அங்கத்தினராகச் சேர்ந்திருந்தார். அங்கே ஆயுதப்பயிற்சியிலும் சேர்ந்து கற்றுக்கொண்டார்.

ஐயர், சாவர்க்கர், ராஜன் மூவரும் துப்பாக்கிச் சுடும் பயிற்சி பெற்றபின், அடுத்ததாக என்ன செய்வது என்று யோசித்தார்கள்.

ஆங்கிலேயர், 1857-ல் நடந்த சிப்பாய்ப் புரட்சியைக் கலகம் என்று வர்ணித்தனர். லண்டனிலிருந்த ஷியாமாஜி கிருஷ்ணவர்மா அதை முதல் சுதந்தரப் போராகக் கொண்டாட முடிவு செய்தார். 1905-ம் ஆண்டு, மே மாதம் 9-ம் நாள் முதன் முதலாக நினைவுநாள் கொண் டாடப்பட்டது. 1906-ம் ஆண்டு வீர் சாவர்க்கர் லண்டன் வந்த பிறகு அது இன்னும் விமரிசையாகக் கொண்டாடப்பட்டது. 1857-ல் நடந்தது வெறும் சிப்பாய் கலகமல்ல, சில ஆங்கிலேய வரலாற்று ஆசிரியர்கள்

எழுதி வைத்திருப்பதைப்போல அதை வெறும் கலகம் என்று கருதிவிட முடியாது. அது இந்திய சுதந்தரப் போரின் முதல் முழக்கம் என்றார் சாவர்க்கர். பம்பாய்ப் பல்கலைக்கழகத்தில் வரலாற்று ஆய்வில் தங்கப் பதக்கம் பெற்றவர் சாவர்க்கர்.

1857 புரட்சியைப் பற்றிய அத்தனை விவரங்களையும் சேகரித்தார் சாவர்க்கர். ஒரு நாள் முகர்ஜியைச் சந்தித்தார். 'நான் 1857-ம் ஆண்டு சிப்பாய்ப் புரட்சியைப் பற்றி எழுத நினைக்கிறேன். அதைப்பற்றிய புத்தகங்கள் எனக்கு வேண்டும். எங்கே கிடைக்கும்?' என்று கேட்டார்.

'மிஸ்டர் கயே எழுதிய புத்தகம் ஒன்று நமது நூலகத்திலேயே இருப்பதாக நினைவு. தேடிப்பார்த்துத் தருகிறேன்' என்றார் முகர்ஜி. இரண்டு நாள்களில் அப்புத்தகத்தைக்கொண்டு வந்து கொடுத்தார். அதை உடனடி யாகப் படித்து முடித்தார் சாவர்க்கர். ஆனால், அவர் எதிர்பார்த்த அளவுக்கு அதில் செய்திகள் இல்லை. அந்தப் புத்தகத்தின் கடைசிப் பக்கத்தில் ஒரு குறிப்பு மட்டும் காணப்பட்டது. இன்னும் ஐந்து தொகுதிகள் இருப்ப தாகவும் மிஸ்டர் மாலிஸன் எழுதிய புத்தகமும் அதில் அடக்கம் என்றும் கண்டிருந்தது. மிஸ்டர் முகர்ஜியிடம் அந்தக்குறிப்பைக் காட்டினார் சாவர்க்கர். 'அந்த ஐந்து தொகுதிகளும் எங்கேயாவது கிடைத்தால் தயவு செய்து வாங்கிக் கொடுங்கள்' என்றார். சாவர்க்கர் வேண்டிக்கொண்டதும் அலைந்து திரிந்து புத்தகங்களை வாங்கிக்கொடுத்தார் முகர்ஜி. ஐந்து தொகுதிகளையும் தொடர்ந்து படித்தார் சாவர்க்கர். அவற்றில் சிப்பாய்ப் புரட்சி நிகழ்ச்சிகளைப் பற்றியும் ராணி லக்ஷ்மிபாய், தாந்தியாதோப், நானாசாஹேப் ஆகியோரைப்பற்றிய செய்திகளும் இருந்தன. அந்தத் தொகுதியின் கடைசிப் புத்தகத்தின் கடைசிப் பக்கத்தில் இன்னும் பல புத்தகங்கள் இதழ்கள் பற்றிய விவரங்கள் இருந்தன. அவற்றை எழுதிய எழுத்தாளர்கள் வெள்ளைக்காரர்களாயிருந்ததால், அவர்கள் ஒருசார் புடையவர்களாகச் சிப்பாய்களைத் திட்டி எழுதியிருந்தார்கள்.

முகர்ஜியிடம் மீண்டும் உதவி கேட்டார் சாவர்க்கர்.

இரண்டு நாள்கள் கழித்துத் திரும்ப வந்தார் முகர்ஜி.

'நீங்கள் கேட்ட அனைத்தும் 'இந்தியா ஆபீஸ்' நூலகத்தில் உள்ளன. ஆனால் அங்கே நுழைவது மிகக் கடினம். அவர்களால் அங்கீகரிக்கப் பட்ட ஒருவரிடமிருந்து சான்று வாங்கி வரவேண்டும்' என்றார்.

யார் சான்று கொடுப்பார்கள்?. சாவர்க்கருக்குத் தெரிந்தவர்கள் எல்லாம் ஒருவகையில் புரட்சியோடு சம்பந்தப்பட்டவர்கள். எனவே, அவர்கள் தருகிற சான்றை இந்தியா ஆபீஸ் நூலகம் ஏற்காது. முகர்ஜி, இந்தியா ஆபீஸில்தான் பணியாற்றி வந்தார். அவரது மனைவி ஆசிரியையாக இருந்தார். ஒருவழியாக யாரையோ பிடித்து நூலகத்துக்குள் செல்லும்

அனுமதிச் சீட்டு வாங்கிக்கொடுத்தார் முகர்ஜி. நூலகத்திலிருந்த நூலகரிடம் சென்றார் சாவர்க்கர். 'இந்திய சிப்பாய்ப் புரட்சி 1857 பற்றிப் புத்தகம் எழுதப்போகிறேன். அவற்றைப்பற்றிய புத்தகங்கள் தேவை' என்றார். அவர் ஒருமூலையைக் காட்டினார். 'இங்கிருப்பவை அனைத்தும் 1857 கலகம் பற்றிய புத்தகங்களும் ஆவணங்களும்' என்றார். அங்கே புத்தகங்கள் நிறைய இருந்தன. தினமும் நூலகம் மூடும்வரை அமர்ந்து குறிப்பெடுப்பார் சாவர்க்கர். சாவர்க்கர் கல்லூரிக்குச் செல்வதைக்கூட மறந்துவிட்டு எழுதினார். குறிப்புகளையெல்லாம் இந்தியா ஹவுஸுக்கு எடுத்துச்சென்று தொகுத்தார். வாரந்தர கூட்டங்களில் இந்தியப் புரட்சி பற்றிப் பேசினார். அதுதான் அவர் செய்த தவறு. சாவர்க்கர் தான் அறிந்தவற்றைச் சொல்ல வேண்டும் என்ற ஆசையால், 'ஃப்ரீ இந்தியா சொஸைட்டி' கூட்டங்களில் விரிவாகப்பேசினார். அங்கே வந்த உளவாளிகள் அதை அரசு அதிகாரிகளுக்குச் சொன்னார்கள்.

சாவர்க்கரை நூலகத்துக்குள் விடக்கூடாது என்று உத்தரவு போடப்பட்டது. ஆனால் அதற்குள் பெரும்பாலான வேலைகளை முடித்திருந்தார் சாவர்க்கர். வ.வே.சு. ஐயரை அனுப்பித் தான் விட்டுவந்த ஆவணங்களிலிருந்து குறிப்புகளை எடுத்துவரச் சொன்னார். ஐயரும் அவர் சொன்னபடி செய்தார். சாவர்க்கர் இரவுபகலாகப் பாடுபட்டு மராத்தியில் அந்தப் புத்தகத்தை எழுதினார்.

1909-ம் ஆண்டு, இந்தியாவை ஆண்ட ஆங்கில அரசு, சாவர்க்கரின் புத்தகத்தைக் கையெழுத்துப் பிரதி வடிவிலும் புத்தக வடிவிலும் தடை செய்தது. சாவர்க்கர் தனது புத்தகத்தின் கையெழுத்துப் பிரதியை தனது மூத்த சகோதரன் பாபா ராவுக்கு அனுப்பினார். பாபா ராவ் அதை பம்பாயில் வெளியிட எவ்வளவோ முயற்சி செய்தார். ஆனால், எந்த அச்சகமும் அதை வெளியிட முன்வரவில்லை. சுயராஜ்யப் பத்திரிகை ஆசிரியர் லிமாயி அதை வெளியிட ஒப்புக்கொண்டார். இதை அறிந்த ஆங்கில அதிகாரிகள், அவரை மிரட்டிப் புத்தகத்தை வெளியிடாமல் செய்துவிட்டனர். 1909-ம் ஆண்டு, ஆகஸ்ட் மாதம், 11-ம் தேதி டைம்ஸ் பத்திரிகை ஜூலை 23-ம் தேதி இந்திய அரசு வெளியிட்ட ஓர் அறிக்கையைப் பிரசுரித்தது.

'1878-ம் ஆண்டு, கடல் சுங்கச் சட்டம் 19-ம் ஷரத்தின்படி தனக்குக் கொடுக்கப்பட்டுள்ள அதிகாரத்தைப் பயன்படுத்தி கவர்னர் ஜெனரல் அவர்கள், விநாயக் தாமோதர் சாவர்க்கர் எழுதியுள்ள 1857 புரட்சி மராத்தி மொழிப் புத்தகத்தையோ அல்லது அதைப்பற்றிய பிரசுரங்களையோ அல்லது அதன் ஆங்கில மொழிபெயர்ப்பையோ அல்லது அதன் வேறு எந்த வடிவத்தையோ பிரிட்டிஷ் இந்தியாவுக்குள் கடல் மூலமோ தரை மூலமோ கொண்டு வருவதைத் தடைசெய்துள்ளார்.'

பாபா ராவ், மராத்தி கையெழுத்துப் பிரதியைப் பத்திரமாகச் சாவர்க் கருக்குத் திருப்பி அனுப்பினார். சமஸ்கிருதப் புத்தகங்களை வெளியிடும் ஜெர்மனியில் அதைப் பதிப்பிக்க முயற்சிகள் நடந்தன. ஆனால், அது கைகூடவில்லை. எனவே, ஆங்கிலத்தில் மொழியாக்கம் செய்து பதிப்பிக் கலாம் என்று திட்டமிடப்பட்டது. வ.வே.சு. ஐயரின் நேரடி மேற்பார் வையில் கோரேகாவ்கர்(இவர் பின்னாளில் சாவர்க்கருக்கு எதிராக நீதி மன்றத்தில் சாட்சி சொன்னார்)படாகே, குந்தே ஆகியோரால் மொழி யாக்கம் செய்யப்பட்டது. அதைப் பிரான்ஸில் அச்சிட மேடம் காமா முயற்சி செய்தார். ஆனால், அதற்குச் சிறிது காலத்துக்கு முன்பு பிரான் ஸுக்கும் இங்கிலாந்துக்கும் இடையில் நல்லெண்ண ஒப்பந்தம் கையெ ழுத்தாகியிருந்ததால், பிரான்ஸில் அதை வெளியிட இயலவில்லை. ஜெர் மனியும் மறுத்துவிட்டது. ஆனால், ஜெர்மனி அச்சகம் ஒன்று ஹாலந்து அச்சகம் ஒன்றைக் கைகாட்டிவிட்டது. இறுதியாக அது ஹாலந்தில் அச்சா கியது. தாதா சாஹேப் கரண்டிகர், தாதா சாஹேப் காப்ர்டே எனும் இரு வக்கீல்கள் அந்தப் பதிப்புக்கான செலவு முழுவதையும் ஏற்றுக் கொண்டனர். போலீஸைத் திசைதிருப்புவதற்காக சாவர்க்கர் அந்தப் புத்தகம் பிரான்ஸில் அச்சாவதாகச் சொல்லிவந்தார். ஹாலந்தில் அச்சா கியதும் ஐரோப்பாவின் பல நகர்களிலும் குறிப்பாக பிரான்ஸிலும், அமெ ரிக்காவிலும் அந்தப்புத்தகம் கடைகளில் விற்கப்பட்டது. பிக்விக் பேப் பெர்ஸ், ஆலிவர் ட்விஸ்ட் எனப் பல்வேறு புத்தகங்களின் அட்டைகளைப் போட்டு, உள்ளே 'இந்திய சுதந்தரப் போர்' புத்தகத்தை வைத்து இந்தியா வுக்கு அனுப்பப்பட்டது. அந்த முயற்சியில் பலர் பிடிபட்டதும் உண்டு. இந்தியாவில் அந்தப் புத்தகம் உடனடியாக விற்றுத் தீர்ந்தது. மேடம் காமா, அந்தப் புத்தகத்தின் இரண்டாம் பதிப்பை வெளியிட்டார். ஹர்த யாளின் கத்தார் கட்சி அமெரிக்காவில் மூன்றாம் பதிப்பை வெளியிட்டது. அதுமட்டுமின்றி, வேறு பல மொழிகளிலும் வெளியிடப்பட்டது.

சர்தார் பகத் சிங் அதன் ஐந்தாவது பதிப்பை வெளியிட்டார். நேதாஜி சுபாஷ் சந்திர போஸ் தமது படைவீரர்களுக்குக் கொடுப்பதற்காக ஜப்பானில் ஒரு பதிப்பை வெளியிட்டார். படைவீரர்கள் மத்தியில் ஒரு பைபிள்போல அந்தப் புத்தகம் பயன்பட்டது. அதேசமயம் அவரது ஆசியோடு தமிழ்ப் பதிப்பு ஒன்று வெளியிடப்பட்டது. புத்தகம் கிடைக் காமல் அந்தக் காலத்திலேயே ஒரு புத்தகம் கள்ளச் சந்தையில் 300 ரூபாய் வரை விற்கப்பட்டது. 1935-ம் ஆண்டு, மாநில சுயாட்சி பெற்று காங்கிரஸ் ஏழு மாநிலங்களில் அரசு அமைத்தது. அப்பொழுதும் அந்தப் புத்தகத்தின்மேல் இருந்த தடை நீக்கப்படவில்லை. இரண்டாவது உலக மகாயுத்தத்துக்குப் பிறகும் காங்கிரஸ் ஏழு மாநிலங்களில் அரசு அமைத்தது. அப்பொழுதுதான், இடைவிடாத போராட்டத்தின் காரண மாக அப்புத்தகத்தின் மேலிருந்த தடை நீக்கப்பட்டது. மராத்தி

மொழியில் எழுதப்பட்ட கையெழுத்துப்பிரதி அகப்படாததால் ஆங் கிலப்புத்தகத்தை மராத்தியில் மொழிபெயர்த்து 1946-ல் வெளியிட்டனர். எங்கெல்லாமோ சுற்றி அலைந்த பிறகு, மராத்திக் கையெழுத்துப் பிரதி 1949-ம் ஆண்டு சாவர்க்கரின் கைக்குக் கிடைத்தது. அதன் பின் மராத்தி இரண்டாம் பதிப்பு வெளியிடப்பட்டது.

புத்தகம் எழுதுவதோடு சாவர்க்கர் நிறுத்திக்கொள்ளவில்லை. இந்தியா வைப்போல பிரிட்டிஷ் காலனியாக உள்ள வேறு சில நாடுகளுடனும் குறிப்பாக அயர்லாந்து, எகிப்து நாடுகளுடனும் பிரிட்டனுக்கு எதிரியாக உள்ள நாடுகளுடனும் ரகசியத் தொடர்பு கொண்டிருந்தார். அதற்கான கையேடுகளைத் தயார் செய்து, அந்த நாடுகளுக்கு அனுப்பி ஆதரவு திரட்டினார். எல்லா நாடுகளும் ஒரே சமயத்தில் பிரிட்டனுக்கு எதிராகத் திரண்டு எழுந்தால், பிரிட்டனை வீழ்த்துவது மிக எளிது.

தன்னுடைய அபிநவபாரத் உறுப்பினரான ஹர்தயாள் சிங்கை அமெரிக் காவுக்கு அனுப்பி அங்கே 'கத்தார்' என்ற இயக்கத்தைத் தொடங்க வைத்தார். அந்த இயக்கம்தான், 'இந்திய முதல் சுதந்தரப்போர் - 1857' புத்தகத்தின் மூன்றாம் பதிப்பை வெளியிட்டது. அங்கே குண்டுகள் தயாரிக்கும் கலையைப் பயின்றார் ஹர்தயாள். இந்தியாவுக்கு ரகசிய மாக வெடிகுண்டுகளும் ரிவால்வர்களும் அனுப்பினார். அதைப் போலவே சாவர்க்கருக்கு முன்னால் லண்டனுக்குப் படிக்க வந்த பப்பட் என்பவர், அபிநவ பாரத்தின் உறுப்பினராக ரகசியப் பிரமாணம் ஏற்று பிரான்ஸ் சென்று குண்டுகள் தயாரிக்கும் கலையில் தேர்ந்தார். அதுமட்டுமன்றி குண்டுகள் தயாரிக்கும் விதிமுறைகளைப் பற்றிக் கையேடு தயாரித்து இந்தியாவுக்கு அனுப்பினார். பப்பட்டை சேனாபதி என்று சாவர்க்கர் அழைத்தார்.(பம்பாயில் ஒரு நெடுஞ்சாலைக்கு 'சேனாபதி பப்பட் மார்க்' என்று பெயர் சூட்டப்பட்டிருக்கிறது) வீரம் மிக்க சீக்கியர்களைத் தூண்டிவிட்டு, ஆங்கிலேயர்களுக்கு எதிராக எழுச்சிகொள்ளச் செய்யவேண்டும் என்று நினைத்தார் சாவர்க்கர்.

'அது நடக்காது' என்றான் ஹர்நாம்சிங்.

'ஏன்?' என்று கேட்டார் சாவர்க்கர்.

'உப்பிட்டவரை உள்ளளவும் நினை என்பது சீக்கிய சித்தாந்தம். எனவே, அவர்கள் ஆங்கிலேயர்களுக்கு எதிராகக் கிளர்ச்சி செய்ய மாட்டார்கள்' என்றான் ஹர்நாம்.

'நீ எவ்வளவு தீவிரமாக இருந்தாய். இப்பொழுது அபிநவ பாரத் செயல்பாடுகளில் தீவிரமுள்ளவனாக மாறவில்லையா? அதைப்போல, மற்றவர்களையும் மாற்றிவிட முடியும். குருகோவிந்த சிங் மஹராஜின் எழுச்சி அவர்களுக்குள்ளும் புகுந்து அவர்களை உசுப்பிவிடும். இப்

பொழுதுள்ள 'நமக் காத்தா ஹை' நிலையிலிருந்து மாறி, ஆங்கிலேயர்களுக்கு எதிராக அவர்கள் எழுவார்கள். இன்னும் ஐந்து ஆண்டுகளில் இதை நிகழ்த்திக்காட்ட முடியும்' என்றார் சாவர்க்கர்.

'அதை எப்படிச் சாதிக்கப்போகிறீர்கள்?' என்று கேட்டான் ஹர்நாம்.

'பிரசாரக் கையேடுகளை எழுதி, அவர்களிடையே விநியோகிக்க ஏற்பாடு செய்வேன்' என்றார் சாவர்க்கர்.

'அவர்களில் பலருக்கு குர்முஹி தானே தெரியும்!'

'ஏன், எனக்கு குர்முஹி தெரியுமே! நீ உதவ மாட்டாயா?'

'நிச்சயம் உதவுவேன்' என்றான் ஹர்நாம் சிங்.

குர்முஹி மொழியில் சீக்கியர்களிடையே விநியோகிப்பதற்காகக் கையேடுகள் தயார்செய்யப்பட்டு, பஞ்சாபில் ஆயிரக்கணக்கில் விநியோகம் செய்யப்பட்டன. பஞ்சாபிகள் பலர் 'அபிநவ பாரத்' உறுப்பினர் ஆயினர். வெளிநாட்டிலிருந்து சீக்கியர் பலர் இந்திய அரசுக்கு எதிராகப் புரட்சி செய்யும் எண்ணத்துடன் இந்தியா வந்தனர். அவர்களில் பலர் உயிரிழக்க நேரிட்டது. 'சீக்கியர்களின் வரலாறு' என்ற புத்தகத்தை சாவர்க்கர் மராத்தியில் எழுதிப் பிரசுரத்துக்காக அனுப்பினார். அது அச்சகத்தை அடையாமலேயே எங்கோ தொலைந்துவிட்டது.

1857-ம் வருடப் புரட்சியின் திருவிழாவை சாவர்க்கர் கொண்டாடியதை அறிந்த ஆங்கிலப் பத்திரிகைகள் செய்தி வெளியிட்டன.' 'ஓ தியாகிகளே!' என்ற தலைப்பில் சாவர்க்கர் எழுதிய கையேடு, லண்டனிலுள்ள கல்லூரிகளிலும், பள்ளிகளிலும் மக்கள் கூடும் பொதுஇடங்களிலும் விநியோகிக்கப்பட்டது.

'1857 தியாகிகளுக்கு வந்தனம்' என்ற அடையாள அட்டையை அணிந்து மாணவர்கள் வகுப்புகளுக்குச் சென்றனர். ஆங்கிலப் பேராசிரியர்கள் அடையாள அட்டை அணிந்த மாணவர்களைக் கேலி செய்தனர். இழிவாகப் பேசிய பேராசிரியர்கள் மன்னிப்புக் கேட்க வேண்டும் என்று மாணவர்கள் வகுப்புகளைவிட்டு வெளியே வந்து ஆர்ப்பாட்டம் செய்தனர். பல மாணவர்களின் உபகாரச் சம்பளம் பறிக்கப்பட்டது. பலருக்குத் தேர்வு பெற்றும் பட்டம் மறுக்கப்பட்டது. பல மாணவர்கள் தாங்களாகவே கல்லூரிகளைவிட்டு வெளியேறினர்.

சாவர்க்கரைப் பேட்டி காண ஒரு பிரபல பத்திரிகை நிருபர் இந்தியா ஹவுஸுக்கு வந்தார். அவர் அதற்கு முன் சாவர்க்கரைப் பார்த்ததில்லை.

வாசலில் நின்று கொண்டிருந்த பணிப் பெண்ணிடம் சாவர்க்கரைக் காண வேண்டும் என்றார். அவள் அவரை ஒரு கூடத்துக்கு அழைத்துச் சென்றாள்.

‘அதோ அமர்ந்திருக்கிறாரே அவர்தான் சாவர்க்கர்’ என்றாள் அப்பெண்.

ஒல்லியாகத் தாடி மீசையில்லாமல் அமர்ந்திருக்கும் அவர் சாவர்க்கராக இருக்க முடியாது என்று நிருபர் நினைத்தார். யாரோ ஒருவர் வந்திருப் பதைப் பார்த்த சாவர்க்கர் எழுந்து நின்று அவரை வரவேற்றார்.

‘நான் சாவர்க்கரைப் பார்க்க வேண்டும்’என்றார் நிருபர்.

‘நான்தான் சாவர்க்கர்.’

‘புரட்சிகரமான செயல்களால் லண்டனையே கலக்கிக்கொண்டிருக்கும் சாவர்க்கர் நடுத்தர வயதுள்ளவராக, ஆஜானுபாகுவாக, தாடிமீசையோடு இருப்பார் என்று நினைத்தேன்’ என்றார் நிருபர்.

‘நீங்கள் எதிர்பார்த்தபடி நான் இல்லாமலிருப்பதற்கு வருந்துகிறேன்’ என்று சிரித்துக்கொண்டே சொன்னார் சாவர்க்கர்.

‘எங்கள் பத்திரிகையின் செய்திக் குழுவில் உள்ளவர்கள், தாடி மீசையில்லாத ஒரு சாதாரண இளைஞரையா இவ்வளவு காலம் நாம் எதிர்த்து வந்தோம் என்று நினைப்பார்கள்’ என்றார் நிருபர்.

‘நல்லதாய்ப் போயிற்று. அவர்கள் எதிர்க்கும் அளவுக்கு உருவத் தோற்றமில்லாத என்னை எதிர்ப்பதை நிறுத்தச் சொல்லுங்கள்’ என்றார் சாவர்க்கர்.

சிப்பாய்ப் புரட்சியை முதல் சுதந்தரப்போராகக் காட்ட ஐயர் , வீர் சாவர்க்கர் ஆகியோர் செய்த முயற்சிகளைப் பார்த்து பிரிட்டிஷ் அரசு, அதைக் ‘கலகம்’ என்று நிரூபிக்கப் பல கூட்டங்களை நடத்தியது. அந்தப் போரை அவமானப்படுத்தும் வகையில், 1907-ம் ஆண்டு மே மாதம் 1-ம் தேதி, ஒரு கூட்டத்துக்கு ஏற்பாடு செய்திருந்தது. கலகத்தை ஒடுக்கிய பிரிட்டிஷ் ராணுவ வீரர்களுக்கு நன்றி தெரிவிப்பதற்காக நடத்துவதாகச் சொன்னார்கள். ஐம்பது ஆண்டுகளுக்கு முன்பு ராணுவ வீரர்கள் காட்டிய வீர தீரத்தாலும் செய்த தியாகத்தாலும் ஒரு சாம் ராஜ்யம் காப்பாற்றப்பட்டது என்று ஓர் ஆங்கிலப் பத்திரிகை எழுதியது. அதுமட்டுமின்றி, அந்தப்போரில் முக்கியப் பங்கு வகித்த ஜான்ஸி ராணி லக்ஷ்மிபாய், நானாசாஹேப், தாந்தியாதோபே ஆகியோரைக் கொலை காரர்களாகச் சித்திரித்து நாடகம் நடத்தப்பட்டது. அதற்குப் பதிலடி கொடுக்கும் வகையில் இந்தியா ஹவுஸைச் சேர்ந்த தேசபக்த இளைஞர்கள் சிப்பாய்ப் புரட்சியின் பொன்விழாவை 1908-ம் ஆண்டு, மே மாதம் 1-ம் தேதி கொண்டாடினர். புரட்சி நாயகர்களின் திருவுருவப் படங்கள் திறந்து வைக்கப்பட்டன. இந்த விழாவை நடத்துவதில் வ.வே.சு. ஐயர் முக்கியப் பங்கு வகித்தார். அவர்தான் இறைவணக்கம் பாடினார். சாவர்க்கர் எழுச்சியுரையாற்றினார்.

6. வேள்வித் தீயில் திங்ரா

'கீர்த்திகரைப் பற்றி என்ன நினைக்கிறீர்கள்?' என்று கேட்டார் ஐயர்.

'அவனைப்பார்த்தால், சுத்த சோம்பேறியாக இருப்பான்போல் தெரிகிறது' என்றார் சாவர்க்கர்.

'சோம்பேறி மட்டுமல்ல, சுகவாசி. நமது வேலைக்காரப் பெண்ணிடம் மிகவும் நெருங்கிப் பழகுகிறான். வீட்டு வேலைகள் கெட்டு விடுகின்றன' என்றார் ஐயர்.

'அவன் மராட்டியப் பிரபு இனத்தைச் சேர்ந்தவன். எனவே அப்படி இப் படித்தான் இருப்பான். அதைக் கண்டுகொள்ள வேண்டாம். சற்று விட்டுப்பிடிக்கலாம். அவன் சந்தா ஒழுங்காகக் கொடுக்கிறான். கூட்டங்களுக்குத் தவறாமல் வருகிறான். மாதம் ஒரு பவுண்ட் அதிகமாக நமது நிதிக்குக் கொடுக்கிறான்' என்றார் சாவர்க்கர்.

'உண்மைதான். நாம் இந்தியா ஹவுஸில் கடைப்பிடித்துவரும் ஒழுக்கம் குலைந்துவிடுமோ என்று அஞ்சுகிறேன்' என்றார் ஐயர்.

கடைசியில் வேலைக்காரியை நீக்குவது என்று முடிவானது.

1909-ம் ஆண்டு, கோடைக்காலத்தில் ஒருநாள் மாலை, சுமார் முப்பது வயதிருக்கும் கீர்த்திகர் இந்தியா ஹவுஸுக்கு வந்தார். வீர் சாவர்க் கருடன் மராட்டியில் பேசினார். அவர் மூட்டை முடிச்சுகளுடன் வந்து விட்டதால், சாவர்க்கர் அவரை இந்தியா ஹவுஸில் தங்க அனுமதித்து விட்டார். பல் வைத்தியம் படிப்பதற்காக லண்டனுக்கு வந்திருப்ப தாகத் தெரிவித்தார் கீர்த்திகர். ஏற்கெனவே பம்பாயில் நீதிமன்றங்களில் மொழிபெயர்ப்பாளராகப் பணி செய்ததாகவும் ஓராண்டு விடுப்பில் வந்திருப்பதாகவும் சொன்னார். பல் வைத்தியக் கல்லூரியில் சேர்ந்திருந்

தார். தினமும் காலையில் எழுந்து, காலை உணவை உண்டுவிட்டு, டாக்டர் ராஜன் செல்லும் பொழுது தானும் செல்வார். மாலையில் திரும்புவார். பிறகு காலையில் படிப்புக்குச் செல்வது கொஞ்சம் கொஞ்சமாகக் குறைந்தது. வெகு நேரம் படுக்கையைவிட்டு அவர் எழுவதில்லை. இரவில் தாமதமாக வீடு திரும்ப ஆரம்பித்தார்.

விசாரித்துப் பார்த்ததில் அவர் பல் வைத்திய சாலைக்கு ஒரு வாரம் மட்டும் வந்ததாகவும் அதற்குப் பின்பு வரவில்லை என்பதும் தெரிந்தது. அதுமட்டுமல்ல. வீட்டு வேலைக்கு வைத்திருந்த ஆங்கிலச் சிறுமியையும் வெளியில் அழைத்துச் செல்லத் தொடங்கினார். எனவே, ராஜன் அவரைத் தீவிரமாகக் கண்காணிக்கத் தொடங்கினார். ஐயர், ராஜன், சாவர்க்கர் ஆகியோரைக் கண்காணிக்கும் ஸ்காட்லாண்டு யார்ட் போலீஸ், கீர்த்திகரைக் கண்டுகொள்ளவில்லை என்பது தெரிந்தது. எனவே, ஸ்கார்ட்லாண்டு யார்டின் உளவாளியாக இருப்பாரோ என்ற சந்தேகம் வலுத்தது.

வேலைக்காரியை நிறுத்தியதும் அவளுக்குத் தனி வீடு ஏற்பாடு செய்து தங்கவைத்தார் கீர்த்திகர்.

'இந்த கீர்த்திகர் மோசமான பேர்வழிபோல் இருக்கிறது. இவர் படிப் பதற்காக இங்கு வரவில்லை என்பது நிச்சயம். நம்மையெல்லாம் பின்தொடர்ந்து தொல்லை செய்யும் 'ஸ்காட்லாண்டு யார்டு' இவரைக் கவனிப்பதில்லை. இவர் வேலையில்லாமல் இந்த ஊருக்கு வரவேண்டிய அவசியமில்லை. இவரைக் கொஞ்சம் அதிகமாகக் கண்காணிக்க வேண்டும்' என்றார் ராஜன்.

'நீ சொல்வதுபோல எனக்கும் சந்தேகம் உண்டு. உடனடியாக நடவடிக்கையில் இறங்கவேண்டியதுதான்' என்றார் ஐயர்.

அந்தக்காலத்தில் இந்தியா ஹவுஸின் நடவடிக்கைகளைக் கண் காணிக்க ஸ்காட்லாண்ட் போலீஸ், இந்தியர்களை ஒற்றர்களாக நிய மித்தது. அவர்களும் தேசபக்தர்கள்போல நடித்து உளவு பார்த்தார்கள். இதைப்பற்றி 'இந்தியா' பத்திரிகையில் ஐயர் எழுதியிருக்கிறார். அப்படி ஸ்காட்லாண்டு யார்டால் நியமிக்கப்பட்ட இந்தியர்தான் கீர்த்திகர்.

ஒருநாள் இரவு கீர்த்திகர் நாடகம் பார்ப்பதற்காக ஆங்கிலச் சிறுமியை அழைத்துக்கொண்டு சென்றார். கீர்த்திகருடைய அறையை மாற்றுச் சாவி போட்டுத் திறந்து உள்ளே நுழைந்தார் ஐயர். அவருடைய பெட்டி படுக்கைகளைச் சோதனை போட்டார். அவர் உளவாளிதான் என்பதற்குப் பல ஆவணங்கள் கிடைத்தன. அந்த வாரம் அனுப்ப வேண்டிய அறிக்கை தயாரித்து வைக்கப்பட்டிருந்தது. இந்தியா ஹவுஸில் நடக்கும் கூட்டங்களைப் பற்றியும் அங்கு என்னென்ன பேசப்படு

கின்றன என்பது பற்றியும் விவரமாக எழுதியிருந்தார். அதற்குப் பிறகு தான், சங்கக் கூட்டங்களில் மிக ஆர்வமாக அவர் கலந்துகொண்ட தற்கான காரணம் புரிந்தது. அவரது அறிக்கையை மட்டும் கையில் எடுத்துக்கொண்டு, மற்றவற்றை முன்போல் வைத்துவிட்டு, வெளியே வந்தார் ஐயர். அறைக்கதவை முன்போல் பூட்டினார்.

சாவர்க்கரிடம் கலந்தாலோசித்து முடிவெடுக்கலாம் என்று ராஜன் சொன்னார். சாவர்க்கரைச் சந்தித்து விவரங்களைச் சொன்னார்கள். அறிக்கையைப் படித்துப் பார்த்தார் சாவர்க்கர். அவர் பதற்றப்பட வில்லை. கீர்த்திகரை வெளியே அனுப்புவது உசிதமல்ல என்றும் அவரைக்கொண்டே தமது காரியங்களைச் சாதித்துக் கொள்ள வேண்டும் என்றும் அவனைத் தந்திரமாகக் கையாளவேண்டும் என்றும் தீர்மானிக்கப்பட்டது. அவனை விசாரிக்கும் பொறுப்பு ஐயரிடம் ஒப்படைக்கப்பட்டது.

ஐயர் தன்னறைக்குப் போனார். கைத்துப்பாக்கி ஒன்றை எடுத்துக் கொண்டார். அதில் ரவைகளை நிரப்பிக்கொண்டார். அதைப் பையொன்றில் போட்டுக்கொண்டார்.

நாடகம் பார்த்துவிட்டு கீர்த்திகர் திரும்பிவந்தார். அவர் அறைக்குள் சென்று சிறிது நேரம் கழித்து ஐயர் அவரைக்காண அவரது அறைக்குள் சென்றார். மிகவும் நட்போடு பேச்சுக்கொடுத்தார். ஐயருக்கும் நாடகம், இலக்கியம் ஆகியவற்றில் ஈடுபாடு இருந்ததால், கீர்த்திகர் பார்த்த நாட கத்தைப் பற்றிக் கேட்டார். பிறகு மெல்ல மெல்லப் பேச்சு, ஒற்றர் களையும் உளவாளிகளையும் பற்றித் திரும்பியது. கீர்த்திகரின் முகத்தில் ஏதாவது மாற்றம் தெரிகிறதா எனக் கவனித்தார். அவர் லண்டனில் செய்து வந்த வேலைகளைப் பற்றிக் கேட்டார். அவர் பல் வைத்தியம் படிக்கவில்லை என்பது தனக்குத் தெரியும் என்பதைப் பற்றிச் சொன்னார். கீர்த்திகரின் முகம் மாறியது. பிறகு ஸ்காட்லாண்டு யார்டு இந்தியர்களைக் கவனிக்க இந்தியர்களையே உளவாளிகளாக நியமிப் பதைப் பற்றி எடுத்துச் சொல்லி, அப்படி நாட்டுக்குத் துரோகம் செய்யும் உளவாளிகளை இகழ்ந்து பேசினார். பிறகு கீர்த்திகரை நேரடியாகவே குற்றம் சாட்டினார். கீர்த்திகர் தாம் உண்மையான தேசபக்தன் என்றும் தான் உளவாளி இல்லை என்றும் சொன்னார். இவற்றையெல்லாம் வெளியிலிருந்து டாக்டர் ராஜன் கவனித்துக்கொண்டிருந்தார்.

கீர்த்திகர் தன் குற்றத்தை ஒப்புக்கொள்ளாததால் ஐயர் அறைக்கதவைத் தாளிட்டார். கீர்த்திகரின் அறையிலிருந்து தான் கைப்பற்றிய அறிக் கையை எடுத்துக் காட்டினார். கீர்த்திகர் ஏதோ மழுப்ப, தனது கைத்துப் பாக்கியை வெளியில் எடுத்து அவரைச் சுட்டுவிடப் போவதாகப் பயமுறுத்தினார். கீர்த்திகர் உண்மையை ஒப்புக்கொண்டார். தன்னைக்

கொன்றுவிட வேண்டாமென்று கெஞ்சினார். ஸ்காட்லாண்ட் கொடுக்கும் பணத்தில்தான் தான் சுகமாக வாழ்வதாகவும், வேண்டு மானால், இந்தியாவுக்கே திரும்பிப் போய்விடுவதாகவும் சொன்னார். சாவர்க்கரிடம் கீர்த்திகரை அழைத்துச் சென்றார்கள். சாவர்க்கர் கீர்த்திகருடன் மராத்தியில் பேசினார்.

'நீ ஸ்காட்லாண்டு யார்டு உளவாளி என்ற செய்தி பரவினால் உன்னை இந்தியர்கள் சும்மாவிடமாட்டார்கள். ஸ்காட்லாண்டு யார்டு போலீ ஸூம் கடுமையாக நடந்துகொள்ளும். நான் சொல்வதற்கு ஒப்புக் கொண்டால், நீ ஸ்காட்லாண்டு யார்டுக்காகத் தொடர்ந்து பணி யாற்றலாம். இனிமேல், நீ தயாரித்துக் கொடுக்கும் அறிக்கையை ஐயர் பரிசீலனை செய்த பிறகே நீ ஸ்காட்லாண்ட் யார்டுக்குச் சமர்ப்பிக்க வேண்டும். அவர்களுக்குச் சந்தேகம் வராதபடி, ஐயர் அறிக்கையைச் சரி செய்து கொடுப்பார். அப்படிச் செய்தால் உனக்குத் தொடர்ந்து சம்பளம் கிடைக்கும்' என்றார் சாவர்க்கர்.

கீர்த்திகர் அந்த ஏற்பாட்டுக்கு ஒப்புக்கொண்டார். அதிலிருந்து கீர்த்திகர் சமர்ப்பிக்க வேண்டிய அறிக்கையை ஐயரே மிகச் சாமர்த்தியமாகத் தயாரித்துக் கொடுத்தார். மாதம் இரண்டு பவுண்ட் இந்தியச் சுதந்தரச் சங்கத்திற்குச் (FREE INDIA SOCIETY) சந்தாவாக அவர் கொடுக்கவேண்டும் என்று முடிவானது. இந்த ஏற்பாடு, பல மாதங்களுக்குத் தொடர்ந்தது.

ஸ்காட்லாண்டு யார்டுக்கு இன்னும் சில உளவாளிகள் தேவை என்ற செய்தி தெரியவந்தது. ஐயர் தன்னுடன் தங்கியிருந்த எம். பி.டி. ஆச்சார் யாரைத் தயார் செய்து, ஸ்காட்லாண்ட் யார்டுக்கு அனுப்பினார். அவர் களிடம் அவர் சாமர்த்தியமாகப் பேசி உளவாளியாகச் சேர்ந்தார். மாதம் ஐந்து பவுண்ட் சம்பளம். ஆறுமாதங்கள் அவர்களுக்குத் திருப்தியாக அவரது பணி அமைந்தால் இரட்டிப்புச் சம்பளம் கொடுக்கவேண்டும் என்பது உடன்பாடு. ஆச்சார்யா மூலம், ஸ்காட்லாண்டு யார்டின் திட்டங்கள் சாவர்க்கருக்கும் ஐயருக்கும் உடனுக்குடன் தெரியவந்தன.

எஞ்சினியரிங் படிப்பதற்காக வந்த திங்ரா என்ற இளைஞன், சாவர்க் கருக்கு அறிமுகமானான். அந்த இளைஞனை சாவர்க்கருக்கு மிகவும் பிடித்துப் போனது.ஒருநாள் திங்ரா ஏதோ ஒரு பாட்டை முணுமுணுத் துக்கொண்டிருந்தான்.

'திங்ரா, ஏதோ ஒரு பாட்டை முணுமுணுத்துக்கொண்டு இருந்தாயே, அது என்ன பாட்டு?' என்று கேட்டார் சாவர்க்கர்.

'அது பாட்டு அல்ல, கவிதை. புரட்சிக் கவிதை. இந்திய சுதந்தரப் புரட்சியின் தலைவர் பேரரசர் பகதூர்ஷா எழுதிய கவிதை' என்றான் திங்ரா.

‘எனக்கும் கவிதை பிடிக்கும். அதைச் சொல்லேன் கேட்கலாம்’ என்றார் சாவர்க்கர்.

அந்தக் கவிதையை வீராவேசத்துடன் படித்தான் திங்ரா.

‘திங்ரா, உனது வீர முழக்கத்தைக் கேட்டு எனக்குச் சிலிர்ப்பாக இருக்கிறது. வாள்கள். ஆமாம். வாள்கள் வேண்டும். துப்பாக்கிகள் வேண்டும். லண்டனின் கதவுகளை ரிவால்வர் குண்டுகள் துளைக்க வேண்டும்’ என்றார் சாவர்க்கர்.

‘கதவுகளை மட்டுமல்ல; காதகர்களையும் துளைக்கவேண்டும்’ என்றான் மதன்லால் திங்ரா.

அப்பொழுது மதன்லால் திங்ராவுக்கு 22 வயது. பஞ்சாபிலிருந்து லண்டனுக்கு எஞ்சினியரிங் படிக்க வந்தவன். இந்தியா ஹவுசில் சாவர்க்கரையும் ஐயரையும் சந்தித்தப் பிறகு அவன் உள்ளத்தில் பயங் கரவாதம் வேரூன்றிவிட்டது. அதற்காக ஆயுதப் பயிற்சி பெற விரும் பினான். சாவர்க்கர், ஐயர் இருவரும் தம்மாலான அனைத்து உதவி களையும் அவனுக்குச் செய்தனர். லண்டனில் இருந்த ஆயுதப்பயிற்சி சாலை ஒன்றில் சேர்ந்து தீவிரப் பயிற்சி பெற்றான். துப்பாக்கியைக் கையாள்வதில் தேர்ச்சி பெற்றான்.

வாய்ச் சொல் வீரர்களைக் கண்டால் மதன்லால் திங்ராவுக்குக் கோபம் வரும். செயல்படவேண்டும், நிலைமை மேலும் மோசமாவதற்குள் செயல்படவேண்டும் என்பதே அவனுடைய துடிப்பு. வேறு எந்த நாட்டையாவது யாராவது புகழ்ந்தால், இந்தியாவை மட்டம் தட்டுவ தாக நினைத்து அவர்களோடு சண்டை போடுவான்.

வங்கத்தைப் பிரித்த லார்ட் கர்ஸான், அப்பொழுது லண்டனில்தான் இருந்தார். அவரைத் தீர்த்துக்கட்டினால் அது பிரிட்டிஷ் அரசு வட்டா ரத்தில் பெரும் பரபரப்பை ஏற்படுத்தும். இந்தியர்கள் எதிர்க்கத் தொடங்கிவிட்டார்கள் என்பது அரசுக்குப்புரியும். இப்படி சாவர்க்கர் நினைத்தார். ஆனால், கர்ஸானுக்குப் பலத்த பாதுகாப்புக் கொடுக்கப் பட்டிருந்தது. மார்லி பிரபுவை நெருங்கலாம் என்றால் அதுவும் முடிய வில்லை. கடைசியில், லண்டனில் இந்திய மந்திரிக்கு வலதுகரமாக இருந்து அவருக்கு ஆலோசனை சொன்ன கர்சான் வைலி என்பவரைக் கொல்வது என முடிவு செய்தார்கள். அந்தச் செயலை நிறைவேற்ற மதன்லால் திங்ரா முன்வந்தான். அவனது வீரத்தை அறிந்த சாவர்க்கரும் ஐயரும் அவன்தான் சரியான ஆள் என்று தீர்மானித்தனர். கர்சான் வைலியைக் கொன்றால் இருக்கும் இடத்துக்கே, அதாவது சிங்கத்தின் குகைக்கே வந்து தாக்கும் பலத்தை இந்திய இளைஞர்கள் பெற்று விட்டார்கள் என்று பிரிட்டிஷ் அரசுக்குத் தெரியும் எனக் கருதினார்கள்.

அதே சமயம், அப்பாவி மக்களைத் தாக்க அவர்கள் விரும்பவில்லை. கர்சான் வைலியைக் கொல்லும் செயலில் திங்ரா பிடிபட்டால், மற்றவர்களை அவன் காட்டிக் கொடுக்கமாட்டான். எந்தத் துன்பத்தையும் தாங்கிக்கொள்வான் என சாவர்க்கர் நினைத்தார்.

1909-ம் ஆண்டு, ஜூலை மாதம் 1-ம்நாள். லண்டனில் இம்பீரியல் இன்ஸ்டிடியூட் என்ற இடத்தில் சர் கர்சான் வைலியைச் சுட்டுக்கொன்றான் திங்ரா. அவரைக் காப்பாற்ற வந்த டாக்டர் காவல்ஜி லால்லா எனும் பார்ஸி இனத்தவரும் அவனது குண்டுக்குப் பலியானார். திங்ரா நினைத்திருந்தால் ஓடித் தப்பியிருக்க முடியும். ஆனால், துப்பாக்கியைக் கையில் தூக்கிப் பிடித்துக்கொண்டு அசையாமல் நின்றான். அவனைக் கைது செய்து சிறையில் அடைத்தனர்.

வ.வே. சு. ஐயரும், டாக்டர் ராஜனும் திங்ராவைச் சிறையில் சந்தித்தனர். வழக்கறிஞரை வைத்து வாதாடலாம் என்று அவனிடம் சொன்னபோது, அவன் அதை ஏற்க மறுத்துவிட்டான். தனது செயலால் தனக்கு என்ன நேரும் என்பது தனக்குத் தெரியும் என்றும், தான் நன்கு தெரிந்தே அந்தச் செயலில் இறங்கியதாகவும் தனது தேசத்திற்காக உயிர்விடும் நாளை ஆவலுடன் எதிர்பார்த்துக் கொண்டிருப்பதாகவும் திங்ரா சொன்னான். லண்டனில் 1909, ஜூலை மாதம், 3-ம் தேதி இந்தியர்கள் கலந்துகொண்ட கூட்டம் ஒன்று நடைபெற்றது. திங்ராவின் செயலைக் கண்டிப்பதற்காகவும் அப்படித் தங்கள் கண்டனத்தைத் தெரிவிப்பதன் மூலம் ஆங்கில அரசுக்கு நெருக்கமாக ஆகமுடியும் என்ற எண்ணத்திலும் பல இந்தியர்கள் அந்தக் கூட்டத்துக்கு வந்தனர். திங்ராவின் தந்தைகூட 'அவனை என் மகனாகப் பெற்றதற்கு வெட்கப்படுகிறேன்' என்று தந்தியடித்திருந்தார். வெள்ளையர், உளவாளிகள், இந்தியாவில் பணியாற்றி ஓய்வூதியம் பெற்றுக்கொண்டிருக்கும் அதிகாரிகள் எனப் பலரும் கூட்டத்திற்கு வந்திருந்தனர். ஒவ்வொருவரும் தங்கள் பங்குக்குத் திங்ராவைத் திட்டித் தீர்த்தனர்.

இந்திய தேசிய காங்கிரஸ் தலைவர்கள் சுரேந்திரநாத் பானர்ஜி, பிபின் சந்திர பால், காபர்டே, பவநகரி ஆகியோர் திங்ராவின் செயலைக் கண்டித்துப் பேசினர். மிகவும் ஆத்திரத்தோடு பேசியவர்களில் முக்கியமானவர் பிபின் சந்திர பால். கூட்டத் தலைவர் ஆகாகான், திங்ராவின் செயலைக் கண்டித்து ஒரு தீர்மானத்தை முன்மொழிந்து தீர்மானம் ஏகமனதாக நிறைவேற்றப்பட்டது என்று கூறினார். அவர் கூறி முடித்த உடனே கூட்டத்திலிருந்து ஒரு குரல் எழுந்தது. 'தீர்மானம் ஏக மனதாக நிறைவேற்றப்படவில்லை. நான் அதை எதிர்க்கிறேன்.'

கூட்டத்தில் பெரும் சலசலப்பு. 'யாரது, யாரது பிடி, உதை!' என்று பலர் கத்தினார்கள். தலைவர், ' யாரது பேசியது?' என்று கத்தினார். பிறகு,

உரத்த குரலில் தீர்மானம் ஏகமனதாக நிறைவேறியதாகக் கூறினார். உடனே அக்குரல் மீண்டும் உயர்ந்து ஒலித்தது. 'ஏகமனதாக அல்ல. நான் அதற்கு வாக்களிக்க வில்லை.'

'யாரது? பிடியுங்கள்' என்றுசிலர் கத்தினர். சாவர்க்கர் தைரியமாக எழுந்து நின்று 'நான்தான் எதிர்க்கிறேன்' என்றார். கடந்த இரண்டு நாள்களாக சாவர்க்கரின் பெயரும் பத்திரிகைகளில் அடிபட்டதால், அவர் கூட்டம் நடந்த இடத்தில் குண்டு வைத்துவிட்டார் என்று தாமாகவே கற்பனை செய்துகொண்டு சீமாட்டிகள் சிலர் வாசலை நோக்கி ஓடினர். சீமான்கள் பலர் அவர்களைப் பின்தொடர்ந்தனர். இதற்கிடையில் பால்மர் என்னும் பெயர்கொண்ட யூரேஷியத் தடியன் ஒருவன் சாவர்க்கரை முகத்தில் தாக்கினான். அவரது கண்ணாடி உடைந்து கண்களில் காயம்பட்டது. அவர் நெற்றிப்பொட்டில் பட்டுச் சதை பிய்ந்து இரத்தம் கொட்டியது. அதைக் கவனித்த சாவர்க்கரின் நண்பர் எம்.பி. திருமலாச் சாரியார் தன் கையில் இருந்த தடியால் பால்மரைத் தாக்கினார்.

ஆவேசத்தில் விழுந்த அந்த அடியால், பால்மரின் மண்டை உடைந்து இரத்தம் பெருக்கெடுத்தது. அருகில் நின்ற வ.வே சு. ஐயர் பொங்கி எழுந்தார். தான் மறைத்து வைத்திருந்த ரிவால்வாரை எடுத்து யூரேஷியனைச் சுடப்போனார். அதைக்கவனித்த சாவர்க்கர், அவரைத் தடுத்துச் சமாதானப்படுத்தினார். போலீஸ்காரர்கள் வந்து சாவர்க்கரைக் கைது செய்தார்கள். பால்மரையும் கைது செய்வதாகச் சாவர்க்கரிடம் கூறினார்கள். பால்மருக்கு ஏற்கெனவே தண்டனை கொடுக்கப்பட்டு விட்டதால், அவரைக் கைது செய்ய வேண்டாம் என்றார் சாவர்க்கர். தீர்மானம் நிறைவேற்றப்படாமலேயே கூட்டம் கலைந்தது. இரண்டு மணி நேரம் கழித்து சாவர்க்கர் விடுவிக்கப்பட்டார்.

வீட்டுக்கு வந்தவர் கூட்டத்தில் தனது செயலை நியாயப்படுத்தி டைம்ஸ் பத்திரிகைக்கு ஒரு கடிதம் எழுதினார்.

'திங்ராவின் மேல் குற்றப்பத்திரிகை தாக்கல் செய்யப்படவில்லை. இன்னும் விசாரணையே ஆரம்பமாகவில்லை. அவன் குற்றம் சாட்டப்பட்டவன். குற்றவாளியா, இல்லையா என்பதை நீதிமன்றம்தான் தீர்மானிக்க வேண்டும். அப்படி இருக்கையில் திங்ராவைக் கண்டித்துத் தீர்மானம் போடுவதால் வழக்கு ஒருதலைப் பட்சமாகப் போகும். வழக்கு, நீதிமன்றத்தில் இருப்பதால் அதைப்பற்றிப் பேசுவதுகூட நீதிமன்ற விவகாரத்தில் தலையிட்டு அதை அவமதித்த குற்றமாகும். எனவேதான், தீர்மானத்துக்கு ஒரு திருத்தம் கொண்டுவர நினைத்தேன்.'

மறுநாள் பத்திரிகையில் அந்தக் கடிதம் வெளியானது. சாவர்க்கர் செய்கையில் தவறில்லை என்று சில பத்திரிகைகள் எழுதின. சாவர்க்

கரைத் தாக்கிய பால்மரும் ஒரு கடிதம் எழுதியிருந்தான். தனது செய்கையை நியாயப்படுத்தியதோடு, ஒரு பிரிட்டிஷ் அடி எப்படி இருக்கும் என்று அவர்களை உணர வைத்ததற்காகப் பெருமைப்படுவ தாக எழுதியிருந்தான். அதற்குப் பதிலாக ஒரு கடிதம் வெளியானது. 'பிரிட்டிஷ் அடியை இரத்தம் கக்க வைத்த இந்தியன் தடியை அவன் மறந்திருக்கமாட்டான்.'

மதன்லால் திங்ராவுக்குத் தூக்குத் தண்டனை கொடுத்தது நீதி மன்றம்.மதன்லால் திங்ராவின் மரணம் சாவர்க்கரை மிகவும் பாதித்தது. அவனது உடலுக்கு இந்து முறைபடி சடங்குகள் செய்ய விரும்பினார். அதற்காக வ.வே.சு. ஐயரை அரசு அதிகாரிகளிடம் அனுப்பினார். அரசு அதிகாரிகள் அவனுடைய உடலை ஒப்படைக்க மறுத்துவிட்டனர்.

திங்ராவின் மரணம் நிகழ்ந்த ஓரிரு தினங்களில் கிளாஸ்கோவில் உள்ள பருத்தி ஆலை ஒன்று தீப்பற்றி எரிந்தது. திங்ராவின் புனித உடலைத் தகனம் செய்து புனிதமடையும் வாய்ப்புத் தனக்குக் கிடைக்க வில்லையே என்று ஏங்கிய அக்கினி பகவான், கிளாஸ்கோ ஆலையை இரையாக்கிக்கொண்டான் என்று ஐயர் சொன்னார்.

திங்ராவைப்போலத் திடச் சித்தம் உள்ள ஒரு தேசபக்தனை உருவாக்க சாவர்க்கரும் ஐயரும் முடிவெடுத்தனர். அதற்காக, எம்.பி.டி. ஆச்சார் யாவைத் தேர்ந்தெடுத்தனர். அவருக்குப் போர்ப் பயிற்சி தர நினைத்தனர்.

இந்தியா ஹவுஸில் உள்ள தீவிரவாதிகள், நேரடியாக எந்தப் போரிலும் கலந்துகொண்டதில்லை. யுத்த அனுபவமில்லாமல் எப்படிச் சுதந்தரப் போரை நிகழ்த்துவது? எனவே, இந்தியா ஹவுஸைச் சேர்ந்த இருவர் போர் நடக்கும் இடத்திற்குச் சென்று பயிற்சி பெறவேண்டும். அணி வகுப்பு, போர் முறைகள், யுத்த சாஸ்திரம் ஆகியவற்றைக் கற்றுவர வேண்டும் என்று முடிவெடுத்தனர். யாரை அனுப்புவது?. எம். கே. திரு மலாச்சார் இந்தியா ஹவுஸில் தங்கியிருந்தார். அவர் வேலை எதுவும் செய்யவில்லை. இன்னொருவர் சோட்டா தத்தர். 1909-10 வருடங்களில் மொராக்கோவிலுள்ள மூர் இனத்தினருக்கும் ஸ்பெயின் நாட்டின ருக்கும் போர் நடந்துகொண்டிருந்தது. ஏதாவது ஒரு படையில் சேர்ந்து பயிலவேண்டும் என்று முடிவு செய்து, அவர்களுக்கு வேண்டிய துப்பாக்கிகள், உடைகள் முதலியவற்றைத் தயார் செய்தனர். பணம் வேண்டுமே! தெரிந்தவர்களிடமெல்லாம் யாசித்து, 300 பவுண்ட் வரை வசூலித்து 16-8-1909 அன்று அவர்களை அனுப்பினார் வ.வே.சு. ஐயர். (அதற்கு மறுநாள்தான் திங்ரா (17-8-1909) தூக்கிலிடப்பட்டார்.)

அவர்கள் பயிற்சி பெற்றுத் திரும்பிவர ஆறுமாதங்களாவது ஆகும். அவர்கள் வந்தவுடன் ரகசிய ஆயுதப் பயிற்சி சாலையை அமைத்து

இந்திய இளைஞர்களுக்குக் கற்றுக்கொடுக்க வேண்டும் என்றும், நிறைய இந்திய இளைஞர்கள் சேர்ந்து போராட்டத்தைத் தொடங்க வேண்டுமென்றும் ஐயர் நினைத்தார். அந்த ஆறுமாத காலமும் அவருக்கு இதே நினைவுதான். வரைபடங்கள் தயாரித்தார். யார் யாரை உதவிக்கு அணுகுவது, எங்கிருந்து போரட்டத்தைத் தொடங்குவது போன்ற திட்டங்களைத் தயாரித்தார்.

ஐயர் எதிர்பார்த்தது நடக்கவில்லை. ஸ்பெயின் ஆட்சியை எதிர்த்து யுத்தம் செய்த மூர் இன மக்கள் அந்நியர் எவரையும் நம்பவில்லை. ஸ்பெயின் நாட்டுக்காரர்களும் ஏற்றுக்கொள்ளவில்லை. ஒற்றர் களாயிருப்பார்களோ என்று சந்தேகப்பட்டார்கள். நல்லவேளையாகக் கைது செய்யவில்லை. ஆங்கில அரசிடமிருந்து சான்றிதழ் பெற்றுச் சென்றிருந்தால் ஏற்றுக்கொண்டிருப்பார்களாம். முந்நூறு பவுண்டு செலவழித்ததுதான் மிச்சம். எந்தப் பயனுமில்லாமல், எம்.பி.டி. ஆச் சார்யாவின் யுத்த முயற்சி தோல்வியுற்றது. ஆச்சார்யா சாப்பாட்டுக்குக் கூடக் கையில் பணமில்லாமல், ஐயருக்குத் தந்தி கொடுத்தார். வ.வே. சு. ஐயர் பத்து பவுண்டு பணம் அனுப்பினார். போர்ச்சுக்கல் நாட்டில் இருந்த லிஸ்பனுக்குச் சென்றார் ஆச்சார்யா. அங்கேயும் தாக்குப்பிடிக்க முடியாமல் பாரிஸ் சென்று பாரிஸ் குழுவில் இணைந்தார். பிறகு அங்கிருந்து சென்று இந்திய தேசியப் புரட்சிப்படையில் சேர்ந்து பணியாற்றினார். இத்தகைய மாவீரர் இந்தியா சுதந்தரம் பெற்ற பிறகு 1954-ம் ஆண்டு மார்ச்சு 24-ம் நாள் பம்பாயில் ஆதரவற்ற அனாதையாக இறந்துபோனார்.

தனது முயற்சி எதிர்பார்த்த வெற்றியைக் கொடுக்காவிட்டாலும் சாவர்க்கர் தளர்ந்துவிடவில்லை. பாரிஸில் ஆயுதங்களை வாங்கி, ஆஃப்கானிஸ்தான், சீனா, கோழிக்கோடு, பாண்டிச்சேரி வழியாகக் கடத்தமுடியுமா என்று ஆராய்ந்தார். அந்த முயற்சியில் தீவிரமாக ஈடுபட்டார்.

7. விழா

'தென்னாப்பிரிக்காவிலிருந்து மிஸ்டர் காந்தி வந்திருக்கிறார். அங்குள்ள மக்களின் நிலையை பிரிட்டிஷ் அரசுக்கு எடுத்துச் சொல்வதற்காக வந்திருக்கிறார். அவரை நான் சந்தித்தேன்' என்றார் ஐயர்.

'நம் இயக்கத்தைப் பற்றிச் சொன்னீர்களா?' என்று கேட்டார் ராஜன்.

'சொன்னேன். அவர் ஓர் அஹிம்ஸாவாதி. நான் எவ்வளவுதான் சொன்னாலும் அவரது கொள்கையில் பிடிவாதமாக இருக்கிறார். அவர் நம் கொள்கைகளை ஏற்றுக்கொள்ளாத போதும் அவரிடம் சத்தியம் இருக்கிறது. அவருடைய முகத்தில் உண்மையின் ஒளி தெரிகிறது. வெறும் பசப்பு வார்த்தைகள் பேசுவதில்லை. தெளிவாகப் பேசுகிறார்.'

'அவரை எங்கே பார்த்தீர்கள்?'

'பல இடங்களில் விசாரித்தேன். தென்னாப்பிரிக்காவில் அவர் செய்த துணிச்சலான செய்கைகளைக் கேள்விப்பட்டதிலிருந்து அவரைக் காணவேண்டும் என்று துடித்தேன். லண்டன் வந்திருக்கிறார் என்று அறிந்து பலரிடமும் விசாரித்தேன். இந்தியாவிலிருந்து வந்திருக்கும் பலதலைவர்கள் தங்கியிருக்கும் ஹோட்டல்களிலெல்லாம் விசாரித்தேன். இரண்டு மணி நேரம் அலைந்து திரிந்த பிறகு ஒரு சிறிய சந்தில் சிற்றுண்டிச் சாலை ஒன்றை நடத்திவரும் இந்தியர் ஒருவர் வீட்டில் அவரைச் சந்தித்தேன்.'

'அவரை நமக்கு ஆதரவாக மாற்றமுடியுமா?'

'தெரியவில்லை.'

'சாவர்க்கரை அவரிடம் அழைத்துச்செல்லவேண்டியதுதானே. அவர் பேச்சைக் கேட்டு அவர் நம்மை ஆதரிக்கலாமல்லவா?'

'நீ சொல்வது சரிதான். நாளை அவரை அழைத்துச் செல்கிறேன்' என்று சொல்லிவிட்டு உறங்கச் சென்றார் ஐயர்.

மறுநாள் ஐயர் சாவர்க்கரை அழைத்துக்கொண்டு மிஸ்டர் காந்தியைக் காணச் சென்றனர். சாவர்க்கர் தனது கருத்துகளை எடுத்துரைத்தார். காந்தி எல்லாவற்றையும் பொறுமையாகக் கேட்டார். ஆனால், தனது அஹிம்சாவாதக் கொள்கையில் உறுதியாக இருந்தார். மூன்றுநாள்கள் அவர்களுடைய விவாதம் தொடர்ந்தது. காந்திஜி அவர்களுடைய தேசபக்தியை மதித்தார். ஆனால், அதை வெளிப்படுத்தும் முறை சரியில்லை என்றார். காந்திஜி அவர்களின் உரையாடலின் அடிப்படையில் 'ஹிந்து ஸ்வராஜ்' என்றொரு புத்தகம் எழுதினார். அதில் அவ்வுரையாடல்களைச் சுட்டிக்கட்டியிருக்கிறார்.

காந்திஜி: 'உங்கள் கொள்கையை ஏற்றால் எல்லோரும் ஆயுதம் தாங்கவேண்டியதுதான்.'

சாவர்க்கர்: 'எல்லோரும் ஆயுத பாணிகள் ஆகவேண்டிய அவசியமில்லை. முதலில் ஒருசில ஆங்கிலேயரைப் படுகொலை செய்து திகிலடையச் செய்வோம். பின்னர் ஆயுத பாணிகளான சிலர் பகிரங்கமாகப் போராடுவார்கள். ஏறக்குறைய இரண்டரை லட்சம் பேரை நாம் இழக்க நேரிடலாம். ஆனால், நாட்டை நாம் திரும்ப அடைந்துவிடுவோம். கெரில்லாப் போர்முறையைப் பயன்படுத்தி ஆங்கிலேயரை முறியடிப்போம்.'

காந்திஜி: 'ஆன்மிக நாடான பாரதத்தைத் தெய்வத்தன்மையற்ற நாடாக மாற்ற விரும்புகிறீர்கள். அப்படித்தானே! கொலைசெய்துதான் நமது நாட்டை மீட்க வேண்டுமா? நாம் நம் உயிரைக் கொடுக்கலாம். ஆனால், மாற்றான் உயிரை எடுக்கக் கூடாது. இதுதான் தியாகம். மாற்றான் உயிரை எடுப்பதற்காக, நம் உயிரைக் கொடுப்பது இரட்டைக் கொலை. மற்றவர்களைக் கொல்ல நினைப்பது கோழைத்தனம். ஆங்கிலேயனைக் கொன்றுவிட்டு, நமது மக்களைப் பலிகொடுத்துவிட்டு நீங்கள் யாரை விடுவிக்கப்போகிறீர்கள்? இந்திய மக்கள் இத்தகைய செயல்களை விரும்பவில்லை. நவநாகரிகப் போதையில் இருப்பவர்களே இத்தகைய செயல்களைச் சிந்திக்கிறார்கள். கொலைமூலம் நாட்டைக் கைப்பற்றி அதிகாரத்துக்கு வருபவன் நாட்டை வளமாக வைத்திருக்க முடியாது.

அந்தக் காலகட்டத்தில் இங்கிலாந்தில் இந்தியாவிலிருந்து படிக்க வந்த மாணவர்கள் பலர் இருந்தனர். அந்த மாணவர்களில் பலருக்குத் தாய் நாட்டைப்பற்றியோ, அதன் கலாசாரத்தைப் பற்றியோ எதுவும் தெரியாது. அவர்களையெல்லாம் ஒன்று திரட்டி, இந்தியர்களின்

சந்திப்புக் களமாக, தீபாவளி விழா, பண்டிகைகள், போன்றவை இந்தியா ஹவுஸில் கொண்டாடப்பட்டன. அந்தக்கூட்டங்களில் பங்கெடுக்கக் கட்டணம் உண்டு. ஆனால் நல்ல இந்திய உணவு கிடைக்கும் என்பதால், அதில் பலர் கலந்துகொண்டனர்.

விழாவுக்குத் தலைமைப் பொறுப்பேற்க அழைப்பதற்காக, அப்பொழுது லண்டனில் தங்கியிருந்த கோபால கிருஷ்ண கோகலே, விபின் சந்திர பால், லாலா லஜபதிராய் ஆகியோரைப் பார்த்தார் ஐயர். அவர்கள் பல காரணங்களால் தங்களால் தலைமைப்பொறுப்பேற்க இயலாது என்று தெரிவித்துவிட்டனர். எனவே, காந்தியைச் சென்று சந்தித்தார். விஷயத்தைச் சொன்னார்.

'நல்ல காரியம்தான். அதற்கு நான் என்ன செய்ய வேண்டும்?'

'நீங்கள்தான் தலைமைப் பொறுப்பேற்க வேண்டும்' என்றார் ஐயர்.

'வருபவர்களுக்கு விருந்து உண்டா?'

'நிச்சயம் உண்டு. அதற்கு ஏற்பாடு செய்யவேண்டும்.'

'வெளியிலே பணம் கொடுத்து, ஹோட்டல்களிலிருந்து உணவைக் கொண்டுவருவது எனக்குச் சம்மதமில்லாத ஒன்று. நம்மவரே தயாரித்த விருந்தைப் படைப்பதென்றால் நான் சம்மதிக்கிறேன். அதேபோல, அசைவ உணவு வேண்டாம்' என்றார் காந்திஜி. வ.வே.சு. ஐயர் அதற்கு ஒப்புக்கொண்டார்.

அன்றைய விழாவில், உணவு முடிந்த பிறகு சொற்பொழிவு தொடங்கியது. இறைவணக்கம், வரவேற்புக்குப் பிறகு தலைவர் பேசினார். சொற்பொழிவு செய்யும் ஆற்றலைக் காந்திஜி அப்பொழுது பெற்றிருக்கவில்லை. வீர்சாவர்க்கர் பிரமாதமாகப் பேசி மக்களைக் கவரும் திறமை பெற்றிருந்தார். ஆனால் காந்தியின் உள்ளம் திறந்த பேச்சு, மக்களைக் கவர்ந்தது. தமக்கும் விநாயக் சாவர்க்கருக்கும் தேசிய விடுதலை பெறும் முறையில் மாற்றுக் கருத்து இருந்த போதிலும் இம்மாதிரியான சம்பவங்களில் இந்தியர்கள் எல்லோரும் சேர்ந்து, தாம் ஒரே நாட்டினர் என்ற உணர்ச்சியை வளர்க்கவேண்டிய அவசியத்தைப் பற்றிப் பேசினார். தாம் கேட்டுக்கொண்டதற்கிணங்க விருந்தைத் தயாரித்ததற்கு நன்றி தெரிவித்தார். அஹிம்ஸையின் மேன்மையைத் தெளிவாக எடுத்துரைத்து, அது ஒன்றே சுதந்தரம் அடையச் சிறந்த வழி என்பதைச் சொன்னார்.

நன்றி தெரிவித்து சாவர்க்கர் பேசினார். அவருடைய பேச்சு மக்களை எழுச்சியுறச் செய்தது. காந்திக்கும் தனக்கும் உள்ள வேற்றுமையை இன்னதென விவரிக்க முடியாதென்றும் நம் நாட்டின் பூர்வீக சுதந்தர

உணர்ச்சியை மட்டும் அன்று நினைவூட்டத் தமக்கு விருப்பம் என்றும் வெகு உருக்கமாகவும் உள்ளக் கிளர்ச்சி உண்டாக்கும் படியும் பேசினார்.

இப்படிப்பட்ட நிகழ்ச்சிகள் இந்தியா ஹவுஸில் நடைபெறுவது ஆங்கி லேயர்களுக்கு வெறுப்பை அளித்தது. அவர்களுக்குச் சாதகமாக இந்தியச் சுதந்தரப்போரின் 50-வது ஆண்டு வந்தது. 'சிப்பாய்க்கலகம்' என்று ஆங்கிலேயர்களால் பெயர் சூட்டப்பட்ட யுத்தத்தில் போர் புரிந்த பலர் உயிருடன் இருந்தனர். அவர்களுக்குப் பணமுடிப்பும் பாராட்டும் கொடுப்பதற்காக, லார்ட் ராபர்ட்ஸ் என்பவர் நிதி திரட்டினார். அதற்காக நாடகங்கள் போட்டனர். ஆங்கிலேயர்களுக்கு உணர்ச்சியும் எழுச்சியும் ஊட்டும் வகையிலும் இந்தியர்களை இழிவு படுத்தும் வகையிலும் நாடகத்தின் கதை அமைக்கப்பட்டிருந்தது.

முதலில் புரட்சிக்கூட்டம் திட்டமிடுவதைக் காட்டினர். அந்நியனே வெளியேறு என்று கோஷமிடுவதைக் காட்டினர். பிறகு சண்டை யையும் கான்பூர் படுகொலையையும் புரட்சிக்காரர்கள் கொடியைப் பிடித்துக்கொண்டு ஆக்ரோஷமாகக் கோஷமிடுவதையும் காட்டினர். நாடகக் கொட்டகையில் அதைப் பார்த்த ஆங்கிலேயர்கள், கோபத்தில் கத்தினர். பிறகு ஆங்கிலப்படை புரட்சியாளர்களை வெட்டி வீழ்த்திய தையும் போரில் வென்று புரட்சியாளர்களைத் தூக்கிலிட்டதையும் காட்டினர். தங்கள் படையின் வீரத்தில் மகிழ்ந்த ஆங்கிலேயர், குடித்துக் கூத்தாடினார்கள். இப்படிப் பல நாடகங்கள் நடத்தப்பட்டன.

இந்நிலையில், உண்மை நிலையை விளக்கவும் அது இந்தியச் சுதந்தரப் போர்தான் என்பதை நிலை நாட்டவும் சாவர்க்கர், ஐயர் ஆகியோர் கூட்டம் போட்டனர். பல பெரியவர்களைக் கொண்டு சொற் பொழிவுகள் நிகழ்த்தப்பட்டன.

முதல் இந்தியச் சுதந்தரப்போர்- நினைவு விழா தினமாக, 1908-ம் ஆண்டு மே மாதம் 10-ம் நாள் இந்தியா ஹவுஸில் மிகப்பெரிய கூட்டம் நடைபெற்றது.

இந்தியா ஹவுஸில் ஒரு பெரிய ஹால் இதற்காகச் சிறப்பாக அலங் கரிக்கப்பட்டிருந்தது. செந்நிறப் பதாகைகள் தொங்கவிடப்பட்டன. மலர்த் தோரணங்களும் மாலைகளும் அலங்கரிக்கப்பட்டிருந்தன. பூந்தொட்டிகள் அங்கங்கே வைக்கப்பட்டன. தியாகிகளின் படங்கள் சட்டமிடப்பட்டு மலர்மாலை சூட்டப்பட்டு வைக்கப்பட்டிருந்தன.

இசையறிஞர் வர்மா ஹார்மோனியத்தில் 'வந்தே மாதரம்' இசைத்தார். விழாவின் தொடக்கத்திலிருந்து அடிக்கடி 'வந்தே மாதரம்' கோஷம் முழங்கப்பட்டது.

4-30 மணிக்கு விழாத் தலைவர் பாரிஸ்டர் ராணா தனது நண்பர்கள் புடைசூழ வந்தார். அந்த விழாவுக்காக பாரிஸில் இருந்து வந்திருந்தார் ராணா. அப்போது, பாரிஸிலிருந்த மேடம் காமா வாழ்த்துச் செய்தி ஒன்றை அனுப்பியிருந்தார். தேசிய நல நிதிக்கு 75 ரூபாய் கொடுத் தனுப்பியிருந்தார்.

வி.வி.எஸ். ஐயர் , நாட்டுப்பாடல்களைப் பாடினார். பிறகு இறை வணக்கத்தையும் அவரே பாடினார்.

கூட்டம் அலைமோதியது. வெகு தொலைவிலிருந்து ஆண்களும் பெண் களுமாகப் பலர் வந்திருந்தனர். விழா ஹாலில் நிற்கவும் இடமின்றிப் பலர் தெருவில் நின்றனர்.

அன்றைக்கு சாவர்க்கர் உணர்ச்சிகரமாகப் பேசினார். ‘ஓ, தியாகிகளே’ என்று அவர் எழுதிய உணர்ச்சி மிகுந்த கவிதையைப் படித்தார். தலைவர் உரைக்குப் பிறகு தியாக உறுதிமொழி எடுக்கப்பட்டது.

ஒருவர் புகைபிடிப்பதை நிறுத்திவிடுவதாகவும் அதனால் வரும் சேமிப்பை தேசிய நிதிக்கு அளிப்பதாகவும் உறுதியளித்தார். சினிமாப் பார்ப்பதை நிறுத்துவது, குடியை நிறுத்துவது,எனப் பலர் உறுதிமொழி எடுத்தனர். மருத்துவர்கள், வக்கீல்கள், பாரிஸ்டர்கள், பட்டதாரிகள், மாணவர்கள் எனப் பலர் தாமாகவே முன்வந்து தன்னல மறுப்பு உறுதி மொழி எடுத்தனர். தலைவர் பாரிஸ்டர் ராணா, தனது ஒருமாத வரும் படியைத் தேசிய நிதிக்கு வழங்குவதாக அறிவித்தார். தேசியப் பாடல்கள் பாடப்பட்டதும் கூட்டம் நிறைவுற்றது. அன்று நடந்த கூட்டத்தால் உந்தப்பட்டுப் பல்வேறு இடங்களில் எழுச்சிக்கூட்டங்கள் நடத்தப் பட்டன.

1908-ம் ஆண்டு, டிசம்பர் மாதம் 29-ம் நாளன்று லண்டனில் உள்ள காக்ஸ்டன் ஹாலில் குரு கோவிந்த சிங்கின் ஜெயந்திவிழா வெகு விமரி சையாகக் கொண்டாடப்பட்டது. வானிலை சரியில்லாத நிலையிலும் பலர் கூட்டத்துக்கு வந்திருந்தனர். பல அறிஞர்கள் உணர்ச்சிகரமாகச் சொற்பொழிவாற்றினர். லாலா லஜபதி ராய், பிபின் சந்திரபால் ஆகியோர் பேசினர். சாவர்க்கரும் பேச வேண்டும் என்று வந்திருந் தவர்கள் வற்புறுத்தியதால் அவர் பேசினார்.

‘குரு கோவிந்த சிங் நமக்கு மாபெரும் மந்திரம் ஒன்றைக் கொடுத் திருக்கிறார். அது ‘தெக் டெக் ஃபட்டே. தெக் என்றால் கொள்கை, டெக் என்றால் வாள், ஃபட்டே என்றால் வெற்றி. கொள்கை எவ்வளவு சிறந்ததாக இருந்தாலும், எதிர்ப்புகளைச் சாமாளித்து நடத்திச் செல்ல இயலவில்லை என்றால் அது நொண்டியாகிவிடும். எனவே, அதற்கு ஒரு சக்தி தேவை. அதுதான் வாள். வாளின் துணைகொண்டு

கொள்கைக்காகப் போராடினால் வெற்றி நிச்சயம் என்பதுதான் அம்மந்திரம்' என்றார் சாவர்க்கர்.

சட்டப்படிப்புத் தேர்வில் வெற்றி பெற்ற பிறகும்கூட சாவர்க்கருக்கு வழக்கறிஞருக்கான சான்றிதழ் கொடுக்கப்படவில்லை. அதற்காக அவர் போராடினார். அதற்காக அமைக்கப்பட்ட விசாரணைக்குழுவில் வாதாடினார்.

1909-ம் ஆண்டு மே மாதம் 5-ம்தேதியன்று சாவர்க்கருக்குக் 'கிரேஸ் இன்னில் பாரிஸ்டர்' ஆகச் சான்றிதழ் கொடுத்திருக்க வேண்டும். ஆனால் கிரேஸ் இன்னைச் சேர்ந்தவர்கள் இந்தியா ஆபீஸ் அதிகாரியான கர்சான் வைலியின் கருத்தை ஏப்ரல் மாதம் 25-ம் தேதியன்றே கடிதம் மூலம் கேட்டனர். சாவர்க்கருக்கும் ஹர்நாம் சிங்குக்கும் சான்றிதழ் கொடுப்பதை நிறுத்திவைக்கும் படியும், அதைப் பற்றிய விசாரணையின்போது, தான் தகுந்த ஆதாரங்களைத் தருவதாகவும் கர்சான் வைலி சொன்னார். பாரிஸ்டராக அழைக்க வேண்டுமென்றால், இரண்டு நீதிபதிகளின் சான்று வேண்டும் என்று சொன்னார்கள். சாவர்க்கர் அணுகிய இருவரும், இந்தியா ஆபீஸில் கேட்டுத்தான் கடிதம் கொடுக்க முடியும் என்று சொல்லிவிட்டனர். விசாரித்த பிறகு கடிதம் கொடுத்தனர். மே 13-ம்தேதியன்று சாவர்க்கருக்குக் குற்றப் பத்திரிகை கொடுக்கப்பட்டது. 22-ம்தேதி சாவர்க்கர் அதற்குப் பதில் கொடுத்தார். புரட்சியைத் தூண்டியது, பூரண சுயராஜ்யம் கேட்டது, நாசிக்கில் கிளர்ச்சியைத் தூண்டியது எனப் பல குற்றச்சாட்டுகள். வழக்கு நடந்து கொண்டிருக்கும்போதே மேன்மேலும் குற்றச் சாட்டுகள் தொடுக்கப்பட்டன. ஆயுதப் புரட்சியை ஊக்குவித்ததாக ஒரு குற்றச்சாட்டு. அவரை நிழல்போல் தொடர்ந்த உளவு அதிகாரி தானறிந்தவற்றையெல்லாம் நீண்ட பட்டியலாக எழுதிக்கொடுத்திருந்தார். ஜூன் 9-ம் தேதி,மூன்று பாரிஸ்டர்கள் அவரைக் குறுக்கு விசாரணை செய்தனர்.

ஒரு பாரிஸ்டர் கேட்டார்: 'குரு கோவிந்த சிங் என்பவர் யார்?'

'அவர் எங்கள் இந்தியாவில் ஒரு பெரிய மத குரு' என்றார் சாவர்க்கர்.

'அவருடைய பிறந்தநாளை ஏன் கொண்டாடினீர்கள்?'

'அவர் இந்தியாவின் மிகப்பெரிய தலைவர்களுள் ஒருவர். எனவே கொண்டாடினேன்.'

'ஆனால், அவர் தண்டிக்கப்பட்டாரல்லவா?'

சாவர்க்கரின் பதிலுக்குக் காத்திருக்காமல், அவர்கள் விசாரணையை தள்ளிவைத்தார்கள். என்ன முயன்றும் சாவர்க்கரின் மேல் எந்தக்

குற்றத்தையும் ஆதாரபூர்வமாக நிரூபிக்க முடியவில்லை. எனவே, ஜூலை 5-ம் தேதி திங்ராவின் செயலைக் கண்டிக்க நடந்த கூட்டத்தில் குழப்பம் விளைத்த குற்றச்சாட்டுக் கூறப்பட்டது. அது நடந்த மறுநாள் தன்னிலை விளக்கமாக அவர் 'டைம்ஸ்' பத்திரிகையில் எழுதியிருந்த செய்தியைக் காட்டினார்.

அன்று பாரிஸ்டர்கள் எவ்வளவு கடுமையாகக் குறுக்கு விசாரணை செய்தும் எந்தக் குற்றத்தையும் நிரூபிக்கக் கூடவில்லை. குற்றங்கள் நிரூபிக்கப்படாவிட்டாலும் அவர்மேல் சந்தேகமிருப்பதால், கிரேஸ் இன்னில் அவர் உறுப்பினராகத் தொடர அனுமதிக்கப்படுவதாகவும் அவர் எதிர்காலத்தில் அரசுக்கு நம்பிக்கையாக நடந்துகொண்டால், பாரிஸ்டா ராகப் பதிவு பெறும் வாய்ப்பு உண்டென்றும் தீர்ப்புக் கொடுக்கப்பட்டது.

தான் பாரிஸ்டராகத் தொழில் செய்ய விரும்பவில்லையென்றும் அதற் காக தான் செலுத்திய கட்டணத்தைத் திருப்பிக் கொடுத்து விடும் படியும் சொன்னார் சாவர்க்கர்.

ஸ்காட்லாண்டு யார்ட் வெளியிடக்கூடாதென்று மறைத்துவைத்த திங்ராவின் அறிக்கை, உலகம் முழுவதும் வெளிப்படையாகப் பிரசுரிக் கப்பட்டதைக் கண்டு கொதிப்படைந்த காவல்துறை அதிகாரிகள், அந்த அறிக்கையை யார் வெளியிட்டிருப்பார்கள் என்று தெரியாமல் குழம் பினார்கள். 'அபிநவபாரத்'தின் உறுப்பினரான திங்ரா அதை சாவர்க் கரிடம் முன்கூட்டியே கொடுத்திருக்கலாம் என்று சந்தேகித்தனர். அவர் தான் 'அபிநவ பாரத்' மூலம் வெளியிட்டிருக்கவேண்டும் என்று நினைத்தனர். ஆனால் திங்ரா தன் செயலுக்குத் தானே காரணம் என்றும், வேறு யாருடைய அறிவுரையின் பேரில் தான் செயல்பட்டதாகச் சொல்லித் தன் தியாகத்துக்குக் களங்கம் கற்பிக்க வேண்டாம் என்றும் சொல்லிவிட்டதால், சாவர்க்கரின் மேல் நேரடியாகக் குற்றம்சாட்ட இயலவில்லை. எனவே, அவரையும் அவரைச் சார்ந்தவர்களையும் தீவிரமாகக் கண்காணிக்கத் தொடங்கினர். இந்தியா ஹவுஸுக்கு வெளியே ஓர் உளவுப் பட்டாளமே காத்துக்கொண்டிருந்தது. பத்திரி கையாளர் ஒருவர் சாவர்க்கரைக் கேட்டார். 'உங்களை இப்படிச் சதா சர்வகாலமும் நிழல்போல் பின் தொடர்கிறார்களே உங்களுக்கு எரிச்சலாக இல்லையா?'

'எனக்கு ஒன்றும் கவலையில்லை. இந்தக் குளிரும் பனியும் அவர்களுக்கு ஒத்துக்கொள்ளுமென்றால், வெளியில் நின்றுவிட்டுப் போகட்டுமே! எனக்கென்ன வந்தது?'

இப்படியும் ஒரு மனிதர் இருக்கமுடியுமா என்று வியந்தார் அந்தப் பத்திரிகையாளர். சாவர்க்கரின் பணி அத்தனை கெடுபிடிகளுக்கு நடு விலும் தொடர்ந்துகொண்டிருந்தது. ஆனால், இந்தியா ஹவுஸுக்குள்

பொருள்களைக் கொண்டு வருவதுகூடச் சிரமமாகிவிட்டது. எனவே, இந்தியா ஹவுஸை மூடிவிடலாமென்று ஷியாமாஜியும் மற்றவர்களும் எண்ணினார்கள். அங்கே தங்கியிருந்தவர்களுக்கு வேறு இடம் கிடைப்பது கடினமாக இருந்தது. வேறு வழியின்றி இந்தியா ஹவுஸ் மூடப்பட்டது.

சாவர்க்கருக்குத் தங்குவதற்கு இடம் கொடுக்கத் தயங்கினார்கள். யாராவது இடங்கொடுக்க முன்வந்தால் சாவர்க்கரைப் பின்தொடரும் காவலர்கள் அவர்களைப் பயமுறுத்தி இடம் கொடுப்பதைத் தடுத்தனர். ஒரே நாளில் இரண்டு முறை தங்குமிடத்தை மாற்ற வேண்டிய அவசியம் ஏற்பட்டது. அன்று இரவுப் பொழுதை எங்குக் கழிப்பது என்று தெரியாமல் தனது பெட்டி படுக்கைகளோடு சாவர்க்கர் அலைந்து கொண்டிருந்ததைப் பார்த்த ஒரு ஜெர்மானியப் பெண்மணி அவள் வீட்டில் தங்குவதற்கு இடம் கொடுத்தாள்.

வசிப்பதற்குச் சரியான இடமில்லை. எந்த நேரத்தில் என்ன நடக்கும் என்று தெரியாத சூழ்நிலை. இருந்தாலும் ரகசியமாக 'அபிநவபாரத்' உறுப்பினர்களைச் சந்தித்துக்கொண்டுதான் இருந்தார். உடல்நிலை சிறிது சிறிதாகச் சீர்கெட்டுக் கொண்டிருந்தது. எனவே, அருகில் இருந்த ப்ரைட்டன் எனும் இடத்துக்குச் சென்று சில வாரங்கள் தங்கினார். மாலை கடற்கரைப் பக்கம் போவதுண்டு. ஒருசமயம் கடற்கரை மணலில் அமர்ந்திருந்தபோது, அவரது மனத்தில் பல்வேறு சிந்தனைகள் ஓடின. எந்தத் தாய்நாட்டுக்காகப் பாடுபட்டுக்கொண்டிருக்கிறாரோ அந்தத் தாய்நாட்டுக்குள் வரக்கூடாதென்று உத்தரவு பிறப்பித்திருக்கிறார்கள். செத்தால் கூட உடலைத் தாய்நாட்டுக்கு அனுப்பமாட்டார்கள். என்ன செய்வது? அப்பொழுது ஆர்ப்பரித்துக்கொண்டிருந்த கடலலைகளைப் பார்த்தார். இங்கே இந்தக் கடல் தன்னை இந்தியக்கடற்கரைக்குக் கொண்டுசெல்லக்கூடாதா என எண்ணினார். சிந்தனை எழுந்ததும் கவிதை உதயமானது.

இந்த நிலையில் இந்தியாவிலிருந்து வந்த செய்திகள் அவரை நிலைகுலையச் செய்தன. அப்படி என்ன நடந்தது இந்தியாவில்!

8. மூத்த விளக்கு

‘இந்தப் புத்தகம் உன் கைக்கு எப்படி வந்தது?’ என்று கேட்டான் கைடர் என்ற போலீஸ் உயர் அதிகாரி.

‘இங்கே நான் வருகிற வழியில் யாரோ ஒருவன் இந்தப் புத்தகத்தை என் கையில் கொடுத்தான். அதன் தலைப்பைக் கூடப் பார்க்கவில்லை. வாங்கிப் பையில் வைத்துக்கொண்டேன்’ என்றார் பாபா ராவ் சாவர்க்கர்.

‘எதை யார் கொடுத்தாலும் வாங்கி வைத்துக் கொள்வாயா?’

‘அப்படியில்லை. புத்தகம் கொடுத்தால் மறுப்பது சரியல்ல. புத்தகம் சரஸ்வதி’ என்றார் பாபா.

‘எந்தப் புத்தகத்தையும் வாங்கி வைத்துக்கொள்வாயா?’

‘ஏன், கிறிஸ்துவ மதத்தைப் பரப்பும் புத்தகத்தைக்கூடத்தான் கொடுக் கிறார்கள். வாங்கிப் பின்பு படித்துப்பார்ப்பேன். இதுவும் அப்படிப் பட்ட புத்தகம் என்று நினைத்தேன்.’

‘எங்கே, அந்தப் புத்தகத்தின் பெயரைப் படி.’

How the Russians organize their revolution என்று படித்தார் பாபா.

‘சரி, உன் பெயரென்ன?’

‘கணேஷ் தாமோதர் சாவர்க்கர்.’

‘ஓஹோ, அந்த நாசிக் புலியா? வசமாக மாட்டிக்கொண்டாய்’ என்றார் கைடர்.

பாபாராவைக் கைது செய்து, டோங்க்ரி சிறையில் அடைத்தார் கைடர். அதே சிறையில் பாலகங்காதர திலகரும் அடைக்கப்பட்டிருந்தார். அங்கே இருவரும் சந்தித்துக்கொண்டார்கள்.

'பாபா, கேள்விப்பட்டேன். உன் நண்பனை அடித்த போலீஸ்காரனைத் தட்டிகேட்டதற்காக உன்னை கைதுசெய்து விட்டார்களாமே!' என்றார் திலகர்.

'பல்வந்த்ராவ்ஜி, அந்த வழக்கைத் தள்ளிவிட்டார்கள். ஆனால், அந்த போலீஸ்காரன் ஹுஸைனை நான் தட்டிக்கேட்டபோது, அவனை அவமதிக்கும் விதத்தில் லங்கோடு தெரியும்படி வேட்டி கட்டிக் கொண்டிருந்தேனாம். அதற்குத்தான் நீதிபதி ஒருமாதம் கடுங்காவல் தண்டனை கொடுத்தார்' என்றார்.

'எதற்குத்தான் தண்டனை கொடுப்பது என்று இல்லாமல் போய் விட்டது.'

'நீங்களும் கைது செய்யப்பட்டுவிட்டீர்கள். இனி மஹாராஷ்ட்ரத்தை யார் காப்பாற்றுவார்கள்?' என்று கேட்டார் பாபா.

'மஹாராஷ்ட்ரம் உயிருள்ளது. ஒருவன் குறைந்துவிட்டால், அது அழிந்து போகாது. அப்படியின்றி அது உயிரின்றிப் போனால் ஒருவன் இருந்துவிடுவதால் மட்டும் வாழ முடியாது' என்றார் திலகர். அதற்குள் காவலன் வந்து திலகரை அழைத்துக்கொண்டு சென்றுவிட்டான். திலகருக்குத் தீவாந்திரத் தண்டனை கொடுக்கப்பட்டு, பர்மாவிலுள்ள மாண்ட்லேக்குக்கு அனுப்பப்பட்டார். அந்தச் சந்திப்புக்குப் பிறகு பாபாராவ் திலகரைப் பார்க்கவில்லை.

பாபாராவை 'தானே' சிறைச்சாலைக்கு மாற்றினார்கள். ஒரு மாதம் கழித்து விடுதலை செய்யப்பட்டார். அவரை பம்பாயில் அவரது தம்பி நாராயணராவும் நண்பர்களும் வரவேற்றனர். பாபா ராவ் நாசிக் சென்றார். அவரது வீட்டைச் சுற்றி சதா உளவாளிகள் நின்று கண் காணித்தார்கள். இனி அதிகநாள் வெளியில் இருக்க முடியாதென்று அறிந்த பாபா, ஒரு நண்பர் மூலம் தம்பி நாராயண ராவைக் கவனித் துக்கொள்ளும் ஏற்பாடுகளைச் செய்தார். பிறகு மறைந்து வாழத் தொடங்கினார். ஒரு நாள் பாம்பாயில் தனது உறவினர் வி. எம். பட்-டின் வீட்டில் தங்கியிருந்தபோது, பாபா ராவை போலீஸ்காரர் ஒருவர் கைது செய்து காவல் நிலையத்துக்கு அழைத்துச் சென்றார். உறவினர் பட்டும் கூடசென்றார். அங்கே போலீஸ் அதிகாரி கைடர் இருந்தார். பாபா விடம் கைதுக்கான வாரண்ட்டைக் கொடுத்தார். செக்ஷன் 124 ஏ, செக்ஷன் 121 ஆகியவற்றின் கீழ் அவர் கைது செய்யப்பட்டிருப்பதாகப் போட்டிருந்தது.

124-ஏ என்றால் பாபாவுக்கு என்னவென்று தெரியும். 121 என்றால் தெரியாது. எனவே, அருகில் நின்ற பட்டிடம் அதைப்பற்றிக் கேட்டார். சட்டம் பயின்று கொண்டிருக்கும் பட், அது என்னவென்று அறிவார். ஆனால் சொல்வதற்கு தயங்கி, அங்கிருந்து போய்விட்டார். பாபா ராவை காரில் அழைத்துச் சென்றார்கள்.

121 செக்ஷன் என்பது அரசருக்கு எதிராகப் புரட்சி செய்வதும் புரட்சி செய்யத் தூண்டுவதுமான குற்றம். அதற்குத் தண்டனை சொத்துக்கள் பறிமுதல், மரணதண்டனை அல்லது தீவாந்திர தண்டனை.

வீட்டில் ஆவணங்கள் எங்கே வைத்திருந்தார் என்று அன்று சொல்லி யிருந்தால், வழக்கு ஒன்றுமில்லாமல் போயிருக்கும். ஆனால் விதி விளையாடிவிட்டது.

நாசிக்கில் பாபாராவை போலீஸ் காவலில் வைத்திருந்தனர். இன்னும் வழக்கு தொடுக்கப்படாததால் வீட்டிலிருந்து உணவு கொண்டுவர அனுமதிக்கப்பட்டார். நாராயண ராவ் உணவு கொண்டுவந்தார். அவரிடம் தன் வீட்டில் தான் மறைத்து வைத்திருக்கும் ஆவணங்களைப் பற்றி மறைமுகமாகச் சொல்லவேண்டும் என்ற நோக்கத்தில் குறிப் பாகச் சொன்னார்

'நமது வீட்டில் கூரையில் வேலை நடப்பதால், ஐந்து ரூபாய் நோட்டு ஒன்றைத் துளசி மாடத்தின் கீழ் வைத்திருக்கிறேன். மருந்து பாட்டில் ஒன்றை வடமேற்கு ஜன்னல் பக்கம் வைத்திருக்கிறேன். ரூபாய் நோட்டை நீ எடுத்துக்கொள். மருந்தை பாபுவிடம் கொடுத்துவிடு' என்றார் பாபாராவ். ஆனால் அவர்களுக்குத் தெரியாமல் ஒரு போலீஸ் காரர் அதை ஒட்டுக்கேட்டுவிட்டார். வீட்டுக்குச் சென்று கொண்டிருந்த நாராயண ராவை வழிமடக்கி ஓரிடத்தில் இருக்கவைத்துவிட்டு, பாபுரா வின் வீட்டுக்குச் சென்று சோதனையிட்டார்கள். சாவர்க்கர் அனுப் பியிருந்த குண்டு தயாரிக்கும் முறையை விளக்கும் புத்தகம், பல ரகசியக் கடிதங்கள், 1857 சுதந்தரப் போரைப்பற்றிய ஆவணங்கள் ஆகியவை கிடைத்தன.

முதலில் நாசிக் கலெக்டர் ஜேக்ஸன் வழக்கை விசாரித்தார். பிறகு செஷன்ஸ் கோர்ட்டுக்கு மாற்றப்பட்டது. வழக்கை விசாரித்த நீதிபதி பி.சி. கென்னெடி என்பவர் தீர்ப்பளித்தார்.

செக்ஷன் 124ஏ-யின் படி, இரண்டாண்டு கடுங்காவல் தண்டனையும், செக்ஷன் 121-ன் படி, 25 ஆண்டுகள் தீவாந்திரத் தண்டனையும் வழங் கப்பட்டன.

பாபா ராவுக்குக் கொடுக்கப்பட்ட தண்டனையை அறிந்த நாசிக் மக்கள் கொதித்தெழுந்தனர். ஆனந்த் லக்ஷ்மண்கன் ஹரே என்ற 19-வது

இளைஞன், பழிக்குப் பழிவாங்குவது என்று தீர்மானித்தான். லண்டனிலிருந்து சாவர்க்கர், சதுர்புஜ் மூலம் அனுப்பி இருந்த துப்பாக்கிகளில் ஒன்றை எடுத்துக்கொண்டான். 1909-ம் ஆண்டு டிசம்பர் மாதம் 21-ம் நாள் நாசிக் கலெக்டர் ஜேக்ஸனைச் சுட்டுக்கொன்றான். அவனுக்கும் அவனுக்கு உடந்தையாக இருந்த கார்வே என்பவனுக்கும் தூக்குத் தண்டனை வழங்கப்பட்டு, 19-4-1910 அன்று நிறைவேற்றப்பட்டது. பாபாராவ் அந்தமானுக்கு அனுப்பப்பட்டார்.

சேஷகிரிராவ் என்பவர் லண்டனில் இருந்து 1910-ம் வருடம் ஜனவரி மாதம் இந்தியா சென்றார். அங்கே அவரை மடக்கிய இந்திய போலீஸார் அவருடைய பெட்டியிலிருந்து ஒரு பிஸ்டலும் ரவைகளும் சில குறிப்பேடுகளும் எடுத்ததாகச் சொல்லப்பட்டது. அவர் கைது செய்யப்பட்டார். அவர் தண்டனையிலிருந்து தப்பிப்பதற்காக, ஐயரைக் கடுமையாகச் சாடி பல செய்திகளைச் சொன்னார்.

இன்னும் இரண்டாண்டுகளில் சாவர்க்கரும் ஐயரும் பிரிட்டிஷ் அரசுக்கு எதிராகப் பெரிய அளவில் போர்த்தொடுக்கத் திட்டமிட்டிருப்பதாகச் சொன்னார் அவர்.

இந்த வாக்குமூலத்தின் அடிப்படையில் ஐயரையும் சாவர்க்கரையும் கைதுசெய்ய ஆணைகள் லண்டனுக்குப் பறந்தன.

ஹர்நாம் சிங், கான் இருவரும் 1857 அடையாள அட்டையை அணிந்து சென்றதால், கல்லூரியிலிருந்து தாற்காலிகமாக நீக்கப்பட்டனர். கல்லூரியைவிட்டும் வகுப்பைவிட்டும் அவர்கள் வெளியேறினர். 'நானா சாஹேபையும் லக்ஷ்மிபாயையும் இழிவாகப் பேசிய முதல்வர் இருக்கும் கல்லூரியிலே நாங்கள் காலடி எடுத்துவைக்கமாட்டோம்' என்றனர். இரண்டு இந்து இளைஞர்கள் இப்படிப் பேசியிருந்தால், அதைக் கண்டு ஆங்கில அதிகாரிகள் பதற்றப்பட்டிருக்க மாட்டார்கள். ஆனால், ஒரு சீக்கிய மாணவனும் ஒரு முஸ்லிம் மாணவனும் அப்படிப் பேசியது அவர்களை வியப்பில் ஆழ்த்தியது. புரட்சி நடந்த காலத்தில் நானாசாஹேபைச் சீக்கியர் வெறுத்ததாகச் சொல்லப்படுகிறது. ஆனால், ஒரு சீக்கிய மாணவன் நானா சாஹேபைப் பழித்த முதல்வர் இருக்கும் கல்லூரிக்குள் காலடி வைக்கமாட்டேன் என்று சொன்னது பெரும் பரபரப்பை உருவாக்கியது. பின்னால் விளையப் போகிற எதற்கோ இது முன்னோடி என்று பயந்தனர். எனவே, ரீஸ் என்னும் நாடாளுமன்ற உறுப்பினர் இந்தப் பிரச்னையை நாடாளுமன்றத்தில் எழுப்பினார். பஞ்சாபைச் சேர்ந்த ஒரு பெரிய தலைவரை வற்புறுத்தி ஹர்நாம் சிங்குக்குக் கடிதம் எழுதச் செய்தார் 'நீ ஒரு பஞ்சாபி, நீ நடந்துகொள்ளும் முறை நமது இனத்துக்கு நல்லதல்ல. நீ கல்லூரிக்குப் போ. கல்லூரி முதல்வரை உன்னிடம் தயவுகாட்டும்படி

எழுதுகிறேன்'என்று எழுதியிருந்தார். ஆனால், ஹர்நாம் சிங் மசியவில்லை.

அவ்விரு மாணவர்களையும் பாராட்டி சாவர்க்கரும் வேறு இந்தியர் களும் ஒரு கூட்டம் நடத்தினர். அவர்கள் இருவரின் தீரத்தையும் தியா கத்தையும் பாராட்டிவிட்டு, யாரே ஹிந்த் (yare hind) என்னும் பட்டத்தையும் வெள்ளிப் பதக்கத்தையும் வழங்கினார் சாவர்க்கர்.

●

'மிகவும் மகிழ்ச்சியாக இருக்கிறது' என்றார் சாவர்க்கர்.

'எதற்காக இத்தனை மகிழ்ச்சி?' என்று கேட்டார் ஹர்நாம்சிங்.

'இந்தியாவில் மூன்று பத்திரிகை அதிபர்களைக் கைது செய்திருக் கிறார்கள்.'

'இதற்காக யாராவது மகிழ்வார்களா?'

'மாணவர்கள், தலைவர்களைக் கேலி செய்யும் ஆசிரியர்களைத் தட்டிக் கேட்டு பள்ளிகளைவிட்டு வெளியேறுகிறார்கள். இளைஞர்கள் கேளிக் கைகளுக்குச் செல்லாமல் தேசிய எழுச்சிகளில் பங்கு கொள்கிறார்கள். உனக்குத் தெரியுமா, தென் இந்தியாவில் சிதம்பரம் பிள்ளை ஜாமீனில் வெளிவரமாட்டேன் என்று சொல்லிவிட்டார். திலகரையும் பரஞ்ச் பாயையும் கைது செய்துவிட்டார்கள். இந்தியா மூச்சுவிடத்தொடங்கி விட்டது.'

'என்ன சொல்கிறீர்கள்?'

'இந்தியா செத்துப்போய்விட்டது என்று இங்கே எத்தனை பத்திரி கைகள் எழுதின. முன்னெல்லாம் இந்தியாவைப் பற்றிச் செய்தி வெளியிட இங்குள்ள பத்திரிகைகள் பணம் கேட்டன. நமது மிதவாத காங்கிரஸ் தலைவர்கள் இந்தியாவைப் பற்றிச் செய்தி வெளியிடப் பணத்தை அள்ளிக்கொடுத்தனர். இப்பொழுது நம்மவர்கள் தியா கத்தைக் கண்டு, இங்கிலாந்து பதைக்கிறது. தினமும் இந்தியாவைப் பற்றி ஏராளமான செய்திகள் வெளிவருகின்றன. திங்ரா, கர்சான் வைலியைக் கொன்றதும் ஒருவாரம் பத்திரிகைகள் அதையே மாற்றி மாற்றி எழுதின. இந்தியா விழித்துக்கொண்டது. ஆங்கிலேயர்கள் கதிகலங்கப் போகிறார்கள்' என்றார் சாவர்க்கர்.

'உண்மைதான்' என்றார் ஹர்நாம்.

'இந்த விழிப்பு தொடர்ந்திருக்க வேண்டுமானால், அங்கங்கே புரட்சி வெடிக்கவேண்டும். அதற்கு ஆயுதங்கள் நம்மவர்களுக்குத் தேவை.

பிரான்ஸிலிருந்து ஆயுதங்கள் அனுப்புகிறோம். பயந்து பயந்து அனுப்பவேண்டியதிருக்கிறது.'

'ஐயா, நீங்கள் ஓய்வெடுத்துக்கொள்ள வேண்டும் என்றுதான் இந்த வெல்ஸ் பகுதிக்கு வந்துள்ளீர்கள். அபிநவ பாரதத்துக்கு உங்கள் வழி காட்டுதல் வேண்டும். நீங்கள் இப்படி உடல் நோயுற்று இருந்தால் நல்லதல்ல என்று நண்பர்கள் உங்களை இந்த மருத்துவமனையில் சேர்த் திருக்கிறார்கள். எனவே, நீங்கள் எதுவும் எழுதாமலும் பேசாமலும் ஓய்வெடுத்துக் கொள்ளவேண்டும்' என்றார் ஹர்நாம்.

'நான் பேசாமலும் எழுதாமலும் இருந்தால் என் மூச்சு நின்று போகும்' என்றார் சாவர்க்கர்.

'சாவர்க்கர் உங்களுக்கு ஒரு கடிதம் வந்திருக்கிறது' என்று சொல்லி அந்த மருத்துவமனையைச் சேர்ந்த ஒருவன் ஒரு கடிதத்தை அவரிடம் கொடுத்தான்.

அதை வாங்கிப் பிரித்துப் படித்தார். கலங்காத அவர் கண்களில் கண்ணீரைக் கண்டு வியந்தான் ஹர்நாம்.

'ஹர்நாம், நான் கொஞ்சம் தனிமையாக இருக்கவேண்டும்' என்றார் சாவர்க்கர். ஹர்நாம் வெளியே சென்றான். அண்ணியிடமிருந்து வந்திருந்தது. அவரது அண்ணன் கைதாகி, அவர் தனிமையாக இருந் தாலும், ஊக்கம் அளிக்கும் வகையில் கடிதம் எழுதியிருந்தார். அந்தக் கடிதத்தைப் படித்ததும் அவரால் அழுகையைக் கட்டுப்படுத்த இயல வில்லை. மனக்கண்முன் அவருக்குக் கடந்தகால நினைவுகள் வந்தன.

அவரது ஒன்பதாம் வயதிலேயே தாய் இறந்துவிட்டாள். தந்தை இருந் தாலும் அண்ணன் பாபா ராவ் இரவு படுக்கப்போகுமுன் இதிகாச புராணக் கதைகளைச் சொல்லுவார். அவரை ஒத்த வயதினளாக இருந்தாலும் அண்ணிதான் அவரைத் தாய்போல வளர்த்தாள். தன் மைத்துனன் நல்ல அறிஞனாக இருப்பதில் அவளுக்கு அளவில்லாத பெருமை. தான் மேற் கொண்டு படிக்காமல் தம்பியைப்படிக்கவைத்தார் பாபா ராவ். பாபா ராவின் சொற்பச் சம்பளத்தில் குடும்பம் நடைபெற்றுக் கொண்டிருந்த போது, தம்பியின் படிப்புக்காகத் தன் மனைவியின் நகைகளை ஒவ் வொன்றாக விற்றார். கடைசியில் இருந்தது புல்லாக்கு ஒன்றுதான். அண்ணன் நகையைக் கேட்கும் போதெல்லாம் கொஞ்சமும் தயங்காமல் கழற்றிக்கொடுத்த அண்ணி, அந்தப் புல்லாக்கைக் கொடுக்கத் தயங்கிய காட்சி அவர்கண்முன் நிழலாடியது. கணவன் உயிரோடு இருக்கும் போது எந்தப் பெண்ணும் கொடுக்க விரும்பாத அந்த நகையை அண்ணி கழற்றிக் கொடுத்ததையும் நினைத்துப் பார்த்தார். எப்படி அழாமல் இருக்க முடியும்? தான் சம்பாதித்து அண்ணிக்கு எல்லா நகைகளையும் வாங்கிக்

கொடுக்கவேண்டும் என்று அவர் நினைத்தார். ஆனால், இந்தியாவுக்குத் திரும்ப இயலாத அவரால் என்ன செய்ய முடியும்? அண்ணிக்குப் பிறந்த இரண்டு குழந்தைகளும் அல்பாயுசில் இறந்துவிட்டன. தன்னுடைய பையன் பிரபாகரனை அண்ணி தன் சொந்தக் குழந்தையை விடவும் மிக அன்பாகப் பராமரித்து வந்தாள். அவனும் அல்பாயுசில் போய்ச் சேர்ந் தான். குடும்பப்பாரம் முழுதும் அண்ணியின் தலையில்தான். அவள் பெண்ணல்ல. தெய்வம். குடும்பத்தைப் பராமரிக்க அந்தப் பராசக்தியே மனித உருவெடுத்து வந்தாளோ? இப்படியெல்லாம் எண்ணிக் கொண்டிருந்தார். அண்ணிக்குக் கவிதையிலேயே ஆறுதல் கடிதம் எழுதினார்.

அந்தக் கடிதத்தை எழுதித் தபாலில் அனுப்பச் சொல்லிவிட்டுப் படுத் தார். தம்பி பாளேயும் அடிக்கடி கைது செய்யப்பட்டு விடுவிக்கப்படுவ தாக அண்ணி எழுதியிருந்தாள். அவருக்குத் தூக்கம் வரவில்லை. நாடு என்ற பெரிய குடும்பத்தில் தன்னை இணைத்துக்கொண்ட பிறகு தனது குடும்பம் என்று எண்ணுவது கூடத் தவறு என்று அவருக்குத் தோன்றியது.

அந்த நேரம் அவருக்குச் சிகிச்சை அளித்துவந்த இந்திய டாக்டர் ஒரு செய்தித்தாளைக் கொண்டுவந்தார். சாவர்க்கர் அதை வாங்கிப் படித்தார்.

கணேஷ் தாமோதர் சாவர்க்கருக்குத் தீவாந்திர தண்டனை கிடைக்கக் காரணமான, நாசிக் கலெக்டர் ஜாக்ஸனை ஆனந்த கன்ஹரே என்னும் 19 வயதுள்ள இளைஞன் சுட்டுக் கொன்றுவிட்டான் என்றும், ஓர் அழகிய இளைஞனைத் தூக்கு மேடைக்கு அனுப்பும் தண்டனை தரவேண்டியிருக்கிறதே என்று தண்டனை கொடுத்த நீதிபதியே வருந் தினார் என்றும் செய்தி வெளியாகி இருந்தது. அந்தக் கொலைக்குப் பயன்படுத்தப்பட்ட துப்பாக்கி, அயல்நாட்டிலிருந்து வந்ததாகச் செய்தி சொல்லியது. சாவர்க்கருக்குப் புரிந்துவிட்டது.

'சாவர்க்கர், நீங்கள் இனி லண்டனில் இருப்பது ஆபத்து' என்றார் டாக்டர். செய்தியைக் கேள்விப்பட்டு, அவரது நண்பர்கள், வெல் ஸுக்கு வந்தனர். சாவர்க்கர் இனி லண்டனில் இருந்தால் ஆபத்து, உடனே பாரிஸுக்குக் கிளம்ப வேண்டும் என்று கூறினர். பாரிஸுக்குப் போனால் கோழைபோல உயிருக்குப் பயந்து பாதுகாப்பான இடத் துக்கு ஓடிவிட்டதாக உலகம் பழிக்குமே எனப் பயந்தார்.

பாதுகாப்பாற்ற சூழ்நிலையில், தங்குவதற்குக்கூட சரியான இட மில்லாத நிலையில், லண்டனில் இருந்து செய்கிற பணியைவிடப் பாதுகாப்பான சூழலில் மேடம் காமா, ஷியாமாஜி போன்றவர்கள் ஆதரவாக இருக்கும் நிலையில் பாரிஸிலிருந்து அதிகப் பணிகள் செய்ய

முடியும் என்று நண்பர்கள் சொன்னார்கள். வேறுவழியில்லாமல், சாவர்க்கர் ஒப்புக்கொண்டார். அபிநவ பாரத்தின் பொறுப்பை வி.வி.எஸ். ஐயரிடம் ஒப்படைத்தார். அவரை பாரிஸுக்கு அழைத்துப்போக நம்பகமான ஓர் ஆளை மேடம் காமா அனுப்பியிருந்தார். வெல்ஸிலிருந்து லண்டன் சென்றார். அங்கே சாவர்க்கரின் தலைமையில் அபிநவ பாரத்தின் ரகசியக் கூட்டம் அவசரம் அவசரமாக நடந்தது. அதுதான் அவர் இங்கிலாந்தில் கலந்துகொண்ட கடைசிக் கூட்டம். லண்டனிலிருந்து கிளம்பி பாரிஸ் போனார் சாவர்க்கர்.

9. உயிலும் ஏற்பாடும்

‘வாருங்கள் வாருங்கள்’ என்று வரவேற்றார் மேடம் காமா.

‘உங்கள் வரவேற்புக்கு நன்றி. நான் இருக்க வேண்டிய இடத்தை விட்டு விட்டு, வேறு இடத்துக்கு வந்துவிட்டேனோ என எண்ணுகிறேன்’ என்றார் சாவர்க்கர்.

‘சாவர்க்கர், அநாவசியமாக மனத்தைக் குழப்பிக் கொள்ளாதீர்கள். இங்கும் உங்களுக்கு நிறைய வேலை இருக்கிறது. உங்கள் அண்ணனைப் பற்றிக் கேள்விப்பட்டேன். மனத்துக்கு மிகவும் கஷ்டமாக இருக்கிறது’ என்றார் காமா.

‘எங்கள் குடும்பத்தின் முதல் பலி’ என்றார் சாவர்க்கர்.

‘பழிவாங்கிவிட்டார்கள். நாசிக் கலெக்டரைக் கொன்றுவிட்டான் ஆனந்த் கன்ஹரே என்னும் இளைஞன்’ என்றார் காமா.

‘நானும் கேள்விப்பட்டேன். இந்திய இளைஞர்கள் விழித்தெழுந்து விட்டார்கள்’ என்றார் சாவர்க்கர்.

‘உண்மைதான். நீங்கள் மிகவும் மெலிந்துவிட்டீர்களே?’

‘எல்லாவகையிலும் மெலிந்துவிட்டேன்.’

‘சாவர்க்கரா இப்படிப் பேசுவது?’

‘எனக்கு நாட்டு நினைவும் வீட்டு நினைவும் வந்துவிட்டது.’

‘சரி, வாருங்கள். வீட்டுக்குப் போகலாம். நீங்கள் முதலில் என்னோடு தான் தங்கப் போகிறீர்கள். முதலில் உங்களை ஒரு டாக்டரிடம் கூட்டிப் போகவேண்டும்.’

அவர்கள் மேடம் காமாவின் வீட்டுக்குச் சென்றார்கள். அவரைப் பார்ப் பதற்குப் பல நண்பர்கள் வந்திருந்தார்கள். ஷியாமாஜியும் பாரிஸில் தான் இருந்தார். ஆனால், இப்பொழுது அவரது மனநிலை மாற்றம் கண்டிருந்தது. தனிநபர் பயங்கரவாதத்தை முதலில் ஆதரித்துவந்த அவர், மனம் மாறிவிட்டிருந்தார்.

ஓரிரு நாள்களளாவது அவருக்கு ஓய்வுகொடுக்கவேண்டும் என்று மேடம் காமா நினைத்தாலும், அது நடக்கவில்லை. பாரிஸில் உள்ள அபிநவ பாரத் உறுப்பினர்கள் அவரைச் சந்தித்தனர்.

புதிய திட்டங்கள் தீட்டப்பட்டன. குறிப்பாக இந்தியாவுக்கு ஆயுதம் கொடுத்தனுப்ப என்ன செய்யலாம் என்பதைப் பற்றித் தீவிரமாகச் சிந்தித்தனர். இந்தியாவிலிருந்து வந்த செய்திகள் கவலையளித்தன. நாசிக் கொலைவழக்கில் கைதான இளைஞர்களில், அபிநவ பாரத்தைச் சேர்ந்த உறுப்பினர்கள் பலரும் பெரும் சித்திரவதைக்குள்ளானதாகச் செய்திகள் வந்தன. சாவர்க்கரின் தம்பியின் பெயரும் அதில் இருந்தது. தன்னுடைய அமைப்பைச் சேர்ந்த இளைஞர்கள், தன்னுடைய வார்த் தைக்குக் கட்டுப்பட்டு இந்தியாவில் சித்திரவதை அனுபவித்துக் கொண்டிருக்கும்போது, தான் பாதுகாப்பான ஓரிடத்தில் பாதுகாப்பாக இருப்பது சரிதானா என்று தன்னையே கேட்டுக்கொண்டார். இந்தியா வுக்குப் போவது என்பது முடியாத காரியம். அங்கே நடப்பது காட்டு மிராண்டித்தனமான தர்பார். இங்கிலாந்தில் அப்படி இல்லை. கர்சான் வைலி கொலைக்குப் பிறகுகூட அவரைக் கைது செய்யவில்லை. அவர் மேல் அவர்கள் சந்தேகப்பட்டது உண்மை. ஆனால், ஆதாரம் இல்லா மல் அவர்களால் கைது செய்ய முடியாது. எனவே, உடல்நிலை சற்றுத் தேறிய பிறகு லண்டனுக்குத் திரும்பிச் சென்றுவிடலாம் என்று நினைத் தார் சாவர்க்கார். சாவர்க்கரின் உடல்நிலை சீரடையாததால், அவரை மருத்துவரிடம் அழைத்துச் சென்றனர். யாரும் தொந்தரவு செய்யாத தனியிடத்தில் ஓய்வெடுக்க ஏற்பாடு செய்தனர்.

ஒரு நாள், டாக்டரின் அறிவுரையின்படி வெளியிலிருந்த புல்வெளியில் காலார நடந்தார். பிறகு புல்வெளியில் சற்றுப்படுத்தார். அங்கே வந்த ஒருவர் அவரிடம் இந்தியச் செய்திகள் வெளியிடப்படும் பத்திரிகை ஒன்றைக் கொடுத்தார். அதைப் பிரித்துப் படித்தார். ஆனந்த் கன்ஹ ரேக்கும் கார்வே என்ற இளைஞனுக்கும் தூக்குத்தண்டனை வழங்கப் பட்ட செய்திகள் இருந்தன. மேலும் சிலரது பெயர்கள் கொடுக்கப் பட்டிருந்தன. நாராயண சாவர்க்கரின் பெயர் அதில் இல்லை.

இனிமேலும் பாரிஸில் தொடர்ந்திருந்தால் தான் ஒரு தலைவனாக இருப்பதற்குத் தகுதியில்லாதவன் என நினைத்தார் சாவர்க்கர். எனவே, தனது உறுதியான முடிவை நண்பர்களிடம் தெரிவித்தார். அவர் பாரிஸைவிட்டுப் போவதற்கு அவர்கள் இணங்கவில்லை.

அவர் நண்பர்களுடன் பேசிக்கொண்டிருக்கும்போது, சில கடிதங்கள் வந்தன. அவற்றில் ஒன்று, வி.வி.எஸ். ஐயரிடமிருந்து வந்திருந்தது. சாவர்க்கரை லண்டனுக்கு வரும்படி எழுதியிருந்தார் ஐயர்.

அது உண்மையிலேயே ஐயரின் கடிதம்தானா என்ற சந்தேகத்தை எழுப்பினார் காமா அம்மையார்.

'எழுத்தைப் பார்த்தால் அப்படித்தான் தெரிகிறது. ஆனால், சில மாற்றங்களும் தெரிகின்றன. அவசரத்தில் எழுதியிருப்பாரோ என்னவோ?' என்றார் சாவர்க்கர்.

அவரது பிடிவாதம் நண்பர்களுக்குத் தெரியும். எனவே, அவரை மிகுந்த மன வருத்தத்தோடு லண்டனுக்கு அனுப்பிவைத்தனர்.

இங்கிலீஷ் கால்வாயைத் தாண்ட ஒரு ஸ்டீமரைப் பிடித்தார். அக்கரைக்குப் போனதும் ரயிலேறினார். அவருக்குத் தெரியாமல், அவரைத் தொடர்ந்து கண்காணித்து வந்த லண்டன் போலீஸ் 1910-ம் ஆண்டு, மார்ச் மாதம் 13-ம் நாள் அவர் விக்டோரியாவில் வந்து இறங்கியதும் கைது செய்து, பௌ ஸ்ட்ரீட் மாஜிஸ்ட்ரேட் முன் நிறுத்தியது. சாவர்க்கர் சிறையில் அடைக்கப்பட்டார்.

இந்தியா ஹவுஸில் முன்பு சமையல்காரராக இருந்த சதுர்புஜ் ஆமின் என்பவர் கைது செய்யப்பட்டார். லண்டனிலிருந்து அவரது கைத்துப்பாக்கிகளும் ரவைகளும் கடத்தியதாக ஒப்புக்கொண்டார் . இதில் வீரசாவர்க்கரும் பங்குண்டு என்று கருதிய அரசு, அவரைக் கைது செய்ய எண்ணியது.

வீர் சாவர்க்கர் அனுப்பிய கைத்துப்பாக்கிதான் ஜாக்ஸன் கொலைக்குப் பயன்பட்டது என்று சொல்லி இந்திய போலீஸ் அவரை இந்தியாவுக்குத் திருப்பி அனுப்பும்படி வேண்டிக்கொண்டது.

1910-ம் ஆண்டு, பிப்ரவரி மாதம் 8-ம் நாள் லண்டனில் உள்ள பௌ ஸ்ட்ரீட் மாஜிஸ்ட்ரேட் சாவர்க்கரைக் கைதுசெய்ய ஆணை பிறப்பித்தார்.

அரிச்சந்திர கோரேகாவ்கர் எனும் மராட்டியர், இந்தியா ஹவுஸில் தங்கியிருந்தார். அவர் நல்ல பேச்சாளர். வ.வே.சு. ஐயருக்கு அடுத்தபடியாகத் தேசத்தின் மேல் அதிக பக்தி உண்டாகும்படி தனக்கு எழுச்சி ஊட்டியவர் கோரேகாவ்கர் என்று டாக்டர் டி.எஸ்.எஸ். ராஜன் எழுதியிருக்கிறார். வீர் சாவர்க்கரின் மிக நெருங்கிய நண்பராக, நம்பிக்கைக்குப் பாத்திரமானவராக விளங்கினார். 1909-ம் ஆண்டு இறுதியில் அவர் இந்தியா சென்றார். அங்கே சென்ற பிறகு என்ன காரணத்தாலோ அவர் மன நிலை மாறியது. இந்தியா ஹவுஸில் தங்கியிருந்த நண்பர்கள்

அனைவரையும் குறிப்பாக வீர் சாவர்க்கரையும் வ.வே.சு. ஐயரையும் போலீஸில் காட்டிக் கொடுத்துவிட்டார்.

லண்டனில் நடந்த கிளர்ச்சி வரலாறு முழுவதையும் எழுதி இந்திய போலீஸ் அதிகாரிகளிடம் கொடுத்துவிட்டார். 120 தட்டச்சுப் பக்கங் களில் தனது வாக்குமூலத்தைக் கொடுத்திருந்தார் கோரேகாவ்கர். அந்த வாக்குமூலம் சாவர்க்கரை நாசிக் கொலைவழக்கில் சிக்கவைக்கும் முக்கிய ஆதாரமாக ஆனது.

சாவர்க்கர் சிறையிலிருந்தபோது, தனது குடும்ப நிலையை எண்ணிப் பார்த்தார். இப்பொழுது கைது செய்யப்பட்ட நிலையில், அடுத்து என்ன நிகழும் என்று சொல்ல இயலவில்லை. அவரை இந்தியாவுக்குக் கொண்டுசெல்லப் போகிறார்கள் என்பதைத் தெரிந்துகொண்டார். அங்கே கொண்டுபோனால் என்ன நடக்கும் என்பதும் அவருக்குத் தெரியும். விசாரணையெல்லாம் கண்துடைப்புதான். தூக்குத் தண்ட னையோ தீவாந்திரத் தண்டனையோதான் கிடைக்கும். குடும்பத் தினரை, குறிப்பாக அண்ணியை மீண்டும் பார்க்க முடியுமோ, முடியாதோ தெரியவில்லை. எனவே, தனது உயிலை ரகசியமாக எழுதி, அண்ணிக்கு அனுப்ப நினைத்தார். இரவெல்லாம் கண்விழித்து எழுதினார். தன்னைக் காணவந்த ஒருவரிடம் அதை ரகசியமாகக் கொடுத்து அனுப்பச் சொன்னார்.

லண்டனில் சாவர்க்கர் சிறையில் இருந்தபோது, ஐயர் அவரை அடிக்கடி சென்று பார்த்தார். அவர் அப்படிச் சென்று பார்த்ததைக் காவல்துறையினர் கண்காணித்துவந்தனர். சாவர்க்கரை இந்தியாவுக்குக் கொண்டு செல்லும் கப்பல், பிரான்ஸில் உள்ள மார்செய்ல்ஸ் துறை முகத்தில் நின்றுதான் செல்லும். அங்கே அவரைத் தப்பிக்க வைக்கும் ஏற்பாடுகள் பற்றிக் குறிப்பாகப் பேசினார் ஐயர். சாவர்க்கர், ஐயரை உடனே பாரிஸ் செல்லும்படியும் இனி தன்னைச் சிறையில் வந்து சந்திக்கவேண்டாம் என்றும் கூறினார்.

அந்தச் சந்திப்பைப் பற்றி சாவர்க்கரே எழுதியிருக்கிறார். பிறகு, சாவர்க்கர் சிறைச்சாலையிலிருந்து ஐயருக்கு ஒரு கடிதம் எழுதினார்.

பிரின்ஸ்டன் சிறை

21-6-1910 அவு கேட்காதட்

அன்பார்ந்த ரிஷி,

இதற்குள் என்னுடைய கடிதங்கள் இரண்டு மூன்று கிடைத்திருக்க வேண்டுமே! அவை வந்து சேர்ந்தனவா?

வழக்கு இன்று முடியுமா என்று தெரியவில்லை. தீர்ப்பு தெரிந்தது தானே!

என் அருமை ரிஷி, இதற்குள் இவ்வுணவும் வாழ்க்கை முறையும் நன்கு பழக்கப்பட்டுவிட்டன. ஆரம்பத்திலிருந்தே தனி ஆகாரம் கேட்காதது நல்லதாகப் போயிற்று. இப்போது என்னை முற்றிலும் தீவாந்தரக் கைதியாக மாற்ற உடையை மட்டும் மாற்றினால் போதும் ! நான் உடல் நலத்துடன் இருக்கிறேன். என் எடை இரண்டு பவுண்ட் கூடி யிருக்கிறது. உங்களைப்போல் தாடி இருந்திருந்தால் இன்னும் இரண்டு பவுண்ட் கூடியிருக்கும். என் எடை கூடியதைக் கேட்க உங்களுக்கு மகிழ்ச்சியாகயிருக்கும்.

என்னுடைய ரிஷி என்னுடனேயே எப்பொழுதும் இருப்பதைப்போல உணர்கிறேன். எனவே, நம் இருவருக்கிடையே உள்ள தொலைவு தொலைவே அல்ல. நீங்கள் ஒரு கூட்டத்திலோ, அல்லது என்னுடன் பேசிக்கொண்டோ இருப்பதுபோல் உணர்கிறேன். நாம் மக்களுக்கு எப்படி விழிப்புணர்ச்சி ஊட்டுவது என்பதைப் பற்றியும், நமது இனத்தின் மறுஜென்மம் பற்றியும் பேசுகிறோம்.'

அந்த அளவுக்கு சாவர்க்கர் ஐயரை மதித்தார். அவர்களுடைய நட்பு அவ்வளவு ஆழமாக இருந்தது.

ஐயர் செயல் வீரர். எனவே, இந்தியா செல்லும் வழியில் தன்னை மீட்க எப்படியும் ஏற்பாடு செய்வார் எனச் சாவர்க்கர் நம்பினார். சாவர்க்கர் வழக்கை நடத்துவதற்குத் தேவையான நிதி திரட்டுவதற்காக, ஒரு குழு லண்டனில் 1910-ம் வருடம், மார்ச் மாதம் 20-ம் தேதி ஐயர் தலைமையில் அமைக்கப்பட்டது.

சாவர்க்கர் கைது செய்யப்பட்ட செய்தி, உலக அளவில் பெரும் பரபரப்பை ஏற்படுத்தியது. அமெரிக்கா, சீனா, அயர்லாந்து, எகிப்து ஆகிய வெளிநாட்டுப் பத்திரிகைகள் சாவர்க்கரைப் புகழ்ந்து எழுதின. சாவர்க்கர் கைதின் மூலம் இந்திய விடுதலையின் அவசியம் பற்றிய விழிப்புணர்வு ஐரோப்பிய நாடுகளிலும் மேற்கத்திய நாடுகளிலும் ஏற்பட்டது.

சாவர்க்கரை இந்தியாவிடம் ஒப்படைக்கும்படி தொடரப்பட்ட வழக்கில், அவரை இந்தியாவுக்கு அனுப்பும்படி தீர்ப்பு வழங்கப்பட்டது. அதை அறிந்த அவரது ஆதரவாளர்களிடமிருந்து அவருக்குக் கடிதங்கள் வந்து குவிந்தன. சாவர்க்கர் நெகிழ்ந்துபோனார். அவர்களுக்கெல்லாம் அவர் என்ன கைமாறு செய்யக் கூடும். அவரிடமிருந்து சொத்துக்களெல்லாம் பறிக்கப்பட்டாலும்கூட, பறிக்கப்பட முடியாத சொத்து ஒன்று அவரிடம் இருந்தது. அதுதான் அவரது எழுத்து. எனவே தன்னுடைய ஆதரவாளர்

களிடமிருந்தும், நண்பர்களிடமிருந்தும் விடைபெற்றுச் செல்வதாக, ஒரு கட்டுரை எழுதினார். அந்தக் கட்டுரையை எவருக்கும் தெரியாமல் நண்பர்களுக்கு அனுப்பினார்.

இந்தியாவுக்குக் கொண்டுசெல்ல நீதிமன்ற ஆணை கிடைத்துவிட்ட தால், சாவர்க்கரை எந்த வழியாகக் கொண்டுசெல்வது என்று அதி காரிகள் ஆலோசித்தார்கள். இங்கிலீஷ் கால்வாயைக் கடந்து பிரான் சுக்குக் கொண்டு சென்று அங்கிருந்து மார்செய்ல்ஸ் வழியாகக் கொண்டுபோகலாம். ஷியாமாஜி, கிருஷ்ண வர்மா பிரான்ஸில் ஒரு ஹேபஸ் கார்பஸ் மனுப்போட்டு அவரை பிரான்ஸில் தக்கவைத்துக் கொள்ள முயற்சிப்பதாக ஒரு வதந்தி இருந்ததால், பிரான்ஸுக்குள் போகாமல், பே ஆஃப் பிஸ்கே வழியாக மார்செய்ல்ஸ் துறைமுகம் சென்று அங்கிருந்து இந்தியாவுக்கு அழைத்துச் செல்வதாகத் திட்டம். சாவர்க்கர் ஏதாவது சூழ்ச்சி செய்துவிட்டுத் தப்பிச் சென்றுவிடுவாரோ என்று பயந்தனர். எனவே பலத்த பாதுகாப்பு ஏற்பாடுகளோடு, இந்தியாவிலிருந்து அழைத்துப்போகக் காவலர்கள் வந்திருந்தனர். அவர்களோடு ஸ்காட்லாந்து போலீஸ் அதிகாரிகளும் சென்றனர்.

சாவர்க்கர் லண்டனுக்கு வரும்போது, அவருக்கு வயது 22. அங்கிருந்து இந்தியாவுக்கு அழைத்துச் சென்றபோது, வயது 26. இந்த நான்காண்டு இடைவெளியில் அவர் பெயரைக் கேட்டாலே ஆங்கிலேயர் பதைப் பதைத்தார்கள். சாவர்க்கர் லண்டனுக்கு வருவதற்கு முன், லண்டனுக்கு வந்த இந்திய மாணவர்களை ஆங்கிலேயர் அவ்வளவாக மதித்ததில்லை. அவர்களை அடிமைகளாகவே கருதி நடத்தினர். பணங் காய்ச்சி மரங்களான ராஜா வீட்டுக்கன்றுக்குட்டிகளை மட்டும் அவர் களின் ஆடம்பரச் செலவுக்காக மதித்தனர். இந்திய மாணவர்கள் என்ன செய்தாலும் கீழ்ப்படியும் எதிர்ப்புக்காட்டத் தெரியாத அடிமைகள் என்ற அளவிலேதான் அவர்கள் நடத்தப்பட்டார்கள். சாவர்க்கர் வந்த தற்குப் பின்புதான் மாணவர்களையும் ஒரு பொருட்டாக பிரிட்டிஷ் மக்கள் மதிக்கத் தொடங்கினர். அவர்களுக்குள்ளே தேசபக்தி ஊற்றெடுத் துப்பொங்கி வழிவதையும், எதிர்ப்பைக் காட்டத் தயங்கமாட்டார்கள் என்பதையும் புரிந்துகொண்டார்கள். அந்த அளவுக்கு லண்டனில், ஏன், இங்கிலாந்திலேயே ஒரு மாற்றத்தை ஏற்படுத்தியிருந்தார் சாவர்க்கர்.

பாரிஸிலிருந்து அவர் ஏன் லண்டனுக்குத் திரும்பி வந்தார் என்பதற்குப் பல காரணங்கள் கற்பிக்கப்பட்டன. பிரிட்டிஷ் பத்திரிகைகள் கற்பனைச் செய்திகளை அள்ளிக்கொட்டின. அவருக்கு லண்டனில் ஒரு காதலி இருப்பதாக ஒரு பத்திரிகை எழுதியது. பொருளாதார நெருக்கடி, பாரிஸ் வாழ் இந்தியர்களுக்குள்ளே கருத்துவேற்றுமை எனப்பல காரணங் களைக் காட்டின வேறு சில பத்திரிகைகள். 'நாங்கள்தான் வ.வே.சு. ஐயர்

எழுதியதுபோலக் கடிதம் எழுதி வரவழைத்தோம்' என்று போலீஸ் காரர்கள் மார்தட்டிக் கொண்டனர். இவையெல்லாம் தவறு என்று ஷியா மாஜி மறுப்பு எழுதினார்.

தாங்கள் அழைத்துச் செல்வது ஒரு பயங்கரமான போராளியை என்பதை போலீஸ் அதிகாரிகள் அறிந்திருந்தனர். சாவர்க்கர் தலைவராக இருந்த 'அபிநவ பாரத் இயக்கம்' சக்தி வாய்ந்ததென்றும் அதன் உறுப்பினர்கள் எப்பாடுபட்டாவது சாவர்க்கரைத் தப்பிக்க வைக்க முயற்சி செய் வார்கள் என்றும் நினைத்தனர். எனவே, கப்பலில் கட்டுக் காவல் அதிக மாக இருந்தது. அந்தக் கப்பலில் இருந்து அவர் தப்பிக்க முடியாதபடி ஒரு பிரத்யேக அறை உருவாக்கப்பட்டது.

அவரைக் கண்காணிக்கப் பத்து போலீஸ்காரர்கள். அவர்களில் இருவர் அதிகாரிகள். இரண்டு பேராவது எப்பொழுதும் அவரைக் கவனித்துக் கொண்டே இருந்தார்கள். ஆனாலும், எப்படியாவது தப்பிச் செல்ல வேண்டும் என்று சாவர்க்கர் எண்ணினார். தப்பிப்பது அவ்வளவு எளிதல்ல. ஆனால் தப்பிச் சென்றுவிட்டால், அது பிரிட்டிஷ்காரர் களுக்குப் பெருத்த அவமானமாக இருக்கும். உலகளாவிய அளவில் இந்தியப் புரட்சி அமைப்புகளின் சாகசம் பேசப்படும். மாட்டிக் கொண்டால் தப்பிப்போக முயன்றவனை அவர்கள் எவ்வளவு கொடு மைப்படுத்துவார்கள் என்பதற்குச் சரித்திர ஆதாரங்கள் இருக்கின்றன.

அதுமட்டுமல்ல. அவர் மேல் சாட்டப்பட்டிருக்கும் குற்றங்களுக்கு அவ் வளவாக ஆதாரங்கள் இல்லை. அவருடனே இருந்து பழகிய இரண்டு நண்பர்கள் கொடுத்த சாட்சியங்களைத் தவிர வேறொன்றுமில்லை. அவற்றை எல்லாம் சுட்டிக்காட்டி வாதாடினால், ஏழாண்டுகள் மட்டுமே சிறைத்தண்டனை கிடைக்கும். ஆனால் தப்பிச் சென்று மாட்டிக்கொண்டால், அவர்களால் என்ன தண்டனை வேண்டு மானாலும் கொடுக்க முடியும். தப்பிச் சென்று மாட்டிக்கொண்டாலும் அவர் தப்ப முயன்றதே ஒரு வீர வரலாறாக அமையுமல்லவா? இப்படி எல்லாம் அவர் மனம் எண்ணமிட்டுக் கொண்டிருந்தது.

மார்செய்ல்ஸ் துறைமுகத்துக்குச் செல்லவேண்டாமென்ற நிலை மாறி, அங்கே நங்கூரம் அடித்து ஓரிரவு மட்டும் கப்பலை நிறுத்துவது என்று முடிவானது. தனக்குத் தப்பிக்க ஒரு வாய்ப்பு கிடைத்திருப்பதாக சாவர்க்கர் எண்ணினார். அவர் மனம் இப்பொழுது தப்பிக்கவில்லை யென்றால் எப்பொழுதும் இல்லை என்று சொல்லிக்கொண்டிருந்தது.

இளங்காலைப் பொழுது. இன்னும் சிறிது நேரத்தில் கப்பல் புறப்பட்டு விடும். அதற்குள் ஏதாவது செய்தாகவேண்டும். அதிகாரிகள் இரண்டு காவலர்களைக் காவலுக்கு வைத்துவிட்டு உறங்கப் போய்விட்டனர்.

காவலர்கள் அவரைக் கண்ணிமைக்காமல் தங்கள் பார்வையில் வைத்துக்கொண்டிருந்தனர். ஒரு காவலரிடம் கழிப்பறைக்குச் செல்ல வேண்டும் என்று சாவர்க்கர் சொன்னார். கழிப்பறையின் கதவில் கண்ணாடி பொருத்தப்பட்டிருந்தது. எட்டிப்பார்த்தால் உள்ளே என்ன நடக்கிறது என்பது தெரியும். காவலர் அவரைக் கழிப்பறைக்கு அழைத்துச் சென்று வெளியிலே நின்று கொண்டார். உள்ளே சென்ற சாவர்க்கர் தப்புவதற்கு வழி இருக்கிறதா என்று பார்த்தார். சற்று உயரத்தில் போர்ட்ஹோல் என்று சொல்லப்படும் ஒரு துவாரமிருந்தது. ஒரு ஆள் நுழையக்கூடிய அளவுள்ள துவாரம். மளமளவென செயலில் இறங்கினார் சாவர்க்கர்.

கோவணத்தைத் தவிர மற்ற எல்லா உடைகளையும் கழற்றி, கதவுக் கண்ணாடியை மறைத்தார். எளிதாக எட்டிப்பிடிக்க முடியாத உயரத்தில் போர்ட் ஹோல் இருந்தது. இரண்டு முறை முயன்று தோல்வியுற்றார். மூன்றாம் முறை எட்டிப்பிடித்து மெதுவாக ஏறி போர்ட்ஹோல் வழியாகக் கடலில் குதித்துவிட்டார். சத்தம் கேட்டுக் காவலர் கதவைத் தட்டினார். கதவைத் திறக்க முடியவில்லை. சற்றுத்தொலைவில் சாவர்க்கர் கடலில் நீந்திக்கொண்டிருப்பது தெரிந்தது. வேகமாக நீந்தினார்.

காவலர்கள் ஒன்றுசேர்ந்தார்கள். சிலர் கடலில் குதித்துச் சாவர்க்கரைப் பின்தொடர்ந்தனர். வேகமாக நீந்திச் சென்ற சாவர்க்கர் மார்செய்ல்ஸ் துறைமுகத்தில் கரையேறிப் பிரெஞ்ச் மண்ணுக்குள் காலடியெடுத்து வைத்துவிட்டார். தொலைவிலே ட்ராம் ஒன்று வந்துகொண்டிருந்தது. அதை நிறுத்தி ஏறமுடியவில்லை. கட்டணம் கொடுக்கக் கையில் காசுமில்லை. தமது நண்பர்கள் யாராவது வருகிறார்களா என்று பார்த்தார். யாரும் தென்படவில்லை.

பிரெஞ்ச் போலீஸ்காரர் யாரையாவது பார்த்தால் அவரிடம் சொல்லலாம் என சாவர்க்கர் நினைத்தார். பின்னாலேயே பிரிட்டிஷ் போலீஸ்காரர்கள் துரத்திக்கொண்டுவந்தனர். 'திருடன், திருடன், பிடியுங்கள்!' என்று கத்திக்கொண்டே வந்தனர். அச்சமயம் அங்கே ஒரு பிரெஞ்ச் போலீஸ்காரர் வந்தார். கிட்டத்தட்ட நிர்வாணக்கோலத்தில் ஓடிவந்த சாவர்க்கரைப் பார்த்து, அவர் கப்பலிலிருந்து தப்பி வந்த திருடன் என்று நினைத்துவிட்டார். சாவர்க்கர் அவரிடம் சென்று தனக்குத் தெரிந்த பிரெஞ்சிலும் ஆங்கிலத்திலும் தன்னைப் பற்றியும் பிரெஞ்ச் மண்ணில் தான் காலடி வைத்துவிட்டதால் தன்னைத் துரத்தி வரும் ஆங்கில போலீஸ் வசம் தன்னை ஒப்படைக்கக்கூடாதென்றும் கேட்டுக்கொண்டார். பிரெஞ்ச் போலீஸ்காரருக்கு ஆங்கிலம் தெரியாது. ஆங்கில போலீஸ்காரர்கள் நெருங்கி வந்துவிட்டார்கள். அவர்கள் பிரெஞ்ச் போலீஸுக்குச் சில தங்க நாணயங்களைக்கொடுத்து

சாவர்க்கரை ஒப்படைக்கும்படி வேண்டினர். அவரும் ஒப்படைத்து விட்டார். அதேசமயம், மேடம் காமாவும் வ.வே.சு. ஐயரும் அங்கு வந்துவிட்டனர்.

ஐந்து நிமிடங்களுக்கு முன் வந்திருந்தால் சாவர்க்கரை அழைத்துச் சென்றிருப்பார்கள். ஆனால், ஆங்கில போலீஸ்காரர்கள் சாவர்க்கரை இழுத்துச் சென்றுவிட்டனர். அவரை பிரெஞ்சு மண்ணில் கைது செய்தது செல்லாது என்று ஐயர் கத்தினார். பிரெஞ்ச் போலீஸ்காரரிடம் காமா பிரெஞ்ச் மொழியில் எடுத்துச் சொன்னதும்தான் அவருக்குத் தான் தவறு செய்துவிட்டது புரிந்தது. அதற்குள் சாவர்க்கரை ஆங்கில போலீஸ்காரர்கள் கப்பலுக்குக் கொண்டு சென்றுவிட்டனர்.

சாவர்க்கர் எஸ். எஸ். மோரியா கப்பலுக்குள் நுழைந்ததும், ஒரு காவலர் அவரைக் கைத்தடியால் பின் மண்டையில் தாக்கினார். சாவர்க்கர் சட்டென்று சுழன்று அதைக் கையில் பிடித்துக்கொண்டு சொன்னார். 'நான் சாவதற்கு அஞ்சவில்லை. ஆனால் நீங்கள் என்னைக் கொல்ல நினைத்தால், உங்களில் ஒருவனையாவது கொன்றுவிட்டுத்தான் சாவேன்' என்று சொன்னார். அவர் பேசுகிறபோது எப்போதும் ஒரு கம்பீரம் இருக்கும். எப்பேர்ப்பட்ட எதிரியும் அதைக்கண்டு பயப் படுவான். இந்த முறையும் அப்படித்தான் நடந்தது. காவலர்கள் அவரிடமிருந்து விலகி நின்றார்கள். ஆனால், இந்த முறை அவருடைய இயக்கம் 4 அடிக்கு 4 அடி அறைக்குள் முடக்கப்பட்டது. அந்த அறையில் எப்பொழுதும் மின்விளக்கு எரிந்துகொண்டிருந்தது. பல நாள்களுக்குச் சூரிய வெளிச்சத்தையே பார்க்க முடியவில்லை. அவருடைய அறையை ஒட்டி ஒரு வாளைத் தொங்கவிட்டிருந்தார்கள்.

ஒருநாள் காவலன் ஒருவன் அவரை வாய்க்கு வந்தபடி திட்டினான். அந்த அறைக்குப் பக்கத்தில் அதிகாரியின் கோட்டுக் கழற்றி வைக்கப் பட்டிருந்தது. அதில் ஒரு ரிவால்வர் வெளியே நீட்டிக்கொண்டிருந்தது. சரேலனப் பாய்ந்து அதைக் கையில் எடுத்தார் சாவர்க்கர். 'இன்னொரு முறை திட்டினால் இந்த ரிவால்வார் உன்னைப் பதம் பார்க்கும். நான் சாவதைப் பற்றி எனக்குக் கவலையில்லை. உனக்குக் குழந்தை குட்டிகள் இருக்கிறார்கள் அல்லவா?' என்று கேட்டார். அவன் பயந்துபோய் இனித் திட்ட மாட்டேன்' என்றான். ரிவால்வர் பழைய இடத்தில் வைக்கப் பட்டது. அதன் பிறகு அந்த வாள் அந்த அறையிலிருந்து நீக்கப்பட்டது. திட்டுவதையும் நிறுத்திவிட்டார்கள். கப்பல் ஏடன் துறைமுகத்தை அடைந்தது. வெளியிலே கடலைப் பார்த்தார். அவர் மனம் வெதும்பியது. அந்த இக்கட்டான சூழ்நிலையிலும் கவிதை எழுதினார் சாவர்க்கர்.

10. ஆயுள் தண்டனை

'இது அநியாயம்' என்றார் நாசிக் பிரமுகர் ஒருவர்.

'எது அநியாயம்?' என்று கேட்டார் அவரது நண்பர்.

'விநாயக் தாமோதர் சாவர்க்கரை விசாரிக்க தனிகோர்ட்டு அமைக்கப் புதுச் சட்டம் போட்டு இருக்கிறார்களாம். அதுவும் பின் தேதியிட்ட சட்டமாம். நாசிக் கொலைவழக்கில் சம்பந்தப்பட்டவர்களையும் விசாரிப்பார்களாம்.'

'இவர்களைத் தட்டிக் கேட்க யாரும் இல்லையா?'

'தட்டிக்கேட்கும் தைரியமுள்ள சாவர்க்கர் சிறையில் இருக்கிறார். என்ன செய்ய?. தனிகோர்ட்டில் ஜூரிகள் கிடையாதாம். அதன் தீர்ப்புக்கு அப்பீல் கிடையாதாம்.'

'இது அராஜகம்.'

'உண்மைதான். நாளை வழக்கு விசாரணைக்கு வருகிறது.'

பம்பாய் ஹைகோர்ட்டில் சாவர்க்கரோடு நாசிக் வழக்கில் சம்பந்தப் பட்ட அனைவரையும் தனி நீதிமன்றத்தில் விசாரிக்க ஏற்பாடு செய்யப் பட்டிருந்தது. எஸ். எஸ். மோரியாவிலிருந்து இறங்கிய பிறகு அவரை மிகுந்த பாதுகாப்போடு நாசிக் சிறைக்குக் கொண்டுசென்றனர். ஐயர், காமா ஆகியோரின் முயற்சியால் ஹேக் உலக ட்ரிப்யூனலில் அவரது வழக்கு விசாரிக்கப்படுவதாக அவருக்குச் செய்தி கிடைத்தது. அதில் வெற்றி பெறுவோம் என்ற நம்பிக்கை இல்லையென்றாலும் அந்தத் தீர்ப்பு வரும்வரை இந்தியாவில் கொடுக்கப்படும் தீர்ப்பை அமல்படுத்த முடியாது.

‘சாவர்க்கர் விடுதலைக் குழு’ என்ற ஓர் அமைப்பை உருவாக்கி, வீர் சாவர்க்கரை பிரெஞ்ச் எல்லையில் பிடித்தது செல்லாது என்று போராடினர் ஐயர். பிரெஞ்சு பத்திரிகைகள் பல அதை ஆதரித்துச் செய்தி வெளியிட்டன. பிரெஞ்சு நாடாளுமன்றத்தில் சோஷலிஸ்ட் தலைவர் ஜீன் ஜாரஸ் ஓர் அவசரத் தீர்மானம் கொண்டுவந்தார். சாவர்க்கரை பிரான்ஸிடம் ஒப்படைக்க வேண்டும் என்பதுதான் அந்தத் தீர்மானம். சாவர்க்கரைத் தங்களிடம் ஒப்படைக்க வேண்டுமென்று பிரெஞ்சு அரசாங்கம் பிரிட்டிஷ் அரசைக் கேட்டது. ஆனால், பிரிட்டிஷ் அரசு ஒப்படைக்க மறுத்துவிட்டது. சர்வதேச சோஷலிஸ்ட் மாநாடு, டென் மார்க் தலைநகர் கோபன்ஹேகனில் நடைபெற்றது. அந்த மாநாட்டில் சாவர்க்கர் விஷயம் பேசப்பட்டு, சாவர்க்கரை பிரெஞ்ச் அரசிடம் ஒப்படைக்கவேண்டும் என்று தீர்மானம் நிறைவேற்றப்பட்டது. மாநாட்டுக்கு பாரிஸ் குழு, வ.வே.சு. ஐயரை அனுப்பியிருந்தது. ஐயர், பார்வையாளராக அதில் கலந்துகொண்டார்.

தான் தப்பிச் செல்ல முயற்சி செய்தது உலக அரங்கின் கவனத்துக்கு வந்திருக்கிறது என்பது சாவர்க்கருக்கு மகிழ்ச்சியைத் தந்தது. தப்பிச் சென்று, பிடிபட்டுவிட்டாலும் அந்தத் தோல்வியும் ஒரு வெற்றிதான் என்று நினைத்தார். ‘அபிநவ பாரத்தின் தலைவன்’ என்ற கௌரவத்தைத் தான் காப்பாற்றிவிட்டதற்காக மகிழ்ந்தார். உடல் ரீதியாக என்ன கொடுமை வந்தாலும் தாங்கிக்கொள்வதற்குத் தயாராக இருப்பவர்கள் மட்டும்தான் அபிநவ பாரத்தின் உறுப்பினராக இருக்கலாம் என்பது விதி. அதை நிரூபிப்பதற்குத் தனக்கு ஒரு வாய்ப்பு கிடைத்திருக்கிறது என்று நினைத்துக்கொண்டார் சாவர்க்கர்.

ஹேக் ட்ரிப்யூனலில் வழக்கு நடந்து கொண்டிருக்கும்போது, உலக நீதிமன்றத்துக்கு ஓர் அறிக்கை எழுதி நம்பகமான ஆள் மூலம் கொடுத்தனுப்பினார். தப்பிச் செல்ல சாவர்க்கர் செய்த வீரச் செயலை அறிந்த பல்வேறு நாடுகளின் பத்திரிகைகள் சாவர்க்கரின் புகைப்படத்தோடு செய்தி வெளியிட்டன. பிரான்ஸுக்கும் ஜெர்மனிக்கும் அரசியல் ரீதியாக நட்பு அவ்வளவு சரியில்லை என்பதாலும் பிரான்ஸ் வருங்காலத்தில் பிரிட்டனைச் சார்ந்திருக்கும் நிலை ஏற்படலாம் என்று எண்ணியதாலும் இந்த விஷயத்தில் பிரெஞ்ச் அரசு தீவிரம் காட்ட இயலவில்லை. எனவேதான் வழக்கு, உலக நீதிமன்றத்துக்குச் சென்றது.

சாவர்க்கரை எஸ். எஸ். மோரியா கப்பலில் அழைத்து வந்த இந்திய போலீஸ் அதிகாரிகள் பதவி இறக்கம் செய்யப்பட்டனர். அவரை ஆங்கிலேய அதிகாரிகளிடம் ஒப்படைத்த பிரெஞ்ச் போலீஸ்காரர் கடமை தவறிய குற்றத்துக்காகச் சிறையில் அடைக்கப்பட்டார்.

பம்பாய் ஹைகோர்ட்டில் வழக்கு தொடங்கியது. சாவர்க்கரையும் குற்ற வாளிகள் என்று கருதப்பட்ட மற்றவர்களையும் அழைத்துவந்தனர். வேறு யாருக்கும் விசாரணைக் கூடத்துக்குள் அனுமதி கிடையாது. அவருடன் நாற்பது ஐம்பது பேர் குற்றம் சாட்டப்பட்டிருந்தனர். சாவர்க்கர் அந்தக் கூடத்துக்குள் நுழைந்ததும் எல்லோரும் எழுந்து நின்று, கைதட்டி ஆரவாரம் செய்தனர். அவர்களில் பெரும்பாலானோர் அபிநவ பாரத் உறுப்பினர்கள்.

சாவர்க்கர் அவர்கள் யாரையும் தெரிந்ததாகக் காட்டிக்கொள்ளவில்லை. அப்படிக் காட்டிக்கொண்டால் அவர்களுக்கிடையே உள்ள பரிச்சயம் தெரிந்துவிடும். அதனால் இருவருக்குமே ஆபத்து. எனவே, ஒரு தலைவன் தொண்டர்களைப் பார்ப்பதுபோலத்தான் அவர் நடந்து கொண்டார். அந்தக் கூட்டத்தில் 19 வயது இளைஞன் ஒருவன் இருந் தான். அவனை எங்கேயோ பார்த்ததுபோல் இருக்கிறதே என்று நினைத் தார். அந்த இளைஞன் வேறு யாருமில்லை. அவருடைய தம்பி நாராயண சாவர்க்கர்தான். 'பாளா' என்றழைக்கப்படும் அந்தத் தம்பியை அவர் 15 வயதில் பார்த்தது. நான்கு ஆண்டுகளில் நன்கு வளர்ந் திருந்தான். அங்கிருந்த யாரும் மற்றவரோடு பேசக் கூடாது என்று சொல்லப்பட்டிருந்ததால் சாவர்க்கர் தம்பியிடம்கூடப் பேசவில்லை.

'மிஸ்டர் விநாயக் சாவர்க்கர். உங்களுக்குத் தனியாக நாற்காலி போடச் சொல்கிறேன். நீங்கள் உங்களுக்காக ஒதுக்கப்பட்டுள்ள தனியிடத்தில் நாற்காலியில் அமர்ந்துகொள்ளலாம்' என்றார் நீதிபதி.

'தங்களுடைய கருணைக்கு நன்றி. நான் மட்டும் தனியாகக் கவனிக் கப்படுவதை விரும்பவில்லை. இங்கே குற்றஞ்சாட்டப்பட்டிருக்கும் மற்றவர்களோடு இங்கேயே இருக்கிறேன்' என்றார் சாவர்க்கர்.

'நீங்கள் ஏதாவது சொல்ல விரும்புகிறீர்களா?'

'நான் இங்கே சர்வதேசச் சட்டத்துக்குப் புறம்பாகக் கைது செய்யப்பட்டு கொண்டுவரப்பட்டிருக்கிறேன். நான் இப்பொழுது பிரெஞ்ச் மண்ணைச் சேர்ந்தவன். எனவே, இந்த விசாரணையை என்னால் ஒத்துக்கொள்ள முடியாது. எனவே, எந்தக் குறுக்கு விசாரணைக்கும் நான் ஆட்படமாட்டேன். இந்திய எல்லைக்குள் பிரிட்டிஷ் விசா ரணையை என்னால் ஒத்துக்கொள்ள முடியாது'என்றார் சாவர்க்கர்.

70 நாள்கள் விசாரணை தொடர்ந்தது. கைதிகளுக்குள் ஒரு பரிபாஷை நிலவியது. மரணதண்டனையோ, தீவாந்திரத் தண்டனையோ பெற்ற வர்கள் முதல் வகுப்பில் தேறியவர்கள். ஏழெட்டாண்டுகள் தண்டனை பெற்றவர்கள் இரண்டாம் வகுப்பு. குறைந்த தண்டனையோ விடு தலையோ பெற்றவர்கள் தேர்வில் தோற்றவர்கள்.

அன்று தீர்ப்புநாள். பலர் முதல் வகுப்பில் தேறினர். தீர்ப்பு வழங்கப்படும் பொழுது தீர்ப்புப் பெற்றவர் எழுந்து நின்று 'சுதந்தர தேவிக்கு ஜே!' என்று கோஷமிட்டார். மற்றவர்களும் கோஷமிட்டனர். 'பாளா' தேர்வில் வெற்றிபெறவில்லை. வெறும் ஆறுமாதத் தண்டனைதான் அவனுக்குக் கிடைத்திருந்தது.

இறுதியாகச் சாவர்க்கருக்குத் தீர்ப்பு. ஆயுள்தண்டனை. அதாவது 25 ஆண்டுகள் தீவாந்திரத் தண்டனை. சாவர்க்கர் சற்றே எழுந்து நின்று நீதிபதிக்கு நன்றி சொன்னார். நீதிபதி தீர்ப்புக்கொடுத்துவிட்டு எழுந்து செல்லும் பொழுது, எல்லோரும் எழுந்து நின்று 'சுதந்தர லக்ஷ்மிக்கு ஜே!' என்று குரல் கொடுத்தனர். நீதிபதி எரிச்சலுற்று காவலரைப் பார்த்தார். காவலர்கள் குற்றவாளிகளை நோக்கி, ' இப்பொழுது நீங்கள் கைதிகள். உங்களுக்குக் கத்துவதற்கு உரிமைஇல்லை' என்று சொல்லிக் கொண்டே தடியால் அடிக்கத் தொடங்கினார்கள்.

சாவர்க்கரை விலங்கு போட்டு அழைத்துச் சென்றனர். ஹேக் ட்ரிப் யூனல் தீர்ப்பு வரும்வரை அவர் கைதியல்ல. அவர் காலையில் சிறிது தூரம் நடப்பதற்கு அனுமதிக்கப்பட்டார். தனிச் சாப்பாட்டுக்கும் ஏற் பாடு செய்யப்பட்டிருந்தது. அதேசமயம், அவர் மீது வேறொரு வழக்கு தொடரப்பட்டு விசாரிக்கப்பட்டது. இந்தியாவில் பிரிட்டிஷ் விசார ணையைத் தம்மால் ஏற்கமுடியாது என்ற முடிவிலிருந்து சாவர்க்கர் மாறவில்லை. நாசிக் கலெக்டர் கொலைவழக்கில் குற்றவாளிகளைத் தூண்டி அவர்களுக்கு உதவியதாக அவர் மேல் குற்றச்சாட்டு. அவருக்கு மரணதண்டனை வழங்காமல், இரண்டாம் முறையாக ஆயுள்தண்டனை வழங்கப்பட்டது. முதல் இருபத்தைந்தாண்டுகள் தண்டனை முடிந்த தும் அதைத்தொடர்ந்து இந்தத் தண்டனையை அனுபவிக்க வேண்டும் என்று தீர்ப்பில் சொல்லப்பட்டிருந்தது. சாவர்க்கர் தமது கவலையை வெளிக்காட்டிக் கொள்ளவில்லை. ஹேக் வழக்குத் தம் பக்கம் சாதக மாக இருக்கும் என்று அவர் எண்ணவில்லை. என்றாலும் ஒரு மூலையில் கொஞ்சம் நம்பிக்கை இருந்தது.

பம்பாயில் இருந்த டோங்க்ரி சிறையில் அவர் அடைக்கப்பட்டார். இன்னும் கைதி உடை கொடுக்கப்படவில்லை. காலையில் ஒரு காவலர் வந்து அவரை நடப்பதற்கு அழைத்துக்கொண்டுசெல்வார். அந்தச் சிறைச்சாலையை ஒட்டி, ஒரு மருத்துவமனையும் சில குடியிருப்பு களும் இருந்தன. அவர் நடந்துசெல்லும் மைதானத்தை மருத்துவ மனையிலிருந்தும் வீடுகளிலிருந்தும் மக்களால் பார்க்க முடியும். அவரைப் பற்றி அறிந்த சிலர் அவரைப் பார்ப்பதற்கென்றே அங்கே ஜன்னல் ஓரம் வந்து நின்று கையசைப்பார்கள். சிலர் அழுவதைக்கூட அவர் பார்த்திருக்கிறார். கேலியாகச் சிரிப்பவர்களும் உண்டு. ஒருநாள்

ஒரு வீட்டிலிருந்து ஒரு பெரியவர் கையசைத்து உரக்கப் பேசி அவருக்கு வணக்கம் சொன்னார். சாவர்க்கரும் பதில் வணக்கம் சொன்னார். இதைக் கவனித்த காவலர் அவர் வீட்டுக்குச் சென்று அவரை மிரட்டினார். இதைக் கேள்விப்பட்டார் சாவர்க்கர். அதிலிருந்து தன்னால் யாருக்கும் தொந்தரவு நேரக்கூடாதென்று யாரையும் நேரிடையாகப் பார்க்காமல் நடந்துசென்றார் சாவர்க்கர்.

அந்தச் சிறைச்சாலையில் இருந்த சில காவலர்கள் மிகுந்த அன்புடனும் மரியாதையுடனும் அவரிடம் நடந்து கொண்டனர்.

ஒரு நாள் ஒரு காவலர் வந்து சாவர்க்கரைச் சந்தித்தார். 'ஐயா, ஹேக் டிரிப்யூனல் தீர்ப்பு உங்களுக்குப் பாதகமாக அமைந்துவிட்டது. நீங்கள் ஐம்பது ஆண்டுகள் தண்டனையையும் அனுபவித்துத் தீரவேண்டும் போலிருக்கிறது' என்றார்.

'ஹேக் தீர்ப்பு எனக்குச் சாதகமாக அமையும் என்று நான் நினைக்க வில்லை. அந்தத் தீர்ப்பின் நகல் எனக்குக் கிடைக்குமா?'

'முயற்சி செய்து பார்க்கிறேன். நான் சொன்ன செய்தியைக் கேட்டு நீங்கள் கொஞ்சமும் கலங்கவில்லையே! இதைக் கேள்விப்பட்ட என்னா லேயே தாங்க முடியவில்லை நீங்கள் இவ்வளவு சாதாரணமாக இருக் கிறீர்களே!' என்று கலங்கினார் அவர்.

'உங்கள் உதவிக்கு நன்றி' என்றார் சாவர்க்கர்.

சிறிது நேரம் கழித்து, சிறை அதிகாரி ஒருவரும் அவருடன் சாப் பாட்டை எடுத்துக்கொண்டு வேறொருவரும் வந்தனர். அந்தப் பணியாள் சாப்பாட்டை மேஜையில் வைத்தார். அது கைதிகளுக்கான சாப்பாடு அல்ல. பிரத்யேகமான நல்ல உணவு. ஆனால், அந்தச் சாப் பாட்டைக்கூட சாவர்க்கர் ரசித்துச் சாப்பிடவில்லை.

'ஏன் நல்ல சாப்பாட்டைக்கூட நீங்கள் சரியாகச் சாப்பிட மாட்டே னென்கிறீர்கள்?' என்று அதிகாரி கேட்டார்.

'இது அருமையான சாப்பாடுதான். ஆனால், இது நாளையும் கிடைக்குமா என்று தெரியவில்லை. எனவேதான் சுவையான சாப் பாட்டை ஒதுக்கிவைத்துவிட்டு மற்றவற்றைச் சாப்பிட்டேன். நாளை நடக்கப் போவதற்கு இன்றே பழகிக்கொள்ள வேண்டுமல்லவா?'

'நீங்கள் கவலைப் படவேண்டாம். ஹேக் தீர்ப்பு வந்துவிட்டதாம். உங்களைப் பிரான்ஸுக்குத் திருப்பி அனுப்பச் சொல்லியிருக்கிறார் களாம். எனவே, கைதியாக அவதிப்படவேண்டாம்' என்றார். உண்மையில் ஹேக்கில் என்னதான் நடந்தது?

ஹேக் ட்ரிப்யூனல் 14-2-1911 அன்று கூடியது. மூன்று நாள்கள் விவாதம் நடந்தது. பிறகு தீர்ப்பளித்தது.

'சாவர்க்கரைக் கைது செய்தது முறையற்றது. ஆனால், சர்வதேசச் சட்ட மீறல் நடைபெறவில்லை. ஒருநாட்டின் கைதியை இன்னொரு நாட்டின் முகவர் பிடித்து ஒப்படைத்திருக்கிறார். இதில் சட்ட மீறல் இல்லை. எனவே, விநாயக் தாமோதர் சாவர்க்கரை பிரெஞ்ச் ரிபப்ளிக் அரசிடம் ஒப்படைக்கத் தேவையில்லை என்று இந்தத் தீர்ப்பாணையும் தீர்ப்பு வழங்குகிறது' என்று ஹேக் ட்ரிப்யூனலின் தீர்ப்பு சொன்னது. சாதகமா பாதகமா என்று தெரியாத நிலையில் சாவர்க்கர் குழம்பிக் கொண்டிருந்தபோது, ஒரு காவலாளி ஓடி வந்தான்.

'ஜமேதார் வந்து கொண்டிருக்கிறார்' என்றான்.

அந்தச் சிறைச்சாலையின் மேலதிகாரி வந்தார்.

'சாவர்க்கர், இப்பொழுதிலிருந்து உங்கள் உடை மாற்றப்படுகிறது. நீங்கள் கைதியின் உடையைத்தான் அணியவேண்டும். இன்றிலிருந்து உங்கள் ஐம்பதாண்டு தண்டனை தொடங்குகிறது' என்றார்.

சாவர்க்கர் தனது வழக்கமான உடைகளைக் களைந்துவிட்டுக் கைதியின் உடையை அணிந்தார். அதை அணியும் போது, இனித் தனது வாழ் நாளில் தனது வழக்கமான ஆடையை அணியமுடியுமா அல்லது இதே உடையுடன்தான் தன் செத்த உடல் வெளியே எடுத்துவரப்படுமா என்று தெரியவில்லை என்று நினைத்தார். மேலதிகாரி அங்குமிங்கும் நடந்து பேச்சுக் கொடுத்துக்கொண்டே இருந்தார். சூழ்நிலையின் இறுக்கம் குறையவேயில்லை. அப்பொழுது சிறைச்சாலைப் பணியாள் ஒருவன் ஓர் இரும்புத் தகட்டைக் கொண்டுவந்தான். அது கைதிகள் அணிய வேண்டிய அடையாளத் தகடு. அதில் அவர் விடுதலையாகும் ஆண்டு பொறிக்கப்பட்டிருந்தது. அதைக் கைதி எப்பொழுதும் தன் மார்பகப் பகுதியில் அணிந்திருக்கவேண்டும். சாவர்க்கர் அதைப் பார்த்தார். 1960 என்று எழுதப்பட்டிருந்தது. முதலில் பார்த்தபோது சாதாரணமாக ஒரு வேடிக்கை பொருளைப் பார்ப்பது போல்தான் பார்த்தார். ஆனால், திடீரென்று 1960 என்ற அந்த நான்கு எண்கள் நான்கு சம்மட்டிகளாக மண்டையில் ஓங்கியடித்ததைப் போலிருந்தது. 1911 முதல் 1960 வரை. 50 ஆண்டுகள். அந்த 50 ஆண்டுகளும் உயிர்வாழ்ந்து அந்தத் தகட்டைத் தூக்கி எறிவோமா அல்லது அந்தத் தகட்டைச் சுமந்துகொண்டே தன் வாழ்வு முடிந்துவிடுமா என்று யோசித்தார். அதை அவர் பார்த்துக் கொண்டிருக்கும்போது சிறைச்சாலை மேலதிகாரி 'சாவர்க்கர், நீங்கள் பயப்படத் தேவையில்லை. காருண்யமிக்க பிரிட்டிஷ் சர்க்கார் உங்களை 1960-ல் வெளியே விட்டுவிடுவார்கள்' என்றார். அந்தக் குசும் புத்தனமான பேச்சு சாவர்க்கரை உசுப்பிவிட்டது.

‘பிரிட்டிஷ் அரசைவிடக் காருண்யம் மிக்கது சாவு. அது அதற்கு முன்னர் என்னை வெளியே விட்டுவிடலாமல்லவா?’

அதைக் கேட்ட அந்த அதிகாரி பலமாகச் சிரித்தான். சாவர்க்கரும் சிரித்தார். ஆனால் அவருடைய சிரிப்பு வேண்டுமென்றே பலவந்தமாக வெளிக்கொண்டு வந்த சிரிப்பு.

அன்று இரவு மனத்தில் ஒரே குழப்பம். அதையெல்லாம் ‘சப்தர்ஷி’ என்ற தலைப்பில் எழுதிய தொடர் கவிதையில் எழுதியிருக்கிறார்.

மறுநாள் காலை வழக்கமாக சாவர்க்கரை நடப்பதற்கு அழைத்துச் செல்லும் காவலர் வந்தார். ‘நேற்றே உங்கள் தண்டனைக் காலம் தொடங்கிவிட்டது. ஆனால் இன்றும் உங்களை நடைப்பயிற்சிக்கு அழைத்துச் செல்லும் படி சாஹேப் சொன்னார். வாருங்கள் போகலாம்’ என்று சொல்லி அழைத்துச் சென்றார் காவலர்.

சிறிது நேரம் நடந்தபிறகு அங்கிருந்த ஒரு கல்லில் அமர்ந்தார். ஒவ் வொரு நாளும் நடக்கும்போது யோக சூத்திரத்தின் சூத்திரங்களை மனத்தில் சொல்லி வருவது வழக்கம். அப்படியே அன்றும் சொல்லிக் கொண்டிருந்தார். ‘நேரமாகிவிட்டது போகலாம்’ என்று, கூட வந்த ஹவில்தார் அழைத்தார். அவர் அறைக்குச் சென்றார். அங்கே அவருடைய முக்கிய உடமைகளாகிய புத்தகங்கள் அகற்றப்பட்டிருந் தன. அவர் அங்கே இல்லாத நேரத்தில் அவருடய பொருள்கள் சோத னையிடப்பட்டிருந்தன. அந்த நேரத்தில் அவர் அங்கே இருக்க வேண்டாம் என்பதற்காகத்தான் நடைப்பயிற்சிக்கு வழக்கமாக அழைத் துச்செல்வதைப்போல கூட்டிப்போயிருக்கிறார்கள். அவருடைய அறையில் ஒரு மூலையில் போய் அமர்ந்தார். இனி வரப்போவதற்கு முன்னோட்டம்தான் அந்தச் சோதனை என்பது அவருக்குப் புரிந்தது. சிறிது நேரத்தில் ஒரு ஹவில்தார் ஒரு பணியாள் பின்தொடர வந்தார்.

‘ஐயா. உங்களைக் கடவுள் கடுமையாகச் சோதிக்கிறார். அந்தச் சோதனையைக் கொடுப்பதில் நானும் ஓர் ஆளாக இருக்க வேண்டியிருக் கிறது’ என்றார் அந்தப் பணியாள். ஒரு பெரிய மூட்டையை அவர்முன் போட்டார். அது கொச்சக் கயிறு மூட்டை.

‘ஐயா, உங்களுக்கு இந்த வேலையைக் கொடுக்கச் சொல்லி உத்தரவு. நீங்கள் கயிறு திரிக்க வேண்டும். இந்தக் கைதி அதை எப்படிச் செய்வது என்று உங்களுக்கு விளக்குவார். இந்தக் கயிற்றைத் துண்டுகளாக்கி இழை களைப் பிரித்து மீண்டும் முறுக்கிக் கயிறாக்க வேண்டும். இதற்குக் ‘கயிறு திரித்தல்’ என்று பெயர். இதை நீங்கள் செய்யவேண்டும். முடிந்தவரை செய்யுங்கள்’ என்று கனிவோடு சொன்னார் ஹவில்தார்.

தனக்குக் கொடுக்கப்பட்ட தண்டனை கடுங்காவல் தண்டனை என்பது சாவர்க்கருக்கு அதுவரை தெரியாது. சாதாரணத் தண்டனை என்று எண்ணியிருந்தார். ஆனால் கடுங்காவல் தண்டனை என்று தெரிந்ததும் சற்றே ஆடிப்போய்விட்டார். 50 ஆண்டுகள் கடுங்காவல் தண்டனையை எப்படிக்கழிப்பது என்ற கவலை தொற்றிக்கொண்டது. ஆனால், உடனே சுதாரித்துக்கொண்டார். வேலையும் தியாகமே என்ற உணர்வு மேலோங்கியது. எனவே, தனக்குக் கொடுக்கப்பட்ட வேலையைச் செய்யத் தொடங்கினார்.

முதலில் இருபத்தைந்து ஆண்டுகள் சிறைத்தண்டனை என்று சொன்ன போது, அதை எப்படிக்கழிப்பது என்று மனத்துக்குள் ஒரு திட்டம் போட்டார். அவருடைய நீண்ட நாள் ஆசை ஒரு காவியம் எழுத வேண்டும் என்பது. வெளியில் இருந்தபோது மற்றப்பணிகளால் அது சாத்தியப்படவில்லை. எனவே, அந்தத் தண்டனையை ஒரு வாய்ப் பாகப் பயன்படுத்த எண்ணினார். ஐம்பது ஆண்டுகள் என்று சொன்னதும் அந்தத் திட்டத்தை விரிவுபடுத்த வேண்டியிருந்தது. ஒரு நாளைக்குப் பத்துப் பதினைந்து வரிகள் எழுதினால்கூட தனது தண்டனைக் காலத்தில் 50,000 பாடல்கள் கொண்ட காவியத்தை எழுதி விட முடியும். ஆனால் அதிலும் ஒரு சிக்கல் இருந்தது. எழுதுவதற்குப் பென்சிலும் தாளும் கிடையாது. மனத்திற்குள் எழுதி, அதையே மனப்பாடம் செய்து தொடரவேண்டும்.

முதலில் எங்கே தொடங்குவது? மாஜினிக்குப் பிறகு அவருக்கு அதிகம் பிடித்தவர் குருகோவிந்த சிங். அவருடைய வரலாறை முதலில் எழுதலாம் என நினைத்தார். இருவருக்கும் நிறைய விஷயங்களில் ஒற்றுமை இருந்தது. இவரும் குடும்பத்தைப் பிரிந்து நாட்டுப்பணியில் இன்னல்படுகிறார். அவரும் தாய், மனைவி பிள்ளைகள் எனக் குடும்பம் முழுவதையும் இழந்தவர். எனவே அவருடைய வாழ்வு, தன் வாழ் வோடு ஓரளவு ஒத்துப்போவதால் குருகோவிந்த சிங்கைப் பற்றி எழுதத் தொடங்கினால் தன் மனத்துக்கு ஆறுதல் கிடைக்கும் என்று எண்ணினார். ஆனால், வரலாற்றுத் தேதிகளைச் சரிபார்த்துக்கொள்ளப் புத்தகம் எதுவும் கிடையாது. என்றாலும் அக்கறையோடு எழுதத் தொடங்கினார். மனம் சற்றே அமைதி அடைந்ததால், தனக்குக் கொடுக் கப்பட்ட வேலையை அவரது கைகள் வேகமாகச் செய்தன. அந்த வேலைக்குப் பழக்கப்படாத அவரது மென்மையான கரங்களில் கொப் புளங்கள் தோன்றின. சில உடைந்து ரணமாயின. எரிச்சல் எடுத்தது. என்றாலும் தினமும் அந்த வேலையை ஒழுங்காகத் தொடர்ந்து செய்தார். யோகப் பயிற்சி, யோக சூத்திரங்களைப் பாராயணம் செய்தல், கவிதைகளை மனத்துக்குள் எழுதுதல் எனத் தினமும் அவரது பொழுதுகள் பயனுள்ளவையாகக் கழிந்தன.

ஒரு நாள் யாரோ அவருடைய அறையில் 'கேசரி' பத்திரிகையின் ஒரு கிழிந்த பகுதியைப் போட்டிருந்தார்கள். அவர் அதைப் பார்க்கவேண்டு மென்று வேண்டுமென்றே போட்டிருந்ததைப் போலிருந்தது. எடுத்துப் படித்துப் பார்த்தார். லண்டனில் இந்தியர்கள் ஒன்றுகூடி புத்தாண்டு கொண்டாடியிருக்கிறார்கள். அந்த மேடையில் சாவர்க்கரின் படத்தை வைத்திருக்கிறார்கள். அந்தக் கூட்டத்தில் பேசிய ஸர் ஹென்றி காட்டன், சாவர்க்கரைப் புகழ்ந்து பேசிவிட்டு 'இன்னும் சில நாட்களில் ஹேக் நீதிமன்றம் சாவர்க்கரை பிரான்சுக்குத் திரும்ப அனுப்பச்சொல்லி ஆணையிடும். அப்பொழுது இவர்கள் தங்கள் முகத்தை எங்கே வைத்துக்கொள்வார்கள்?' என்று பேசியிருக்கிறார். அதனால் எரிச்சல் அடைந்த ஆங்கிலேயர் ஹென்றிகாட்டனின் ஓய்வூ தியத்தை நிறுத்த வேண்டும் என்றும், ஸர் பட்டத்தைத் திரும்பப் பெறவேண்டும் என்றும் ஆர்ப்பாட்டம் செய்தனர்.

ஓய்வூதியத்தை நிறுத்தியதாகத் தெரிகிறது. இதை அறிந்த சுரேந்திரநாத் பேனர்ஜி போன்ற காங்கிரஸ் தலைவர்கள் காங்கிரஸுக்கும் சாவர்க்கர் மற்றும் அவரைச் சேர்ந்தவர் யாருக்கும் எந்தத் தொடர்பும் கிடையா தென்றும் சாவர்க்கர் செய்தது தவறு என்றும் அறிக்கைவிட்டிருந்தனர். அந்தச் செய்திதான் கேசரியில் வெளியாகியிருந்தது. அந்தச் செய்தி சாவர்க்கருக்கு வேதனை அளித்தது.

சாவர்க்கர் தங்கியிருந்த அறைக்கதவின் கம்பிகளின் வழியாக யாரோ ஒருவர் எட்டிப்பார்த்தார். சாவர்க்கர் எழுந்து நின்று கதவருகே சென்றார்.

'பாரிஸ்டர் அவர்களே , எப்படி இருக்கிறீர்கள்?' என்று கேட்டார் வந்தவர்.

'உங்கள் தயவால் நன்றாக இருக்கிறேன்' என்றார் சாவர்க்கர்.

'என்ன இப்படிச் சொல்கிறீர்கள்?. உங்கள் முன்னால் நானெல்லாம் ஒரு துரும்பு. என்னுடைய நண்பர் ஒருவர் இங்கிலாந்திலிருந்து வந்திருக் கிறார். அவரிடம் நான் பேசிக்கொண்டிருந்தேன். ஐரோப்பாவில் பல பத்திரிகைகள் உங்கள் புகழ் பாடுகின்றனவாம். உங்களை மாபெரும் தியாகி என்று வர்ணிக்கிறார்களாம். அந்த நண்பர் இந்தப் பக்கத்துக் குடியிருப்பில்தான் இப்பொழுது தங்கியிருக்கிறார். உங்களைச் சந்திக்க வேண்டும் என்று ஆசைப்படுகிறார். இப்பொழுதுள்ள நிலையில் அது இயலாது என்று கூறிவிட்டேன். நாளைக் காலையில் நீங்கள் நடப்பதற்குச் செல்லும்போது, அவர் ஜன்னல் ஓரமாக நின்று தங்களைப் பார்த்துக் கையாட்டுவார். தயவு செய்து நீங்கள் தலையைத் தூக்கிப்பாருங்கள். அதுபோதும்' என்றார்.

‘அதற்கென்ன. பார்க்கிறேன்’ என்றார் சாவர்க்கர்.

‘ஐயா, இன்னொன்று. ஹேக் கோர்ட்டுத் தீர்ப்பைப் புகழ்ந்து உங்களைத் திட்டி எழுதியிருக்கிறது பம்பாயிலிருந்து வெளிவரும் ஆங்கிலப் பத்திரிகை’ என்றார் வந்தவர்.

‘என்ன எழுதியிருக்கிறது?’

‘அந்தத் தீர்ப்புக்குத் தனது மகிழ்ச்சியைத் தெரிவித்துவிட்டு அந்த ராஸ்கலுக்கு இது வேண்டியதுதான்’ என்று எழுதியிருக்கிறது.

சாவர்க்கர் சிரித்துக்கொண்டே சொன்னார்: ‘ஐரோப்பியப் பத்திரிகைகள் மாபெரும் தியாகி என்று பாராட்டுகின்றன. இந்தப் பத்திரிகை ராஸ்கல் என்று இழிவுபடுத்துகிறது. இரண்டும் ஒன்றை ஒன்று சமனப்படுத்திக் கொள்கின்றன. எனவே நான் நானாக இருக்கிறேன்’ வந்தவர் விடைபெற்றுக்கொண்டு போனார்.

சற்று நேரத்தில் ஒரு ஹவில்தார் வந்து ஜெயிலர் அழைப்பதாகச் சொன்னார். அவருடன் சென்றார் சாவர்க்கர்.

அவருடைய அலுவலகத்தின் கிராதிக்குப் பின்னால் அவருடைய மனைவி யமுனா பாயும் அவளுடைய சகோதரரும் நின்று கொண்டிருந்தனர். கைதியின் உடையில் சாவர்க்கரைப் பார்த்த அவரது மனைவிக்கு அழுகை வந்தது. லண்டனிலிருந்து பாரிஸ்டராகக் கம்பீரமான உடையில் வருவார் என்று எதிர்ப்பார்த்தவருக்குக் கையில் விலங்கோடும் கைதி உடையோடும் பார்த்தால் எப்படி இருக்கும்? யமுனாவுக்குப் பத்தொன்பது வயதுதான். பெற்ற பிள்ளையையும் பறிகொடுத்துவிட்டு, கொண்ட கணவனையும் இன்னும் வெகு காலத்துக்குக் காணமுடியாது என்ற நிலையில் அவளால் அழுகையை அடக்க முடியவில்லை.

‘பறவைகள் கூடுகட்டிக் குஞ்சு பொரித்துப் பின் கூட்டைக் கலைத்து விட்டுப் போகுமே அப்படிப்பட்ட வாழ்க்கையல்ல நம்வாழ்க்கை. வாழ்ந்தோம், பிள்ளைகளைப் பெற்றோம் என்று வாழ்வதற்காக அமைந்ததல்ல இந்த வாழ்க்கை. நமக்குத் தேச சேவை முக்கியம். சாதிக்காமல் விடமாட்டோம். அந்தமானில் சில வருடத் தண்டனைக்குப் பிறகு கைதிகள் குடும்பத்தை அழைத்து வைத்துக்கொள்ளலாம் என்று ஒரு விதி இருப்பதாகச் சொல்கிறார்கள். அப்படி விதியிருந்தால் மீண்டும் அந்தமானில் கூடி வாழ்வோம்’ என்றார் சாவர்க்கர்.

‘எங்களைப் பற்றிக் கவலைப்படாதீர்கள். நீங்கள் உங்களைக் கவனித்துக் கொள்ளுங்கள்’என்றாள் யமுனா பாய். அவளது சகோதரர் சாவர்க்கரிடம் ஏதோ ஒரு மந்திரத்தை முணுமுணுத்தான். அதற்குள்

நேரம் ஆகிவிட்டது என்று ஹவில்தார் சொன்னார். அவர்கள் செல்லும் போது அவளது சகோதரன். 'நான் சொன்ன மந்திரத்தை அடிக்கடி சொல்லுங்கள்' என்று சொன்னான். அவன் சொன்ன மந்திரம் இதுதான் 'கிருஷ்ணாய வாசுதேவாய ஹரயே பரமாத்மனே! ப்ரணத: க்லேஸ நாசாய கோவிந்தாய நமோஸ்துதே!'

அவர்களை அனுப்பிவிட்டு அறைக்கு வந்தார். சிறிது நேரத்தில் அசதியால் தூங்கிவிட்டார்.

வார்டர் அறைக்கதவைத் தட்டிக் கத்தினான். 'எழுந்திரு. தூங்காதே. கொடுத்த வேலையைச் செய். நீ தூங்குவதைப் பார்த்தால் ஜெயிலர் திட்டுவார்' என்றான்.

சாவர்க்கர் கயிறு திரிக்கும் வேலையைத் தொடர்ந்தார்.சாப்பாடு வந்தது. கைதிகளின் சாப்பாடுதான் கொடுப்பேன் என்று சொன்னாலும் ஜெயிலர் இரக்கப்பட்டு, முன் கொடுத்தது போலவே உணவுக்கு ஏற்பாடு செய்திருந்தார். உண்டு முடிப்பதற்கு முன்பாகவே, ஹவில்தார் வந்து, 'சீக்கிரம். பெட்டி படுக்கைகளைச் சுருட்டிக்கொண்டு கிளம்பு தற்குத் தயாராகுங்கள்' என்றார்.

சிறைச்சாலை வண்டி வாயிலில் காத்துக்கொண்டிருந்தது. சாவர்க்கரை வண்டியில் ஏற்றினார்கள். எல்லா ஜன்னல்களும் மூடப்பட்டன. வண்டி போகிறது என்று தெரிந்ததே தவிர, எங்குச் செல்கிறது என்பது தெரிய வில்லை. ஒரு சிறைச்சாலை வாசலில் சென்று வண்டி நின்றது. உள்ளே அழைத்துச் சென்றார்கள். 'இது எந்த இடம்?' என்று கேட்டார் சாவர்க்கர். அழைத்துச் சென்றவர் 'பைகுலா' என்றார்.

பைகுலா சிறையில் தனியறையில் அடைக்கப்பட்டார் சாவர்க்கர். பக்கத்திலே வேறு யாரும் இல்லை. அந்தப் பகுதியில் அவர் ஒருவர் தான் இருந்தார். தனிமை சங்கடப்படுத்தியது. சாப்பாடும் சரியில்லை. டோங்கிரிச் சிறையில் எல்லோரும் சற்றுக் கருணையோடு நடந்து கொண்டனர். பைகுலாவில் அப்படி இல்லை. அதுவரை அவருக்குக் கிடைத்து வந்த பாலையும் நிறுத்திவிட்டனர். இரவில் அவர் சப்தர்ஷி கவிதையின் இரண்டாவது பாகத்தை மனத்துக்குள் கவனம் செய்தார்.

பைகுலா சிறைச்சாலை அதிகாரிக்கு ஒரு மனுக்கொடுத்தார். தினமும் இரவு ஒரு டம்ளர் பால் கொடுக்கவேண்டும் என்றும் டோங்கிரியில் தன் அறையிலிருந்து எடுத்துக்கொண்டுபோன புத்தகத்திலிருந்து ஏதாவது ஒரு புத்தகத்தைப் படிக்கக் கொடுக்கவேண்டும் என்றும் எழுதியிருந் தார். அப்படித் தனது புத்தகங்களைக் கொடுக்க இயலாவிட்டால், ஆங்கில மொழியில் அச்சிடப்பட்ட பைபிள் புத்தகம் ஒன்று கொடுக்கும் படியும் எழுதியிருந்தார். பால் கொடுக்க இயலாதென்றும்

பைபிள் கொடுப்பதைப் பற்றி ஆலோசிக்கப்படும் என்றும் பதில் வந்தது. மறுநாள் பைபிள் புத்தகம் ஒன்றைக் கொடுத்தனர்.

பகல் பொழுதில் வேலை செய்யும்பொழுது பைபிள் படிக்கக்கூடா தென்றும், மாலையில் வேலை முடிந்த பிறகு இரண்டு மணி நேரம் மட்டுமே கொடுக்கப்படும் என்றும் அறையில் பைபிளை வைத்துக் கொள்ளக் கூடாதென்றும் ஹவில்தார் சொன்னார்.

ஆங்கில அரசுக்கு இன்னொரு விண்ணப்பத்தை அனுப்பினார் சாவர்க்கர். 'எனக்குக் கொடுக்கப்பட்டிருக்கும் இரண்டு ஆயுள் தண்டனைகளை ஒன்றன்பின் ஒன்றாக அனுபவிக்க வேண்டும் என்று தீர்ப்பில் சொல்லப்பட்டிருக்கிறது. நான் ஒரு ஆயுளை முடித்த பிறகு எனக்கு இன்னொரு ஆயுள் எப்படி இருக்க முடியும்.? இது பொருந்தாத ஒன்றாக இருக்கிறது. எனவே, இரண்டு ஆயுள் தண்டனையையும் ஒரே சமயத்தில் அனுபவிக்கும்படி உத்தரவிடவேண்டும்' என்று கேட்டிருந்தார்.

'நீதிமன்றம் கொடுத்த தீர்ப்பை மாற்ற இயலாது' என்று பதில் வந்தது. அந்தக் கடிதத்தைக் கொண்டுவந்தவர், 'மிஸ்டர் சாவர்க்கர், நீங்கள் ஒரு ஆயுள் தண்டனையை அனுபவித்துவிட்டு மீண்டும் பிறந்து இன்னொரு ஆயுள் தண்டனையை அனுபவிக்க வேண்டும்' என்று நக்கலாகச் சொன்னார்.

'எனக்கும் ஒரு வகையில் மகிழ்ச்சிதான். எங்கள் ஹிந்து மதத்தில் மறுபிறப்பில் நம்பிக்கை உண்டு. நீங்கள் அதில் நம்பிக்கை இல்லா தவர்கள். இப்பொழுது நம்புகிறீர்கள் அல்லவா?'

சாவர்க்கரின் சாதுர்யமான பதிலைக் கேட்டுச் சிரித்தார் அவர்.

அன்று இரவுச் சாப்பாடு வெகு சீக்கிரமே வந்துவிட்டது. மிகவும் சரியாகச் சாப்பாட்டு நேர விதிகளைக் கடைப்பிடிக்கும் அந்தச் சிறையில், அன்று ஏன் இரவுச் சாப்பாட்டை சீக்கிரமே கொடுத்து விட்டார்கள் என்று புரியவில்லை. எதிரே நின்று கொண்டிருந்த ஐரோப்பிய அதிகாரி பின்னால் கையைக் காட்டினர். வெகுதொலை வுக்கு அவரை அழைத்துக்கொண்டு போகப்போவதாக அவரது சைகைக் குறிப்புகள் தெரிவித்தன. முதல் நாள் இரவு ஒரு சிறு கல்லி னால் அவர் சுவரில் எழுதி வைத்திருந்த கவிதையை அவசர அவசரமாக மனப்பாடம் செய்தார். பிறகு அதை அழித்துவிட்டார். சிறிது நேரத்துக் கெல்லாம் ஒரு ஹவில்தார் வந்து அவரை அழைத்துச் சென்றார்.

முதலில் காரிலும் பிறகு ரயிலிலும் அழைத்துச் சென்றனர். தானா ஸ்டேஷனில் இறங்கி அங்கிருந்து மீண்டும் மூடிய காரில் அவரைத்

தானாச் சிறைக்கு அழைத்துச் சென்றனர். அங்கே ஒரே பரபரப்பாக இருந்தது. ஒரு பயங்கரமான அரசியல் கைதியை அழைத்து வருவ தாகவும் சிறையின் ஒரு பகுதி முழுவதையும் காலி செய்து வைக்கும் படியும் ஏற்கெனவே உத்தரவு வந்திருந்தது. சாவர்க்கரை யாரும் பார்க் கக்கூடாதென்றும் பேசுவதற்கு முயற்சிகூடச் செய்யக்கூடாதென்றும் உத்தரவு. என்றாலும் பலர் எட்டிப்பார்த்தனர். அவருக்கென்று ஒதுக்கப் பட்ட அறையில் சாவர்க்கர் அடைக்கப்பட்டார். சாப்பாடு வந்தது. வாயில் வைக்க விளங்கவில்லை. கடிக்க முடியாத ரொட்டித்துண்டு, வேகாத காய்கறி. கொஞ்சம் மட்டுமே சாப்பிட்டார். மிகக் கொடூரமான குற்றம் புரிந்த கைதிகள் சிலர் அங்கே வார்டர்களாக இருந்தனர். அவர்களில் சிலர் அவரைக் கண்காணிக்கும் பொறுப்பில் அமர்த்தப் பட்டனர். அத்தனை பேரும் இஸ்லாமியர்கள். இரவு நிசப்தமாக இருந்தது . யாரோ மெதுவாகக் கதவைத் தட்டிய சப்தம் கேட்டது. எழுந்து பார்த்தார்.

வார்டர்களிலேயே மிகவும் கொடூரமான வார்டர் என்று சொல்லப் பட்டவர், எதிரே நின்று கொண்டிருந்தார். 'சத்தம் போடவேண்டாம்' என்று சைகைக் காட்டினார்.

'இங்கே சுவர்களுக்கும் காது கேட்கும். ஐயா உங்களுடைய வீரச் செயல் களைப் பற்றிக் கேள்விப்பட்டிருக்கிறேன். வீரர்களைக் கண்டால் எனக்கு மிகவும் பிடிக்கும். அவர்களுக்கு நான் அடிமை. உங்களுக்கு என்னால் என்ன உதவிகள் செய்ய முடியுமோ அனைத்தையும் செய்வேன். பயப்படவேண்டாம். உங்களுக்காக ஒரு ரகசியச் செய்தி கொண்டுவந்திருக்கிறேன். அதை வெளியில் சொல்லக் கூடாது. சொன்னால் என் தலை போய்விடும். நீங்கள் வீரர். சொல்ல மாட்டீர்கள்' என்றார்.

அவரை நம்புவதா வேண்டாமா என்று தெரியவில்லை. என்றாலும், ' என்ன செய்தி சகோதரரே?' என்று கேட்டார் சாவர்க்கர்.

'உங்கள் சகோதரர் இங்கே இருக்கிறார்.'

'எந்தச் சகோதரர்?'

'உங்கள் தம்பி' என்று சொல்லிவிட்டு உடனே போய்விட்டார்.

உடனே, இளைய சகோதரனைப் பற்றிய நினைவு அவரை வாட்டி எடுத்தது. சின்ன வயதிலிருந்து அவரைவிட்டு அவன் எங்கும் போக மாட்டான். அவர் எங்குச் சென்றாலும் அவனும் வரவேண்டும் என்று அடம்பிடிப்பான். செல்லமாகப் 'பால்' என்று அழைப்பார். அவன் சம்பந்தப்படாத வழக்குகளில் எல்லாம் அவனை கைது செய்தார்கள்.

ஒரு தண்டனையிலிருந்து விடுபட்டு, வீடு வந்த உடனே வேறொரு வழக்கில் கைது செய்தனர். ஆனால் அவன் எல்லாவற்றையும் துணிச்சலோடு எதிர்கொண்டான். அவன் பக்கத்திலேயே இருக்கிறான். அவனைப் பார்க்க முடியவில்லையே என்ற வருத்தம் எழுந்தது.

அந்த வார்டர் மறுபடியும் வந்தார். 'தலைவரே, இதைப் பிடியுங்கள். உங்கள் தம்பி இங்கே இருக்கிறார் என்ற செய்தியை உங்களுக்குத் தெரிவிக்கக் கூடாதென்றும், தெரிவித்தால் பத்து ஆண்டுகள் தீவாந்திரத் தண்டனை பெற்றுத் தருவதாகவும் எங்கள் எல்லோரையும் அதிகாரி எச்சரித்திருக்கிறார். ஜாக்கிரதை' என்று சொல்லி ஒரு சிலேட்டை அவர் கையில் கொடுத்துவிட்டுச் சென்றார்.

அவருடைய அருமைத் தம்பி பால் அதில் ஒரு கடிதம் எழுதியிருந்தான். தண்டனை பெற்றதற்குக் கொஞ்சமும் வருந்தவில்லை. தான் தனது உறுதிமொழிப்படி நடப்பதில் தீவிரமாக இருப்பதாகவும் எதையும் எதிர்கொள்ளத் தயாராக இருப்பதாகவும் தன்னைப்பற்றிச் சிறிதும் கவலைப்படவேண்டாம் என்றும் எழுதியிருந்தான். சாவர்க்கர் வருத்தம், மகிழ்ச்சி என இருவேறு உணர்வுகளில் தத்தளித்தார். ஒன்றும் தெரியாது என்று நினைத்திருந்த தம்பி, எவ்வளவு தெளிவாக இருக்கிறான் என்பதை அறிந்து மகிழ்ந்தார். அவனுக்குப் பதில் எழுதி அனுப்புவதற்காக வார்டருக்குச் சைகைக் காட்டினார். வார்டர் அருகில் வந்து தான் சிறிது நேரம் கழித்து வருவதாகவும் அதற்குள் பதில் எழுதி வைக்கும் படியும் சொல்லிவிட்டுப் போனார்.

இதுவும் தன்னைச் சிக்கவைப்பதற்குச் சிறை அதிகாரிகள் நடத்தும் ஒரு நாடகமோ என்று முதலில் எண்ணினார். ஆனால் அந்த வார்டரின் தொனியிலும் நடத்தையிலும் உண்மை இருப்பதை அவரால் உணர முடிந்தது. எனவே, தான் எழுதப்போவது வேறு யார் கையில் கிடைத்தாலும் அதில் அவர்கள் குறைகண்டுபிடிக்க இயலாதபடி எந்தப் பெயரையும் குறிப்பிடாமல் எழுதினார்.

'நான் அந்தமான் போகிறேன். அங்குள்ள விதிகளின்படி ஐந்து அல்லது பத்து ஆண்டுகள் தண்டனை முடிந்தபிறகுதான் நான் குடும்பத்தை அழைத்துச் செல்லமுடியும். அதற்கு அனுமதி கிடைத்தால் நிறையப் படித்து அறிவை விருத்தி செய்துகொள்வேன். என்னால் இந்தியாவில் காலடி எடுத்து வைக்க முடியாமல் போய்விட்டால் வால்மீகியின் இராமாயணத்தை லவ குசர்கள் எங்கும் பாடிப் பரப்பியதைப் போல நான் எழுதப்போகும் காவியத்தை எனது சீடர்கள் எங்கும் பரப்புவார்கள். இதிகாசப் பணியே இரட்டை ஆயுள்தண்டனையை நிரப்பிவிடும். அதற்குள் என்னை விடுவிக்காவிட்டால், எப்பாடுபட்டாவது தப்பிக்க முயல்வேன். வெற்றி கிடைக்கவில்லையென்றால் அந்தச் செயலில்

மடிவேன். இது உறுதி. நீராவி எஞ்சின் இயங்குவதற்கு முதலில் எரி பொருளை எரிக்க வேண்டும். நாம் அப்படிப்பட்ட எரிபொருள்கள். அப்படி எரிவதுதான் மிகப்பெரிய செயல்' அவர் எழுதிக்கொண் டிருக்கும் போதே அந்த வார்டர் வந்தார்.

'சீக்கிரம் , சீக்கிரம்' என்றார்.

சாவர்க்கர் சிலேட்டை அவரிடம் கொடுத்தார். 'எனக்குச் செய்யும் இந்த உதவியால் உங்களுக்குச் சங்கடம் வருவதை நான் விரும்பவில்லை. செய்ய முடியும் என்று தோன்றினால் மட்டும் இந்தத் துணிச்சலான காரியத்தைச் செய்யுங்கள்' என்றார் சாவர்க்கர். அந்த வார்டர் கிளம்பிப் போனார்.

அவரைக் கண்காணித்த வார்டர்களின் தலைவன் ஒரு மாதிரியான ஆள். அவருக்கு முடிந்த வரை நல்ல உணவு கிடைக்க ஏற்பாடு செய்தான். மற்ற வார்டர்களை அழைத்துவந்து அவரது அறையின் முன் நின்றுகொண்டு நடனம் ஆடினான். அவர்களிடம் 'பாருங்கள் என் புலியை. மனிதனாகப் பிறந்தால் இப்படி இருக்க வேண்டும்' என்றான்.

அவனுடைய ஆட்டமும் பாட்டமும் சாவர்க்கருக்கு எரிச்சலைக் கொடுத்தன. ஐந்தாம் ஜார்ஜ் மன்னரின் முடிசூட்டுவிழாவுக்கு ஏற் பாடுகள் நடைபெற்றுவந்தன. அந்த நேரம், அரசியல் கைதிகள் விடுவிக்கப்படுவார்கள் என்று சொல்லப்பட்டது.

ஒருநாள் மாலை சிறைச்சாலை அதிகாரி விரைந்து வந்தார். 'சாவர்க்கர் உங்களுக்குச் செய்தி தெரியுமா? மதராஸைச் சேர்ந்த ஒரு பிராமணன் திருநெல்வேலி கலெக்டர் ஆஷைச் சுட்டுக் கொன்றுவிட்டான். அந்த அதிகாரிக்கும் சிதம்பரம் பிள்ளை வழக்குக்கும் தொடர்பிருந்ததாம். உங்களுக்கு ஏதாவது தெரியுமா?' என்று கேட்டார்.

'நான் இந்த நான்கு சுவர்களுக்குள் அடைபட்டுக்கிடக்கிறேன். எனக்கு என்ன தெரியும்?' என்று கேட்டார் சாவர்க்கர்.

'உங்களுக்கு மதராஸில் யாராவது நண்பர்கள் இருக்கிறார்களா?'

'எனக்கு யாரையும் தெரியாது.'

'பயங்கரமான ஆள் நீங்கள்' என்றான் பக்கத்தில் நின்ற ஹவில்தார்.

மறுநாள் காலை ஒரு ஹவில்தார் அவருடைய அறைக்கு வந்தான்.

'உங்களுடைய மூக்குக் கண்ணாடியையும் பகவத்கீதை புத்தகத்தையும் சிறைச்சாலை அதிகாரி வாங்கிவரச் சொன்னார்' என்றான். அவன் சொல்லிக்கொண்டிருக்கும் போதே சிறை அதிகாரி அங்கு வந்தார்.

‘என்னுடைய மூக்குக் கண்ணாடியை ஏன் கேட்கிறார்கள்?’ என்று கேட்டார் சாவர்க்கர்.

‘நீங்கள் சதிகாரர் என்று தண்டனை விதிக்கப்பட்டவர். சதிகாரர்களின் எல்லாச் சொத்துகளையும் அரசு பறிமுதல் செய்துவிடும். நீங்கள் வைத் திருக்கும் மூக்குக் கண்ணாடியும் உங்கள் புத்தகமும் அரசாங்கச் சொத்து. நாளை உங்களின் மற்றப் பொருள்களோடு இவையும் ஏலம் விடப்பட்டு கிடைக்கும் பணம் அரசுக்கணக்கில் சேர்க்கப்படும்’.

இதைக் கேட்டு, சக கைதிகள் வருந்தினர். வார்டர்களுக்குக்கூட வருத்தம்தான். மறுநாள் ஏலம் விடும்போது, சாவர்க்கரின் எந்தப் பொருளையும் யாரும் ஏலத்தில் எடுக்கக் கூடாது என்று வார்டர்கள் பேசிக்கொண்டார்கள்.

அவர்களைப் பார்த்து சாவர்க்கர் சொன்னார்: ‘அதோ அந்த மூட்டையில் என்னுடைய விலையுயர்ந்த துணிகள் இருக்கின்றன. லண்டனில் என்னிடமிருந்து எடுக்கப்பட்டவை. தயவுசெய்து நீங்கள் அந்தத் துணி களை ஏலத்தில் எடுங்கள். அவை இந்தியர்களிடம் சேர்ந்தது என்று மகிழ் வேன். இல்லையென்றால் அவை வெளிநாட்டினரிடம் போய்ச் சேர்ந்து விடும்’ என்றார்.

அதற்குள் என்ன நடந்தது என்று தெரியவில்லை. அவருடைய மூக்குக் கண்ணாடியும் பகவத்கீதை கையடக்கப் புத்தகமும் அவரிடம் திருப்பிக் கொடுக்கப்பட்டன. கொடுக்கிறபோது ஹவில்தார் சொன்னார்: ‘இதை நீங்கள் உங்களுடைய பொருளாகக் கருதக் கூடாது. அரசாங்கத்தின் சொத்து உங்களிடம் ஒப்படைக்கப்பட்டிருப்பதாகக் கருதிப் பயன் படுத்த வேண்டும்.’

தானாச் சிறையில் அன்று காலையிலிருந்தே ஒரே பரபரப்பாக இருந்தது. அன்று ‘சலன்’ வருகிறது என்று பேசிக்கொண்டார்கள். ‘சலன்’ என்றால் அந்தமானுக்கு அனுப்பப்படும் கைதிகளின் குழு. அதில் முக்கியமாகக் கொலைகாரர்கள், கொள்ளைக்காரர்கள், திருடர்கள், வழிப்பறி செய்பவர்கள் என மிகக் கொடூரமான கைதிகள் இடம் பெறுவார்கள். தீவாந்திரத் தண்டனை கொடுக்கப்பட்ட அவர்கள், நாட்டின் பல்வேறு சிறைகளில் இருப்பார்கள். பிறகு அவர் களில் மிகவும் மோசமானவர்கள் பொறுக்கி எடுக்கப்பட்டு ஒன்று திரட்டித் தானாச் சிறைக்குக் கொண்டுவருவார்கள். அங்கிருந்து ரயிலில் மதராஸுக்கோ, கல்கத்தாவுக்கோ கொண்டு செல்லப்பட்டு, பிறகு அந்தமானுக்குக் கூட்டிச் செல்வார்கள். அவர்களுக்கு என்று ஒதுக்கப் பட்ட பகுதியில் அவர்கள் அடைக்கப்படுவார்கள். அதில் பலருக்குக் குற்றம் செய்வதே குலத்தொழில். சாவின் வாயில் நாளை விழப் போகிறோம். இன்று மகிழ்ச்சியாக இருந்துவிட்டுப்போகலாமே

என்பதுதான் அவர்களின் சித்தாந்தம். அவர்கள் அங்கே தங்கும் நான்கைந்து நாள்கள் மற்றச் சிறைக்கைதிகளுக்கும் ஒரு மாற்றம் கிடைத்த திருப்தி ஏற்படும்.

அன்று பிற்பகல் மூன்று மணியளவில் 'சலன்' வந்தது. ஒவ்வொரு கைதியும் ஒவ்வொரு வகையில் குரூரமாகத் தோன்றினர். அவர்களுக்கு மத்தியில் ஓரிருவர் அப்பாவிகளாகச் செய்யாத குற்றத்துக்கு மாட்டிவிடப்பட்டவர்களும் இருந்தனர். 'சலன்' அதற்காக ஒதுக்கப்பட்ட அறையில் அடைக்கப்பட்டது. அந்தப்பகுதியில் எப்பொழுதும் அமளியும் துமளியுமாக இருந்தது.

பரிசோதனை செய்யும் ஒரு குழுவின் முன் சாவர்க்கர் அழைத்துச் செல்லப்பட்டார். அவரைப் பரிசோதித்தார்கள். அவருக்குக் கடுமையான காய்ச்சல். ஆனால், அவரது எடை சரியாக இருந்தது. எனவே, அவரை அந்தமானுக்கு அனுப்பலாம் என்று அந்தக் குழு சான்று வழங்கியது. சலன் அடைக்கப்பட்டிருந்த பகுதியில் சற்றுத் தள்ளி அவரையும் அடைத்தனர். அந்தமான் செல்வது தவிர்க்கமுடியாத ஒன்றாகிவிட்டது. சலனிலிருப்பவர்களுக்கு வக்கீல்களைக் கண்டால் ஒரு மரியாதை. ஏனென்றால் வக்கீல்கள்தானே அவர்களுக்காக வாதாடுகிறார்கள். எனவே, சாவர்க்கர் ஒரு பாரிஸ்டர் என்று அறிந்ததும் அவரிடம் மரியாதையாக நடந்து கொண்டார்கள். அன்று இரவு வெகுநேரம் வரை அவர்கள் கூத்தடித்துக்கொண்டிருந்தனர். ஓர் அதிகாரி அவர்களிடம் சென்று அவர்களுடைய சத்தம் பாரிஸ்டருக்கு இடைஞ்சலாக இருக்கும் என்று சொன்னபிறகுதான், அவர்கள் கூச்சலிடுவதை நிறுத்தினார்கள்.

தனது மூத்த சகோதரன் பாபாராவும் இப்படித்தானே ஓர் சலனில் மாட்டிக்கொண்டு அவஸ்தைப்பட்டிருப்பார் என எண்ணி வருந்தினார் சாவர்க்கர். அவருக்காவது பாரிஸ்டர் என்ற ஹோதாவில் மரியாதை கிடைத்திருக்கிறது. அங்கிருந்த மூத்த கைதி ஒருவரிடம் அவரது அண்ணனைப் பற்றி விசாரித்தார். அவர் குறிப்பிடும் ஆள் அங்கு வந்ததாகவும் சலனில் அவர் அதிகம் கஷ்டப்படவில்லை என்றும் அவர் தங்கியிருக்கும் அதே இடத்தில்தான் அவரையும் வைத்திருந்தனர் என்றும் கூறினார் அந்தக் கைதி. அண்ணன் தங்கியிருந்த இடத்தில், தானும் தங்குகிறேன் என்பதில் அவருக்கு ஒரு மகிழ்ச்சி. தம்பி பாரிஸ்டராக வருவான், தன் விடுதலைக்குப் பாடுபடுவான் என்று அண்ணன் நினைத்திருப்பார். அவனும் தன்னைப்போல அந்தமானுக்கு வருகிறான் என்று தெரிந்தால் எவ்வளவு வருத்தப்படுவார் என்ற எண்ணம் அவரை வாட்டியது.

மூன்று நாள்களுக்குப் பிறகு சலனில் இருந்தவர்கள் போர் வீரர்களின் பாதுகாப்போடு ரயில்வே நிலையத்துக்கு அழைத்துச் செல்லப்

பட்டார்கள். சாவர்க்கர் தனது மூட்டை முடிச்சோடு தயாராக இருந்தார். அவரை மட்டும் தனியாகக் காரில் அழைத்துச் சென்றார்கள். மார் ஸெய்லில் தப்பிய அவரை வழியில் அவரது ஆள்கள் தப்பிக்கச் செய்து விடுவார்களோ என்ற பயம்தான் காரணம். ரயில்வே ஸ்டேஷனுக்குச் சென்றதும் அவரை மட்டும் தனியாக ஒரு ரயில் பெட்டிக்கு அழைத்துச் சென்றனர். அவருடைய விலங்கின் இன்னொரு பகுதி ஒரு அதிகாரியின் கையோடு இணைக்கப்பட்டிருந்தது. சாவர்க்கர் கழிப்பறைக்குச் சென்றால்கூட அவரும் உடன் சென்றார்.

சாவர்க்கர் அந்த வழியில் வருகிறார் என்று கேள்விப்பட்டு அவரைப் பார்ப்பதற்காக ஐரோப்பியர்கள்கூட ரயில் நிலையங்களில் காத்திருந் தனர். அவரை ஐரோப்பியர்களுக்குச் சுட்டிக்காட்டுவதில் பெருமை கொண்ட ராணுவ வீரர்கள், ஒவ்வொரு ஸ்டேஷனிலும் அவரது பெட்டி யின் ஜன்னலைத் திறந்து காட்டினர். அவர் ஒரு காட்சிப் பொருளாக மாறினார். பெரும்பாலானவர்கள் அவருக்குக் கையசைத்தனர்.

ரயில் சென்னையை அடைந்தது. வண்டியிலிருந்து அவரை இறக்கித் தனியாக வைத்தனர். அவரை அழைத்துவந்த அதிகாரி சென்னையில் வேறொரு அதிகாரியிடம் அவரை ஒப்படைத்தார்.

'உங்களைப் பற்றி மற்றவர்கள் சொன்னதிலிருந்து நீங்கள் அதிகம் தொல்லை கொடுப்பீர்கள் என்று நினைத்தேன். ஆனால் நீங்கள் அதிகம் ஒத்துழைத்தீர்கள். உங்களுக்கு நன்றி. அரசரின் முடிசூட்டுவிழாவை ஒட்டி உங்களுக்கு விடுதலை கிடைக்க வாய்ப்புண்டு' என்றார் அவரைக் கூட்டிவந்தவர்.

'என்னுடைய புண் அதிகம் ஆழமானது. ஆறுவதற்கு நாளாகும். நம்பிக்கை வைப்பதுகூடத் தவறு என்று நான் அறிந்திருக்கிறேன். உங்கள் வாழ்த்துக்கு நன்றி' என்றார் சாவர்க்கர்.

அந்தமானுக்குச் செல்வதற்கு மஹாராஜா என்ற கப்பல் தயாராக இருந்தது. அதில் சலன் முழுவதையும் ஏற்றினர். சாவர்க்கரை மட்டும் ஒரு இந்திய போலீஸ் அதிகாரி தனியாக ஒரு படகில் அழைத்துச் சென்றார். படகில் செல்லும்போது சாவர்க்கருக்கு ஆத்திரமூட்டும் வண்ணம் ஆஷ் கொலை வழக்கில் சம்பந்தப்பட்டவர்களைப் பற்றிக் கேவலமாகப் பேசினார். சாவர்க்கர், எந்த உணர்ச்சியையும் காட்டாமலிருந்தார்.

'சென்னை மாகாணத்தில் எங்களை மீறி எதுவும் நடந்துவிட முடியாது. இங்கே மிகவும் அமைதியாக இருக்கிறது' என்றார் அந்த அதிகாரி.

'இவ்வளவு நேரம் நீங்கள் பேசியதிலிருந்தே இங்குள்ள அமைதி தெரிகிறது' என்றார் சாவர்க்கர்.

படகு கப்பலை நெருங்கியது.

அவரைக் கைவிலங்குடனேயே கப்பலுக்குத் தூக்கிச் சென்றனர். கப்பலில் பயணம் செய்பவர்கள் ஓரத்தில் நின்று வேடிக்கை பார்த்தனர். அந்தக்காலத்தில் அந்தமானுக்கு அனுப்பப்பட்ட கைதிகளில் 20 விழுக்காடுகைதிகள்கூடத் திரும்பி வந்ததில்லை. அந்தக் கப்பலில் கைதியை ஏற்றுவது என்பது உயிருள்ள மனிதனை அவனது சவப்பெட்டிக்குள் உட்கார வைப்பதற்குச் சமம்.

கப்பலில் பயணம் செய்த பயணிகள் பலர் அவரைப் பார்த்துப் பரிதாபப் பட்டனர்.

'இனி அவ்வளவுதான். இந்தியாவுக்குத் திரும்பமுடியாது . இதுதான் இவருக்குச் சாவுப்படுக்கை' என்றார் ஒருவர்.

'ஐயோ பாவம். நாட்டுக்காகப் பாடுபட்டால் இப்படித்தான்' என்றார் மற்றொருவர்.

மற்றவர்கள் அவருக்காகப் பரிதாபப்பட்டபோது சாவர்க்கர் வருந்தினார்.

அவர் பின்னாளில் இதைப் பற்றி எழுதினார்: 'அவர்களில் ஒருவராவது, போய்வா சகோதரா! நானும் மற்றவர்களும் இந்தியாவின் விடுதலைக் காகப் பாடுபட்டு நீ எடுத்த சபதத்தை நிறைவேற்றுவோம் என்று சொல்லியிருந்தால், எனது சாவுப்படுக்கை எனக்கு மலர்ப்படுக் கையாகத் தெரிந்திருக்கும்.'

அவரைத் தூக்கிச் சென்று கப்பலின் கீழ்த்தளத்தில் அந்தமான் கைதி களுக்கென்று அமைக்கப்பட்ட பகுதியில் சேர்த்தனர். காற்றோட்ட மில்லாமல் இருந்தது அந்தப்பகுதி. இங்கிலாந்தில் இருந்தபோது, மார்பில் கபம் கட்டி அவர் அவஸ்தைப் பட்டதுண்டு. காற்றோட்ட மில்லாத அந்த இடத்தில் இருந்தால் நிச்சயம் மீண்டும் அந்த வியாதி தொற்றிக்கொள்ளும். எனவே, ஐரோப்பிய அதிகாரியிடம் தன்னுடைய நிலையை விளக்கினார். அவர் அங்கிருந்த டாக்டரிடம் சொன்னார். அவர் அதே பகுதியில் சற்றுக் காற்றோட்டமான மூலையைக் காட்டி அங்கே சென்று அவரது படுக்கையை விரித்துக்கொள்ளச் சொன்னார்.

கப்பல் கிளம்பியது. மிகவும் கொடூரமான குற்றங்களைச் செய்திருந்த கைதிகள் கூட அழத்தொடங்கினர். அந்த இடத்தின் சூழ்நிலை மாறியது. ஒருவர் ஆறுதல் படுத்துவதும் ஆறுதல் சொன்னவரை இன் னொருவர் ஆறுதல் படுத்துவதுமாகச் சிறிது நேரம் சென்றது. உள்ளுக் குள் பதைப்பிருந்தாலும் சற்றும் கலங்காமல் இருந்த சாவர்க்கரைப் பார்த்து அவர்கள் வியந்தார்கள்.

மாலை நேரம். வெக்கை அதிகமாக இருந்தது. 20 பேர் தங்கவேண்டிய இடத்தில் 50 பேர் அடைக்கப்பட்டிருந்தனர். சாவர்க்கரின் தலை இன்னொருவரின் பாதத்தில் இடித்துக்கொண்டிருந்தது. ஒருபக்கமாகப் படுத்துக்கொண்டிருந்த அந்த நிலையில் சற்றுத் திரும்பினால் ஒருவருடைய வாய் இன்னொருவரின் வாயில் முட்டும். அவர் படுத்திருந்த இடத்திலிருந்து சற்றுத்தொலைவில் சற்றே வாய்திறந்த ஒரு பெட்டி போன்ற ஒன்று வைக்கப்பட்டிருந்தது.. திடீரென்று சகிக்க முடியாத ஒரு நாற்றம் மூக்கைத் துளைத்தது. அதைப் பற்றி சாவர்க்கர் சொல்கிறார்:

'நான் என் மூக்கை அழுத்திப் பிடித்துக்கொண்டேன். என் பக்கத்தில் படுத்துக்கொண்டிருந்தவர் சற்றுத் தொலைவிலிருந்த அந்தப் பெட்டியைக் காட்டினார். அதன் மேல் ஒருவர் அமர்ந்து கொண்டு மலம் கழித்துக்கொண்டிருந்தார். நாங்கள் பார்ப்பதை அறிந்த அவர் வெட்கப்பட்டுக்கொண்டு பாதியில் எழுந்திருக்க முயன்றார். எழுந்திருக்க வேண்டாமென்று நான் சைகை காட்டினேன். 'இயற்கை அழைப்புக்கு வெட்கப்படத் தேவையில்லை. இன்னும் சிறிது நேரத்தில் எனக்கும் அந்த நிலை வரலாம். எனவே சங்கோசப்படாமல் காரியத்தை நடத்துங்கள்' மிகவும் முரடனாகக் கருதப்பட்ட ஒரு கைதி சாவர்க்கரின் அருகில் வந்தார்.

'ஐயா, எங்களுக்கு இது பழகிப்போய்விட்டது. நீங்கள் நான் படுத்திருந்த இடத்தில் சென்று படுத்துக்கொள்ளுங்கள். நான் இங்கே வந்துவிடுகிறேன்' என்றார்.

அந்தப் பெட்டியில் பலர் வந்து அமர்ந்தனர். நாற்றம் குமட்டியது.

'ஐயா எங்களாலேயே தாங்க முடியவில்லையே! நீங்கள் எப்படிப் பொறுத்துக்கொள்கிறீர்கள்' என்று கேட்டார் அந்த முரட்டு மனிதர்.

அதற்கு சாவர்க்கர் சொன்னார்: 'உங்களுக்கு ஒரு நிகழ்ச்சியைச் சொல்லுகிறேன். கேளுங்கள். திரிலிங்க ஸ்வாமி என்று ஒருவர் இருந்தார். அவர் வெளியிலே நிர்வாணமாகத் திரிந்து அசிங்கமாக நடந்து கொண்டாரென்று நீதிமன்றத்துக்குக் கூட்டி வந்திருந்தார்கள்.

நீதிபதி அவரைப்பார்த்து, 'நீங்கள் அத்வைதி என்று சொல்கிறீர்கள். நீங்களும் உணவைத்தானே சாப்பிடுகிறீர்கள். மாட்டுச் சாணத்தை அல்லவே!' என்றார். திரிலிங்க ஸ்வாமி சிரித்துக்கொண்டே கீழே உட்கார்ந்தார். அங்கேயே மலம் கழித்தார். அதை எடுத்து நீதிபதியின் முன்னாலேயே தின்றார். முகம் எந்த அருவருப்பையும் காட்டவில்லை. நமது ஞானிகளை நினைத்துக்கொண்டால் போதும். இந்த நாற்றம் நம்மை ஒன்றும் செய்யாது' என்றார் சாவர்க்கர்.

அந்தக் கப்பலில் சாவர்க்கரைப் பற்றிக் கேள்விப்பட்ட பலர் இருந்தனர். அவர்களில் ஐரோப்பியர்களும் உண்டு. அவர்கள் சாவர்க்கரைத் தேடி வந்துபேசிவிட்டுச் சென்றனர். படிப்பதற்குச் செய்தித்தாள் கொடுத் தனர். சிலர் அவருக்கு நல்ல உணவு கொடுக்கவேண்டும் என்றனர். சாவர்க்கர் அதை ஏற்கவில்லை. கப்பல் தலைவனும் கைதிகளில் ஒருவருக்கு மட்டும் தனியாக உணவுகொடுப்பது விதிக்குப் புறம்பானது என்று ஒத்துக்கொள்ளவில்லை. அப்பொழுது அந்தக் கப்பலில் பயணம் செய்த வியாபாரிகள் சிலர், கப்பல் தலைவனை அணுகி, ‘சாவர்க்கருக்கு மட்டும் தனியாகக் கொடுக்காமல் எல்லாக் கைதி களுக்கும் விருந்து கொடுக்கிறோம். அதற்குக் கப்பல் விதிகள் அனும திக்குமல்லவா?’ என்று கேட்டனர். தலைவனின் சம்மதத்தின் பேரில் வியபாரிகளின் சொந்தச் செலவில் கைதிகள் அனைவருக்கும் நல்ல விருந்து படைக்கப்பட்டது.

அவர்களுடைய உள்ளத்தில் சாவர்க்கரைப் பற்றி நல்ல எண்ணம் ஏற்பட்டதால் அவர் அந்தக் கப்பல் தளத்திலேயே அவர்களுக்குத் தேச பக்தியின் அவசியத்தைப் போதித்தார். அவர்கள் அதுவரை கேள்விப் படாத புதுப்பாதையை அவர்களுக்குத் திறந்து காட்டினார்.

‘ஐயா நீங்கள் இவ்வளவு நல்லவர்களாக இருக்கிறீர்கள். அந்த பாரி பாபாவின் கொடுமையை எப்படிச் சாமளிக்கப் போகிறீர்களோ’ என்றார் ஏற்கெனவே அந்தமான் சிறை அனுபவம் பெற்ற ஒருவர். முரட்டுக்கைதிகளே கூட பாரிபாபா என்ற பெயரைக் கேட்டால் நடுங்கினர். அவனிடம் நல்ல பெயர் வாங்கிவிட்டால் 6 மாதத்திலேயே எந்தக் கடின வேலையும் செய்யாமல் அலுவலகத்தில் பணியாற்றலாம் என்றார்கள்.

கப்பல் அந்தமான் போர்ட் ப்ளேயர் துறைமுகத்தை வந்தடைந்தது. கைதிகளைக் கொண்டுசெல்லப் படகுகளை ஏற்பாடு செய்வதில் அதிகாரிகள் பரபரப்பாக இயங்கினர். சாவர்க்கர் கப்பலில் நின்றபடி சுற்றுமுற்றும் பார்த்தார். எங்கும் பசுமை திகழ அழகுமயமாக அந்தமான் காட்சி கொடுத்தது. தொலைவில் ஓர் ஏற்றத்தின் உச்சியில் தென்னை மரங்களும் பாக்குமரங்களும் நிறைந்த ஒரு தோப்புக்குள் ஒரு பெரிய கட்டடம் தெரிந்தது. அதுதான் பாரிபாபாவின் ஆளுகைக்கு உட்பட்ட ‘சில்வர் ஜெயில்’ என்று சொன்னார்கள். மற்றக் கைதிகள் ஒருவன் பின் ஒருவராகக் கப்பலிலிருந்து இறக்கப்பட்டனர். மலை ஏற்றத்தில் மெது வாக நடத்திச் செல்லப்பட்டனர். சாவர்க்கர் மட்டும் தனியாக இருந்தார். அந்த நிலையிலும் அவர் மனம் அந்தத் தீவின் அமைப்பைப் பார்த்து வியந்தது. அது சுதந்தர இந்தியாவுக்குப் பாதுகாப்பான துறை முகமாக அமையும் என்று எண்ணினார் சாவர்க்கர்.

‘ஏ, எழுந்திரு. என்ன ராஜா மாதிரி உட்கார்ந்து கொண்டிருக்கிறாய்?’ என்று ஒருவன் கத்தினான். சாவர்க்கரை எழுப்புவதற்கு அவன் கத்தினானா அல்லது தான் கைதிகளிடம் முரட்டுத்தனமாக நடந்து கொள்வதை அங்கிருந்த அதிகாரி அறியவேண்டும் என்பதற்காகக் கத்தினானா என்று தெரியவில்லை. அந்தமான் சிறையில் எந்த வார்டர் கைதிகளை அதிகமாகக் கொடுமைப்படுத்துகிறானோ அவனுக்கு விரைவில் பதவி உயர்வுகிடைக்கும் என்பது எழுதப்படாத விதி. கையிலும் காலிலும் விலங்குகள் . கால் விலங்குகள், இடுப்பு வளையத்தில் இரண்டு கம்பிகளால் இணைக்கப்பட்டிருந்தன. அந்த நிலையில் நடப்பதற்குச் சிரமப்பட்டார். அழைத்துப்போக வந்த வார்டர் அவசரப்படுத்தினான். ஐரோப்பிய அதிகாரி அவசரப்படுத் தாமல் அழைத்துவரும்படி சொன்னான். சில்வர் ஜெயிலின் தலை வாசல், கிரீச் என்ற சத்தத்தோடு திறந்தது. அந்தச் சிறைக்குள் என்ன வெல்லாம் நிகழப்போகின்றனவோ?

11. அந்தமான் சிறை

'அவனை விடு. அவன் ஒன்றும் பெரிய புலி அல்ல' என்றான் பாரி, சாவர்க்கரைப்பார்த்து.

'நீதான் மார்செயில்ஸில் தப்பிக்க முயன்றவனா?' என்றான்.

'ஆமாம், நான்தான். ஏன் அந்தக்கேள்வியைக் கேட்கிறீர்கள்?' என்று சற்று உரத்த குரலில் கேட்டார் சாவர்க்கர்.

'ஏன் நீ அப்படிச் செய்தாய்?'

'என்ன காரணம் என்றா கேட்கிறீர்கள்? பின்னால் வரக்கூடிய விளைவு களிலிருந்து தப்பிக்கலாம் அல்லவா?'

'நீயே கஷ்டத்தை வரவழைத்துக்கொண்டாய் இல்லையா?'

'ஆமாம் . அது என்னுடைய கடமை மிஸ்டர் பாரி. இந்த மாதிரி கஷ்டம் வராமல் பாதுகாத்துக்கொள்ள முயற்சி செய்தேன். அவ்வளவுதான்.'

'இங்கே பார். நான் இங்கிலீஷ்காரன் அல்ல. நான் ஐரிஷ்காரன்.'

'நீங்கள் இங்கிலீஷ்காரராக இருந்தாலும் உங்களை வெறுத்திருக்க மாட்டேன். நான் இங்கிலாந்தில் மிகவும் மகிழ்ச்சியாகக் காலம் கழித் திருக்கிறேன். நான் ஆங்கிலேயர்களின் சில நல்ல குணங்களை மதிக்கிறேன்.'

'ஐரிஷ்காரன் என்று ஏன் சொன்னேன் தெரியுமா? நானும் உன்னைப் போல அயர்லாந்தின் சுதந்தரத்துக்காகப் போராடி இருக்கிறேன். அப்பொழுது நான் இளைஞனாக இருந்தேன். பிறகு அது தவறென்று உணர்ந்து மாறிவிட்டேன். உனக்கு நண்பனாகச் சொல்கிறேன். நீ இன்னும் இளைஞன். எனக்கு வயதாகிவிட்டது.'

‘அதானால்தான் உங்களிடம் மாற்றம் வந்துவிட்டதோ? வயதானால் அறிவு வளராமல் உடல் தளர்ந்துவிடுகிறது.’

‘நீ சட்டம் படித்தவன். நான் சாதாரணமானவன். அதிகம் படிக்காதவன். நீ இங்கே கைதி. நான் இங்கே ஜெயிலர். எனவே, என்னுடைய ஆலோசனையை நிராகரிக்காதே. கொலை கொலைதான். அதனால் சுதந்தரம் வந்துவிடாது.’

‘அது எனக்கும் தெரியும். இதை நீங்கள் ஏன் அயர்லாந்து சின்ஃபைனர்ஸுக்குச் சொல்லக் கூடாது? நான் கொலைகளை ஆதரிக்கிறேன் என்று உங்களுக்கு யார் சொன்னது?’

‘இன்னும் சிறிது நேரத்தில் இங்கே சூபரிண்டெண்ட் வந்துவிடுவார். என் நிலையில் உள்ளவர் உன்னுடன் அரசியல் பேசிக்கொண்டிருப்பது தவறு. நன்கு படித்த நீ இங்கே முரட்டுக் கைதிகளுடன் இருக்க வேண்டியதிருக்கிறதே என்பதால் சொன்னேன். போனது போகட்டும். நீ இங்கே கைதி. சிறைச்சாலைச் சட்டதிட்டங்களுக்கு உட்பட்டு நடக்க வேண்டும். நடந்தால் நான் தலையிட மாட்டேன். இல்லையென்றால் தான் தண்டனை கொடுக்க வேண்டியிருக்கும்’என்று சொல்லிக் கொண்டே நடந்த பாரி மீண்டும் திரும்பி வந்து, ‘உன்னிடம் இதையும் சொல்லி வைக்கிறேன். இங்கிருந்து தப்பிச்செல்லவேண்டும் என்று நினைக்காதே. அது நடக்காது. இந்தச் சிறைச்சாலையின் நான்கு புறங்களிலும் பயங்கரமான காடு. ஆதிவாசிகள் அங்கே வசிக்கிறார்கள். அவர்கள் நரமாமிசம் சாப்பிடுபவர்கள். நீ அவர்கள் கையில் அகப்பட்டால், வெள்ளரிக்காய் சாப்பிடுவது மாதிரி உன்னை சாப்பிட்டு விடுவார்கள். நான் வேடிக்கைக்காகச் சொல்லவில்லை. வேண்டுமானால் இந்த ஜமேதாரிடம் கேட்டுப்பார்’ என்றார்.

‘நீங்கள் சொல்லுவது வார்த்தைக்கு வார்த்தை உண்மை சாஹேப்!’ என்றார் ஜமேதார்.

‘எனக்கும் அது தெரியும். இங்கே வருவதற்கு முன் அந்தமானைப் பற்றிய அரசு அறிக்கைகளை வாங்கிப் படித்துவிட்டேன். போர்ட் ப்ளேயர் மார்செயில்ஸ் இல்லை என்பது எனக்குத் தெரியும்.’

‘நல்லது. நான் சொன்னபடி நடந்துகொள். நான் உனக்கு உபயோகமாயிருப்பேன். ஜமேதார் இவரை அழைத்துக்கொண்டு போய் ஏழாம் நம்பர் பேரக்கின் மேல்மாடியில் உள்ள அறைக்குக் கூட்டிப்போய் அடை’ என்றார் பாரி.

தன்னைத் தானே வியப்பதிலே மகிழ்ச்சி கொள்பவர் பாரி. அந்தச் சிறைச்சாலையில் அவருக்கு மேலே அதிகாரி இருந்தும் அவர் வைத்தது

தான் சட்டம். அவருக்குச் சாதகமானவர்களை வார்டர் பதவிகளில் அமர்த்தி அவர்கள் மூலம் கைதிகளைக் கதிகலங்கச் செய்வதில் வல்ல வர் பாரி. அங்கே உள்ள வார்டர்களில் பெரும்பாலோர் இஸ்லா மியர்கள். அவர்களைக்கொண்டு அங்கிருந்த ஹிந்துக் கைதிகளைக் கொடுமைப்படுத்தினார். சில ஹிந்து வார்டர்களும் இருந்தனர். அவர் களுக்கு அதிக அதிகாரம் கொடுக்கப்படவில்லை. வார்டர் எந்த அளவுக்கு முரடனாக இருக்கிறானோ அந்த அளவுக்கு பாரியால் பெரு மைப்படுத்தப்படுவான். எனவே, வார்டர்கள் அட்டகாசம் அங்கே அதிகமாக இருந்தது.

ஜமேதார் சாவர்க்கரை அழைத்துக்கொண்டு சென்றார். சித்திரவதைக் காகக் கருவிகள் வைக்கப்பட்டிருந்த பகுதியை அடைந்தார்கள். அங்கே சுவரில் விலங்கு வளையங்கள் மேலும் கீழும் மாட்டப்பட்டிருந்தன. தண்டனை பெறும் கைதிகளின் தலைக்கு மேலே கையைத் தூக்கி மேல் வளையம் மாட்டப்படும். கால்களில் கீழ்வளையம் மாட்டப்படும். அப்படியே நாள்கணக்கில் நிற்கவேண்டியிருக்கும். இரண்டு வேறு உயரங்களில் ஒரு நெடுக்கைப் பலகை இருந்தது. அதில் ஒரு காலை முன்னால் வைத்து இன்னொருகாலைப் பின்னால் வைத்து அதே நிலையில் நாள்கணக்கில் நிற்கவேண்டும். தலைகீழாகத் தொங்க விடுவது, சிறிது உயரத்துக்குத் தூக்கி அப்படியே தொங்கவிடுவது போன்ற ஏற்பாடுகளும் இருந்தன. அவற்றைத் தாண்டிப் போகிற வழியில் தண்ணீர்த்தொட்டி இருந்தது.

'இங்கே நீ குளிக்கலாம்' என்றார் ஜமேதார். சாவர்க்கருக்கு மிக மகிழ்ச் சியாக இருந்தது. நன்றாகக் குளித்து நான்கு நாள்கள் ஆயிருந்தன. ஆனால் குளிப்பதற்கு மாற்று உடையில்லை. என்ன செய்வது? ஜமேதார் ஒரு சிறிய துணியைக் கொடுத்தான். அதைக் கொண்டு எதையும் மறைக்க முடியாது. ஆனால் சாவர்க்கர் தயங்கவில்லை. எத்தனையோ பேருக்கு இப்படிச் சிறிய துணியைக் கொடுத்து அவர்கள் வெட்கத்தால் நெளிவதைக் கண்டு ரசிப்பவன் அந்த ஜமேதார். அவனுடைய உள் நோக்கத்தை அறிந்த சாவர்க்கர், சிறிதும் வெட்கப்படவில்லை. எந்த அளவுக்கு அந்தத் துணியைப் பயன்படுத்த முடியுமோ அந்த அளவுக்குப் பயன்படுத்திக்கொண்டு குளிக்க முயற்சி செய்தார். தொட்டிக்கு அருகிலிருந்த குவளையை எடுத்துத் தண்ணீரை எடுத்தார். நாணத்தில் நெளியாமல் உடனடியாகக் குளிக்க முனைந்த அந்தக் கைதி, மற்றவர்களிலிருந்து வேறுபட்டவன் என்பதைப் புரிந்துகொண்டார் அந்த ஜமேதார்.

'நிறுத்து. நான் சொன்னால்தான் நீ தண்ணீரை மொண்டுகொள்ளலாம்' என்று கத்தினார்.

'நிமிர்ந்து நில். குவளையில் தண்ணீர் எடு' என்றான். சாவர்க்கர் தண்ணீரை மொண்டார்.

'உடம்பைத் துடைத்துக்கொள்' துடைத்துக்கொண்டார்.

'குவளையில் தண்ணீர் எடு.'

இப்படி மூன்று முறை மட்டுமே தண்ணீர் மொண்டுகொள்ள அனுமதித்தார் அந்த ஜமேதார். அந்த மூன்று குவளைத் தண்ணீரில் குளித்து முடித்தார் சாவர்க்கர். வாயில் உப்புக் கரித்தது. கண்கள் எரிந்தன.

'இது கடல் தண்ணீரா?' என்று கேட்டார்.

'ஆமாம். இங்கே எல்லாவற்றுக்கும் கடல் தண்ணீர்தான்' என்றார் ஜமேதார்.

சாவர்க்கர் உடைகளை அணிந்துகொண்டு நடந்தார். மூன்று மாடிக் கட்டடம் ஒன்றை நெருங்கினார். ஒவ்வொரு மாடியும் கம்பியால் மறைக்கப்பட்டிருந்தது. ஒவ்வோர் அறைக்கும் கம்பித் தடுப்பு உண்டு. ஒரு சிறுமரத்துண்டுகூட அந்தக் கட்டடத்தைக் கட்டப் பயன்படுத்தப் படவில்லை. அவருக்கு ஒதுக்கப்பட்ட அறைக்கு அழைத்துச் சென்றார் ஜமேதார். அந்தப்பகுதி முழுவதும் காலியாக இருந்தது. சாவர்க்கரைக் கண்காணிக்க மூன்று இஸ்லாமிய வார்டர்கள் இருந்தார்கள். அவர்களில் இருவர் பலுசிஸ்தானத்தைச் சேர்ந்தவர்கள். ஒருவர் பட்டாணி.

சாவர்க்கரை அவரது அறையில் அடைத்தனர்.

மறுநாள் காலை. ஒரு வார்டர் சாவர்க்கரிடம் சென்று எழுந்து நிற்கச் சொன்னார். சாஹேப் வருகிறார் என்றும் மரியாதையுடன் நடந்து கொள்ள வேண்டும் என்றும் சொன்னார்.

சாவர்க்கரைப் பார்க்கவேண்டும் என்று அந்தமானில் இருந்த ஐரோப்பியர்களுக்கு ஆசை. அவர்கள் பாரியை அணுகிச் சாவர்க்கரிடம் அழைத்துப்போகச் சொன்னார்கள். பாரி தனக்கு வேண்டிய ஒரு சிலரை மட்டும் அழைத்துக்கொண்டு வந்தார். சாவர்க்கர் பயங்கரமான புரட்சிக் காரர் என்றும் அவரிடமிருந்து தள்ளி நிற்க வேண்டும் என்றும் முன்பே எச்சரித்திருந்தார். மார்ஸெயில்ஸ் தீவில் அவர் தப்பிச் செல்ல முயன்றதைப் பற்றி அவர்களிடம் கதைகதையாகச் சொன்னார். அதே சமயம், அப்படிப்பட்டவரை அடக்கி ஆளக்கூடிய அதிகாரம் தன்னிட மிருக்கிறது என்றும் காட்டிக்கொண்டார்.

'சாவர்க்கர்' என்று குரல்கொடுத்தார் பாரி.

சாவர்க்கர் கதவோரம் எழுந்து நின்றார்.

'சாவர்க்கர். நான் மற்றவர்களுக்கு ஜெயிலர். உனக்கு நண்பன். படித்த வர்களைச் சந்தித்துப் பேசுவது என்றால் எனக்குப் பிடிக்கும். நீ 1857 சிப்பாய்க் கலகத்தைப் பற்றிப் புத்தகம் எழுதியிருக்கிறாயாமே?' என்று கேட்டார் பாரி.

'ஆமாம். அதற்கென்ன இப்பொழுது.'

'அயோக்கியர்கள். முரடர்கள். சிப்பாய்களா அவர்கள்! என் தந்தையும் அவர்களால் பாதிக்கப்பட்டவர். நானா சாஹேப் ஆங்கிலப் பெண்களை மிகக் கேவலமாக நடத்தினானாமே. ராட்சசன்' என்றார் பாரி.

'உங்கள் தந்தை நேரடியாகப் பார்த்தாரா?' என்று கேட்டார் சாவர்க்கர்.

'இல்லை அவருடைய நண்பர் ஒருவர் லக்னௌவில் இருந்தாராம். அவர் பார்த்தாராம். அவர் சொல்லித்தான் என் தந்தைக்குத் தெரியும்.'

'அத்தனையும் பொய். நானாசாஹேப் அப்பொழுது லக்னௌவில் இல்லை. என்ன நடந்தது என்பதை நான் விவரமாகச் சொல்கிறேன்' என்று சொல்லி உண்மையாக நடந்த நிகழ்ச்சிகளை விவரித்தார் சாவர்க்கர்.

நான்கு நாள்களுக்கு எந்த வேலையும் கொடுக்கவில்லை. ஐந்தாம் நாள் காலை ஒரு கல் சாவர்க்கரின் அறைக்குள் வந்து விழுந்தது . அதில் ஒரு தாள் சுற்றப்பட்டிருந்தது. கல் விழுந்த சத்தத்தைக்கேட்டு கண்ணயர்ந் திருந்த பத்தான் எழுந்துகொண்டான். கீழே இருந்து ஹிந்து வார்டர் ஒருவர் சாவர்க்கருக்குச் சைகை செய்தார். அவர்தான் அந்தக் கல்லை எறிந்திருக்க வேண்டும் என்றும் அதில் ஏதோ செய்தி சொல்லி இருக்க வேண்டும் என்றும் நினைத்த பத்தான் கத்தினான். அதிகாரியிடம் சென்று சொன்னான். அதிகாரி சாவர்க்கரின் அறையை நோக்கி ஓடிவந்தார்.

சாவர்க்கர் அந்த ஹிந்து வார்டரைக் காட்டிக்கொடுக்காமல் எப்படி அந்தத் தாளை மறைப்பது என்று சிந்தித்தார். வாயில் போட்டு விழுங்கி விடலாம். ஆனால் அதில் என்ன எழுதி இருந்தது என்பது தெரியாமல் போய்விடுமே. எனவே, முன்பக்கமாக நின்று எழுத்துகள் இருக்கும் பகுதியை உள்பக்கமாக வைத்து, தனது ஆசன வாய்க்குள் நுழைத்து வைத்தார். பிறகு கால்சராயை இழுத்துவிட்டுக்கொண்டார்.

அதிகாரி அறைக்கதவைத் திறந்து உள்ளே நுழைந்தான். அவரை முழுக்கச் சோதனையிட்டான். அவனால் எதையும் கண்டுபிடிக்க முடிய வில்லை. ஹிந்து வார்டரையும் சோதனையிட்டான். அவரிடமும்

எதுவும் சிக்கவில்லை. அத்துடன் அந்த விவகாரம் முடிந்தது. அவர்கள் சென்ற பிறகு நிதானமாக அந்தத் தாளை மறைவிடத்திலிருந்து எடுத்துப் படித்தார். ஒரு சில எழுத்துகள் ஈரமாகி அழிந்திருந்தாலும் செய்தியைப் படிக்க முடிந்தது. வங்காளத்திலிருந்து மானிக்தோலா வழக்கில் அங்கு வந்திருந்த ஒரு நண்பன்தான் ஹிந்து வார்டர் மூலம் செய்தி அனுப்பி இருந்தான். வங்காளத்திலிருந்து வந்த அரசியல் கைதிகள் சிலர் பாரிக்கு உடந்தையாகத் தேசபக்தர்களைக் காட்டிக்கொடுக்கும் துரோகிகளாக மாறியிருந்தார்களாம். எனவே, அரசியல் கைதியென்று யாரையும் நம்பிவிடவேண்டாமென்று அந்தக் குறிப்புத் தெரிவித்தது.

ஆரம்பத்தில் குண்டுவெடிப்பு வழக்குகளில் சம்பந்தப்பட்டவர்கள், தீவாந்திரத் தண்டனை பெற்று அந்தமானுக்கு வந்ததால் எல்லா அரசியல் கைதிகளையும் பாம் மேக்கர்ஸ் (குண்டு தயாரிப்பவர்கள்) என்றே அழைத்துவந்தனர். இந்தியாவின் வேறு சிறைகளில் அரசியல் கைதிகள் சற்றுக் கண்ணியமாக நடத்தப்படுவார்கள். அந்தமான் சிறையில் சாவர்க்கருக்கு பாம் கோலாவாலா நம்பர் 7 என்று பெயர். பாம்(குண்டு) என்றால் என்னவென்று தெரியாத அரசியல் கைதிக்கும் பாம் கோலாவாலா என்றுதான் பெயர். அரசியல் கைதிகள் என்று யாரையும் அழைக்கக் கூடாது என்பது பாரியின் உத்தரவு.

அரசியல் கைதிகளில் பலர் எழுதப்படிக்கத் தெரிந்தவர்கள். அவர்களில் சிலரை அலுவலகப் பணிகளில் ஈடுபடுத்த முடியும். ஆனால் முரட்டுக் கைதிகளில் கொஞ்சம் படிக்கத் தெரிந்தவர்கள்தான் அலுவலகப் பணிகளில் நியமிக்கப்பட்டார்கள். சாவர்க்கர் அங்கு வருவதற்கு முன் அரசியல் கைதிகள் ஒரே அறையில் அடைக்கப்பட்டனர். அவர்கள் ஒருவருக்கொருவர் பேசிக்கொள்ள முடிந்தது. அவர்களுக்குத் தேங் காய் நார் பிரிக்கும் பணி கொடுக்கப்பட்டது. இந்தியாவிலிருந்து சிறையைப் பார்வையிட வந்த அதிகாரி ஒருவர், 'அரசியல் கைதிகள் மிக மோசமானவர்கள். அவர்களை இப்படி ஒன்றுசேர்த்து வைத் திருக்கக் கூடாது. அவர்களுக்குக் கடுமையான வேலை கொடுத்து முட்டியை ஒடிக்க வேண்டும்' என்று சொல்லிச் சென்றதால், நிலைமை தலைகீழாக மாறியது.

கொடூரமான கைதிகளுக்குச் சலுகைகள் அதிகமும் அரசியல் கைதி களுக்கு அதிக வேலையும் கொடுக்கப்பட்டன. அரசியல் கைதிகள் ஒருவரையொருவர் சந்தித்துக்கொள்ள இயலாதபடி பிரிக்கப்பட்டனர். செக்கை ஆட்டி எண்ணெ எடுக்கும் பணியும் கொடுக்கப்பட்டது. காளைகளுக்குப் பதிலாகக் கைதி செக்கைச் சுற்ற வேண்டும். ஒரு நாளைக்கு 30 பவுண்ட் எண்ணெ எடுக்கவேண்டும். அதற்குக் குறைந் தால் இரவுப் பொழுதானாலும் அதை முடிக்கும்வரை செக்காட்ட

வேண்டும். அரைமணிச் சுற்றலிலேயே பலர் மயங்கி விழுந்துவிடக் கூடிய கடுமையான உழைப்பு அது. அவ்வளவு கடுமையான வேலை. ஆனாலும் குடிப்பதற்கு இரண்டு டம்ளர் தண்ணீர் மட்டுமே கொடுக்கப் படும். வேலையைத் தாமதப்படுத்தினால் அடி கிடைக்கும். ஜமேதார் களும் வார்டர்களும் அவர்களை உதைப்பதும் உண்டு. சாப்பிடு வதற்குக்கூட நேரமில்லாமல் செக்கைச் சுற்றிக்கொண்டே சாப்பிட்டு முடிப்பவர்களும் உண்டு.

தலைவலி வந்தாலோ, வயிற்றுவலி வந்தாலோ அவையெல்லாம் நோய்களாகக் கருதப்படமாட்டாது. தொடர்ந்து வேலை செய்தே ஆக வேண்டும். காய்ச்சல் 103 டிகிரிக்கு மேல் போனால்தான் அவன் நோயாளியாகக் கருதப்பட்டு மருத்துவமனையில் அனுமதிக் கப்படுவான்.

103 டிகிரி காய்ச்சல் இருந்தாலும், டாக்டர் தானாக மருத்துவமனைக்கு அனுப்ப முடியாது. பாரி பாபாவிடம் அனுமதி வாங்கவேண்டும். பாரிக்கு வேண்டாதவருக்கு 104 டிகிரிக் காய்ச்சல் இருந்தாலும் பாரி சொன்னால் காய்ச்சல் இல்லை என்று எழுதவேண்டும். டாக்டர் பாரிக்குக் கீழே பணிபுரிபவரல்ல. சூப்பெரிண்டெண்டிடம் நேரடி யாகப் பனிபுரிபவர். என்றாலும் பாரி சொன்னதைத்தான் அவர் செய்ய வேண்டும்.

சாவர்க்கரின் அண்ணன் பாபாராவுக்குச் செக்கிழுக்கும் வேலை அடிக்கடி கொடுக்கப்பட்டது. அவருக்கு அடிக்கடி மைக்ரேன் தலை வலி வரும். அதையும் பொறுத்துக்கொண்டு அவர் செக்கிழுத்தார். அவ ரால் முடியாத போதும் அவரைச் சித்திரவதைச் செய்து இழுக்க வைத் தார்கள். காய்ச்சல் இல்லாமல் தலைவலி மட்டும் இருந்ததால், டாக்டர் அவர் வேண்டுமென்றே நடிக்கிறார் என்று சொல்லிவிட்டார்.

எல்லாவற்றையும்விடக் கொடுமை, மலஜலம் கழிப்பதுதான். காலை, மதியம், மாலை இந்த மூன்று வேளைகளில் மட்டும் சிறிது நேரம் அதற் காக ஒதுக்கப்படும்.மற்ற நேரங்களில் என்ன அவசரமானாலும் அனு மதி கிடையாது. ஜமேதாரிடம் கேட்டால் அனுமதிக்குப் பதில் அடிதான் கிடைக்கும். மோசமான உணவு. அடிக்கடி வயிற்றை இடைஞ்சல் செய்யும். ஆனாலும் அடக்கிக் கொள்ளவேண்டும். இரவுப் பொழுதில் அறையில் தள்ளிப் பூட்டிவிடுவார்கள். ஒரு மண்சட்டி கொடுக்கப்படும். கைதிகள், அறைச் சுவரிலேயே சிறுநீர் கழித்துவிடுவதுமுண்டு. நியதி களை மீறி நடந்தால், சித்திரவதை அறையில் சுவரில் கைதியின் தலைக்கு மேலே மாட்டப்பட்டிருக்கும் விலங்கில் கைகள் பொருத்தப் படும். கால்களிலும் விலங்கிடப்படும். காலையில் நான்கு மணி நேரம் இயற்கை உபாதைகளுக்கு இடம் கொடுக்காமல் அப்படியே

நிற்கவேண்டும். மாலையில் மீண்டும் அதே தண்டனை. கொடுமை என்றால் அப்படியொரு கொடுமை. உள்நாட்டுச் செயலர் ஒருமுறை அந்தமான் சிறைக்குப் பார்வையிட வந்தபோது, நந்தகோபால் என்ற பஞ்சாபி இளைஞன், தைரியமாக மலஜலம் கழிக்கப்படும் அவதியை எடுத்துச் சொன்னான். பாரி மறுத்தான். கைதிகளின் அறைக்குச் சென்று பார்த்துக் கைதிகள் சொல்வது உண்மைதான் என்று கண்டுகொண்டார் நந்தகோபால். பாரியைக் கண்டித்தார். அதிலிருந்து அந்தப் பிரச்னை பெருமளவு குறைந்தது.

ஒருமுறை அரசியல் கைதிகள் ஒன்றுசேர்ந்து வேலை நிறுத்தம் செய்தனர். மிக மிக அரிதாக மட்டுமே செக்கு இழுக்கும் வேலை கொடுக்கப்படும் என்று சொல்லப்பட்டது.

அவர்களை இன்னும் கடுமையாக வேலை வாங்க பாரி ஒரு தந்திரம் செய்தான். சிறைக்கு வெளியே மண் அள்ள அனுப்பினான். அதோடு, ஐரோப்பியர்களின் சாரட்டு வண்டிக் குதிரைக்குப் பதிலாக அவர்களை இழுக்க வைத்தான். நாரெடுக்கும் பணியில் எல்லோருக்கும் ஒரு நாளைக்கு இரண்டு பவுண்ட் எடுக்க வேண்டும். ஆனால், சாவர்க்கர் ஒரு பவுண்ட் எடுத்தால் போதும் என்று சொல்லிவிட்டான். இப்படியெல்லாம் சலுகைகள் காட்டினாலும் சாவர்க்கர் அவனுக்குத் துணை போகவில்லை. ஒருமுறை ஓர் அரசியல் கைதியைக் கண்டபடி பாரி திட்டினான். சாவர்க்கரும் அதை ஆதரிக்க வேண்டும் என்றான். அதற்கு மறுத்தார் சாவர்க்கர். ஒருநாள் தந்திரமாக எல்லா அரசியல் கைதிகளையும் சாவர்க்கரின் அறைக்கு முன் வரசொல்லி அவர்களைக் கண்டபடி திட்டினான். சாவர்க்கரைப் புகழ்ந்தான். பாரி சென்றதும், சாவர்க்கர் அரசியல் கைதிகளிடம் சுமுகமாகப் பேசி பாரியின் கபட நாடகத்தை வெளிப்படுத்தினார். அதில் ஆத்திரமடைந்த பாரி, சாவர்க்கர் அரசியல் கைதி இல்லை என்று சொல்லித் திட்டி அவரைச் செக்கிழுக்கும் பணியில் தள்ளினான்.

இதற்கிடையில் ஒரு வார்டரின் உதவியால் ஒரு சில கணங்கள் அவருடைய அண்ணனைக் காணும் வாய்ப்பு சாவர்க்கருக்குக் கிடைத்தது. அந்தக் கணத்தில் பேச இயலாவிட்டாலும் 'தாத்யா நீயுமா இங்கே ?' என்று அவர் வாய் முணுமுணுத்ததை அவரால் உணரமுடிந்தது. அதே வார்டர் பாபாராவிடமிருந்து சாவர்க்கருக்கு ஒரு கடிதத்தைக் கொண்டு வந்து கொடுத்தார்.

'தாத்யா, இந்தியா சுதந்தரம் அடைவதற்குரிய பணிகளைச் செய்வதற்காக நீ வெளியில் இருக்கிறாய் என்று நினைத்தேன். அந்த நம்பிக்கையில் தீவாந்திரத் தண்டனையை ஒரு தூசிக்குச் சமானமாக மதித்தேன். எல்லாக் கொடுமைகளையும் தாங்கிக்கொண்டேன்.

ஆனால்... நான் இங்கே வந்த பொழுது நீ பாரிஸில் இருந்தாய். இப்பொழுது எப்படி இங்கே வந்தாய்? அபிநவ பாரத்தை யார் வழிநடத்துவார்கள்? உன்னுடய திறமை, உன்னுடைய சக்தி , உன்னுடைய ஆற்றல் எல்லாம் நீ இங்கே வந்ததால் வீணாகிவிட்டதே. உன்னை நான் நேருக்குநேர் பார்த்தேன். ஆனால் நீதான் என்று என்னாலேயே நம்ப முடியவில்லை. தம்பி பால் எப்படியிருக்கிறான்? ஐயோ, நீ எப்படி இங்கே வந்து மாட்டிக்கொண்டாய்?'

அவருக்குப்பதில் எழுத இயலாமல் கண்களில் கண்ணீர் கரைகட்டியது.

'போராட்டப் பாதையில் செல்லும் பயணமே நமக்குப் பரிசு. இதைப் போராடுவதற்குக் கடவுள் கொடுத்த வாய்ப்பாகக் கருதவேண்டும்' என்று அவருக்குப் பதில் எழுதினார்.

செக்கு இழுக்கும் வேலை தொடர்ந்தது. காலை 6 மணிக்கு வேலை தொடங்கும். பத்து மணிவரை தொடர்ந்து வேலை செய்வார். அதற்கு மேல் இழுக்க முடியாது. சிறிது நேரம் ஓய்வு. மறுபடியும் செக்கிழுப்பது என்று வேலை தொடர்ந்தது.

அவருக்குக் கொடுக்கப்பட்ட அளவை முடிக்க அவரால் இயலவில்லை.

ஒருநாள் பாரி அவரது அறைக்கு வந்தான். 'பக்கத்து அறையிலுள்ள கைதி பிற்பகல் இரண்டு மணிக்கெல்லாம் அவனுக்கு நிர்ணயிக்கப்பட்ட அளவை முடித்துவிடுகிறான். நீ மாலை வரை உழைத்தும் உன்னுடைய அளவுக்கு இரண்டு பவுண்டு குறைவாகக் கொடுக்கிறாய். உனக்கு வெட்கமாக இல்லை?' என்று கேட்டான்.

'ஆமாம், உண்மைதான். நான் வெட்கப்படத்தான் வேண்டும். எப்பொழுது? சின்ன வயதில் இருந்தே கடின உழைப்புக்கு என்னைப் பழக்கியிருந்தார்களென்றால் நான் வெட்கப்படத்தான் வேண்டும். ஒவ்வொருவரும் அவரவருக்கு என்ன வேலை தெரியுமோ அதில் தேர்ச்சி பெற்றிருப்பார்கள். பக்கத்து அறைக்காரனை ஒருமணி நேரத்தில் ஒரு கவிதை எழுதச் சொல்லுங்களேன் பார்க்கலாம். நான் அரை மணி நேரத்தில் எழுதி முடிக்கிறேன். அவன் கவிதை எழுதாததால் வேலையைப் புறக்கணித்தான் என்று சொல்ல முடியுமா? அவன் மறுப்பான். எனக்குக் கவிதை எழுதத் தெரியாது என்பான். உங்கள் அலுவலகத்தில் சரியாக ஆங்கிலம் பேசத் தெரியாத திருடர்களையும் கொள்ளைக்காரர்களையும் வேலைக்கு வைத்திருக்கிறீர்கள். அவர்கள் உங்களைப்போல ஆங்கிலம் பேசவில்லை என்பதற்காக அவர்களிடம் உங்களுக்கு வெட்கமாக இல்லையா என்று கேட்பீர்களா? அதைப் போலத்தான். நானும் அடுத்த அறைக்காரன் செய்கிற அளவுக்கு

எண்ணெய் எடுக்காததற்காக வெட்கப்படத் தேவையில்லை. எங்களைப்போலக் கல்வியாளர்களை செக்கிழுக்கவும், கல்வி அறிவில்லாதவர்களை அலுவலகத்தில் எழுத்து வேலை செய்யவும் யார் ஆணை இடுகிறார்களோ அவர்கள்தாம் வெட்கப்படவேண்டும்' என்றார் சாவர்க்கர்.

சாவர்க்கர் எண்ணெய் ஆலையில் வேலை செய்துகொண்டிருந்தபோது, கைதிகள் சிலர் தாமாகவே முன்வந்து அவருக்காகத் தாங்கள் உழைப்பதாகச் சொல்வார்கள். அவருடைய துணிகளைத் துவைத்துக் கொடுக்க ஒரு போட்டாபோட்டியே நடந்தது. சாவர்க்கர் வேண்டாமென்று மறுத்தாலும் அவர்கள் கேட்கவில்லை. ஒருமுறை, சாவர்க்கர் அவர்களுக்குத் தெரியாமல் அவர்கள் சிலரின் உடையைத் துவைத்துக் கொடுத்தார். அவர்கள், தங்கள் உடையை அவர் துவைக்கக் கூடாது என்று அவரது காலைப் பிடித்து வேண்டினார்கள்.

சில சமயங்களில் அந்தச் சிறை வாழ்க்கையின் அவல நிலை, தற்கொலை செய்து கொள்ளலாமா என்று நினைக்கும் அளவுக்கு அவரைத் தள்ளியது. ஆனால், தெளிவான சிந்தனை அவரது மனத்தை மாற்றியது.

அந்தமான் சிறையில் அடைபட்டுக் கிடந்த அரசியல் கைதிகளில் பெரும்பாலோர், 25 வயதுக்கு உட்பட்டவர்கள். அவர்களில் பெரும்பாலோர் அவ்வளவாகக் கல்விஅறிவு இல்லாதவர்கள். அவர்களில் பலர் ஏதோ ஓர் ஆர்வத்தில் சுதந்தரப் போராட்டத்தில் குதித்தவர்கள். தாம் செய்தது சரியா என்று கூடச் சிலர் சிந்திக்கத் தொடங்கியிருந்தார்கள். அவர்களுடைய சோர்வைப் போக்கி அவர்களுக்கு மீண்டும் ஊக்கத்தை ஊட்டினார் சாவர்க்கர். செக்கிழுத்துவிட்டு, மாலைப் பொழுதில் குளிப்பதற்காகத் தண்ணீர்த்தொட்டி முன் நின்றிருக்கும் போது அவர்களோடு பேச்சுக்கொடுத்தார். அவர்களுக்கு வரலாற்று வீரர்களின் கதைகளைச் சொன்னார். பிறகு கொஞ்சம் கொஞ்சமாக அவர்களுக்குத் தேசப்பற்றை வெறியாக ஊட்டினார். அவர்களில் பெரும்பாலானோர் அங்கேயே அபிநவ பாரத் உறுதிமொழியை எடுத்துக்கொண்டனர்.

அவருக்கு, செக்காட்டும் பணி 15 நாள்களுக்கு மட்டுமே கொடுக்கப்பட்டது. அந்தப் பதினைந்து நாள்களுக்குள் அரசியல் கைதிகள் அனைவரையும் தம் பக்கம் இழுத்துவிட்டார். அதற்குப்பின் கயிறு திரிக்கும் பணி அவருக்குக் கொடுக்கப்பட்டது.

சாவர்க்கர் தங்கியிருந்த பகுதியில் மேலும் இருவர் அடைக்கப்பட்டார்கள். கயிறு திரிக்கும் வேலையை நன்கு கற்றுக்கொண்டார் சாவர்க்கர். எனவே, வேலையைச் சுலபமாகச் செய்ய முடிந்தது. மற்றக்

கைதிகளுடன் பேசுவதற்கு அவகாசம் கிடைத்தது. எனவே, அந்த நேரத்தைப் பயன்படுத்தி அவர்களுக்குப் பாடம் கற்றுக்கொடுக்கத் தொடங்கினார். வரலாறு, பொருளாதாரம், அரசியல், புவியியல் ஆகிய பாடங்கள் கிடைத்த கொஞ்ச நேரத்தில் கற்றுக்கொடுக்கப்பட்டன. கைதிகளும் மிக ஆர்வமாகக் கற்றுக்கொண்டனர். புத்தகங்கள் படிக்கும் உரிமை சிறைச் சட்டத்தில் இருந்தாலும் அந்தமான் சிறையில் அது அனுமதிக்கப்படவில்லை. பாரி துரையிடம் நைச்சியமாகப் பேசினார்கள். அவர்கள் அந்தமான் சிறைக்கு வந்தபோது கொண்டுவந்த புத்தகத்தை மட்டும் படிக்கலாம் என்று அனுமதித்தார் பாரி. அதுவும் ஞாயிற்றுக் கிழமை கொஞ்ச நேரம்தான் படிக்கலாம். ஒருவர் தன் புத்தகத்தை மற்றொருவருக்குக் கொடுக்கக் கூடாது. அது கண்டுபிடிக்கப்பட்டால் தண்டனை. சாவர்க்கர் எப்படியோ அந்தப் புத்தகங்களைப் படித்து மனத்துக்குள் குறிப்பெடுத்துக்கொண்டார். கூரிய கல்லால் சுவரில் எழுதிப் படித்தார். அதை மற்றவர்களையும் படிக்க வைத்தார். வார்டர்களுக்குத் தெரியாமல் இந்த வேலை நடந்துவந்தது.

அந்தமான் சிறையில் நடக்கும் அட்டகாசங்களை வெளியுலகத்துக்குத் தெரிவிக்க எந்தவழியும் இல்லாமலிருந்தது. அதுமட்டுமல்ல. வெளியுலகில் என்ன நடக்கிறது என்ற செய்திகளையும் அவர்கள் அறிய முடியவில்லை. அந்தமான் சிறையின் அமைப்பு முறையை நன்கு ஆராய்ந்தார் சாவர்க்கர். அறையின் மேல் ஜன்னலிலிருந்து கத்தினால், எதிர்ப்புறத்தில் கேட்கும். ஆனால், அதற்காக உயரத்தில் தாவிப் பிடித்துத் தொங்க வேண்டியிருந்தது. யாராவது வரும் செய்தி அறிந்தால் உடனே குதிக்க வேண்டும். அப்படிக் குதித்து பின் பகுதியிலும் காலிலும் அடிபட்டுக் கொண்டவர்களும் உண்டு. தந்தி முறையில் சாப்பாட்டுத் தட்டால் மெல்லத்தட்டி செய்திகளைத் தெரிவித்துக் கொண்டார்கள்.

வெளிச் செய்திகளை எப்படித் தெரிந்து கொள்வது? சில கைதிகளுக்கு வண்டியிழுக்கும் வேலை கொடுக்கப்பட்டது. அதற்காக அவர்கள் வெளியில் அனுப்பப்படுவார்கள். அவர்கள் ஐரோப்பியர் வீட்டில் பணிபுரியும் கழிப்பறை கழுவும் ஊழியர்களைக் கைக்குள் போட்டுக் கொண்டு அவர்கள் மூலம் தூக்கி எறியப்பட்ட செய்தித்தாள்களையோ கிழிந்த தாள்களையோ பெற்று யாருக்கும் தெரியாமல் மறைத்து எடுத்து வந்து செய்திகளைப் பரிமாறிக்கொண்டார்கள். தாய்நாட்டில் நடக்கும் புரட்சிச் செய்திகள் அவர்களுக்கு மகிழ்ச்சி கொடுத்தன. இவை தவிர, அந்தமானில் குடியிருக்கும் இந்தியர் சிலரும் செய்தித்தாள்களைக் கொடுத்து உதவினர்.

முக்கியமான இன்னொரு வழி அந்தமான் சிறைக்கு வரும் 'சலன்'. சலனில் வருபவர்கள் கொண்டு வரும் புத்தகத்தில் அதன் அட்டைக்குள் கடிதத்தை மறைத்து வைத்து அனுப்புவதும் உண்டு. சில சமயங்களில்

சலனில் வரும் கைதி அணிந்திருக்கும் பாட்ஜின் பின்புறம் எழுதி அனுப்புவார்கள். ஒருமுறை சாவர்க்கருக்கு அவருடைய நண்பர் ஒருவர் பேட்ஜ் வழி செய்தி அனுப்பியிருந்தார். சலனின் மூலம் இந்தியாவில் நடக்கும் செய்திகள் ஓரளவுக்குத் தெரியவந்தன. அதுவும் மாதத்துக்கு ஒருமுறைதான்.

சிறையில் நடக்கும் கொடுமைகளை இந்திய அதிகாரிகளுக்குத் தெரிவிக்க வேண்டுமே? என்ன செய்வது? விடுதலை பெற்று யாராவது இந்தியா போனால் அவர்கள் மூலம் ஏதாவது ஏற்பாடு செய்யலாம். அப்படி யாரும் போகவில்லை.

வருடத்துக்கு ஒருமுறை கைதி இந்தியாவில் உள்ள தனது குடும்பத்துக்கு ஒரு கடிதம் எழுதலாம். அதையும் ஒட்டிக் கொடுக்கக் கூடாது. கடிதம் நீளமாக இருக்கக் கூடாது. சிறை அதிகாரிகளைப் பற்றியோ சிறையில் உள்ள நிலைமை பற்றியோ எதையும் சொல்லக் கூடாது. சிறை அதிகாரிகள் அதைப் படித்துவிட்டு அனுப்பலாம் என்று கருதினால் அனுப்புவார்கள். இல்லையென்றால் குப்பைத் தொட்டிக்குப் போய்விடும்.

இந்த நிலையில் ஹோதிலால் என்ற இளைஞன் சிறைச்சாலைக் கொடுமையைப் பற்றி எப்படியாவது இந்தியாவுக்குத் தெரியப்படுத்த விரும்பினான். எல்லாவற்றையும் ஒரு கட்டுரையாக எழுதினான். அவன் பயங்கரமான கைதிகள் பட்டியலில் இருந்ததால் எப்பொழுதும் கண்காணிப்பு இருக்கும். அந்த நிலையிலும் யாருக்கும் தெரியாமல் வெளியில் பணிக்குச் செல்லும் ஒருவர் மூலம் அந்தக் கட்டுரையைக் கொடுத்து அனுப்பினான். அந்தமானிலிருந்து ஸ்டீமர் இந்தியாவுக்குப் போகிற நாளாகத் தேர்ந்தெடுத்ததால் அந்தக் கட்டுரையை இந்தியாவுக்குச் செல்லும் ஒருவர் மூலம் கொடுத்தனுப்ப முடிந்தது. அவர் இந்தியாவுக்குப் போனதும் அதைக் கல்கத்தாவில் இருந்த சுரேந்திரநாத் பேனர்ஜிக்கு அனுப்பினார். அவர் அதைப் படித்துப் பார்த்து தனது 'தி பெங்காலி' என்ற பத்திரிகையில் அப்படியே வெளியிட்டார். தலையங்கமும் எழுதினார். பெங்கால் பத்திரிகை அந்தச் செய்தியை வெளியிட்டதால், நாட்டின் மற்றப்பத்திரிகைகளும் அதை வெளியிட்டுக் கட்டுரைகள் எழுதின. நாடு முழுதும் அது பெரும் பரபரப்பை ஏற்படுத்தியது.

ஹோதிலால் அனுப்பிய கட்டுரை போய்ச் சேர்ந்ததா என்று சிறைச்சாலையில் உள்ளவர்களுக்குத் தெரியவில்லை. ஆனால் ஒருநாள் பாரி கடுங்கோபத்துடன் வழியில் பார்த்தவர்களையெல்லாம் வாய்க்கு வந்தபடி திட்டிக்கொண்டே வந்தான். ஹோதிலால் அறைக்குச் சென்று கத்தினான். அவன் நடந்துவரும்போது அவன் தொந்திதான் முன்னால்

தெரியும். அவன் நடக்கும்போது தொந்தி குதிக்கும். அவ்வளவு பெரிய தொந்தி. அன்று அவன் கோபத்தில் குதித்துக் குதித்துக் கத்தியபோது அவனது தொந்தியும் அதற்கேற்ப நடனமாடியது. இரண்டு நாட்கள் கழித்து சாவர்க்கரிடம் வந்து ஹோதிலால் செய்த காரியத்தால் பெங் காலிப் பத்திரிகை தடைசெய்யப்பட்டுவிட்டது என்று சொல்லிக் குரூர மாகச் சிரித்தான். அவன் பொய் சொல்லியிருக்கிறான் என்பது பின்னால் தெரியவந்தது. அந்தக் கடிதத்தைப்பற்றி இம்பீரியல் லெஜிஸ்லேட்டிவ் கவுன்ஸிலில் விவாதிக்கப்பட்டது.

1911-ம் ஆண்டு டிசம்பர் மாதம் 12-ம் நாள். டெல்லியில் ஐந்தாம் ஜார்ஜ் மன்னரின் முடிசூட்டுவிழா வெகு விமரிசையாக நடைபெற்றது. அதற்கு ஒரு வாரத்துக்கு முன்பிருந்தே அந்தமான் சிறையில் அரசியல் கைதிகள் விடுவிக்கப்படுவார்கள் என்ற வதந்தி பரவியது. கைதிகளை இந்தியாவுக்கு அனுப்பவேண்டிய ஏற்பாடுகளைச் செய்யும்படி இந்திய அரசிடமிருந்து ஆணை வந்திருப்பதாகச் சொன்னார்கள். முடிசூட்டு விழாவுக்கு முதல் நாள் மிகவும் மோசமானவனாகக் கருதப்பட்ட வார்டர் ஒருவர் சாவர்க்கரிடம் வந்து அவரை விடுவிக்க ஆணை வந்து விட்டதாகச் சொன்னான். சாவர்க்கர் அதை முழுமையாக நம்ப வில்லை. ஆனால், நம்பாமலும் இருக்க முடியவில்லை. அன்று மாலை தனது அறைக்கு முன் எல்லா வார்டர்களும் அதிகாரிகளும் வர வேண்டும் என்று பாரி சொல்லியிருக்கிறார் என்றார். மறுநாள் முடி சூட்டுவிழா. அன்று எல்லாக் கைதிகளையும் ஒன்று திரட்டி அவர் களிடம் பேசினான் பாரி. தண்டனை ரத்தாவதைப் பற்றிச் சொல்லப் போகிறார் என்று அனைவரும் ஆவலோடு எதிர்பார்த்திருந்தனர். சாவர்க்கருக்கு அழைப்பில்லை. ஆனால் சாவர்க்கரின் அண்ணன் அழைக்கப்பட்டிருந்தார்.

எல்லோரும் வந்ததும், 'இன்று மேன்மைதங்கிய சக்கரவர்த்தியின் முடி சூட்டு விழா. உங்கள் அனைவருக்கும் ஒரு சந்தோஷமான செய்தி சொல்லப்போகிறேன்' என்று சொல்லி நிறுத்தினான். எல்லோர் முகத்திலும் எதிர்பார்ப்பு.

'இன்று உங்கள் எல்லோருக்கும் இங்கே விருந்து. அரிசிச்சோறும் உருளைக்கிழங்குக் கறியும் அளிக்கப்படும்' என்றான்.

'சே இதற்குத்தானா இத்தனை ஆர்ப்பாட்டம்!' முகம் சுளித்தனர் கைதிகள்.

'ஒரு சிலரைத் தவிர இங்கே அழைக்கப்பட்டிருக்கும் அனைவருக்கும் தண்டனையில் வருஷத்திற்கு ஒரு மாதம் தள்ளுபடி செய்து ஆணை பிறப்பிக்கப்பட்டிருக்கிறது. அதன்படி பத்தாண்டுகள் தண்டனை என்றால் பத்து மாதங்கள் தள்ளுபடி' என்றான்.

கைதிகளைக் கட்டி மேய்க்கிற வார்டர்களும் அதிகாரிகளும் பெரும் பாலும் இஸ்லாமியர்களாக இருந்தார்கள். அவர்கள் ரொட்டி தின்று பழக்கப்பட்டவர்கள். கைதிகளின் சாப்பாட்டில் தினமும் ரொட்டியும் சோறும் இருந்தன. ஆனால் அவர்கள் தமக்குக் கிடைக்கிற ரொட்டியை வார்டர்களுக்குக் கொடுத்துவிடவேண்டும். இல்லையென்றால் அவர்கள்மீது பொய்க்குற்றம் சாட்டி, தண்டனை வழங்குவார்கள். கொடுக்கப்படும் அரிசிச் சோறு பாதி வெந்ததாக இருக்கும். மழையோ வெயிலோ வெளியில் நின்றுதான் சாப்பிட வேண்டும்.

ஒரு சமயம் சமையல்காரர் கெரசின் விளக்கைத் தூக்கிப் பிடித்து கஞ்சி வெந்திருக்கிறதா என்று பார்த்திருக்கிறார். கெரசின் விளக்கிலிருந்து கெரசின் கஞ்சியில் கொட்டிவிட்டது. அதையே சாப்பிடக் கொடுத் தார்கள். கைதிகள் கஞ்சியில் கெரசின் கலந்திருக்கிறது என்று சொல்லிச் சாப்பிட மறுத்தார்கள். சாவர்க்கர் ஜெயிலரிடம் புகார் கொடுத்தார். ஜெயிலர் பாரி வந்தார். ஒரு கைதியைப் பார்த்து 'கஞ்சியில் கெரசின் கலந்திருக்கிறதா?' என்று கேட்டார். பாரியைக் கண்டு பயந்த கைதி 'இல்லை' என்று சொன்னார். 'கெரசின் கலந்திருக்கிறது என்று பொய் சொல்லி ஏன் கலாட்டாச் செய்கிறீர்கள்?' என்று கத்திவிட்டுச் சென்றார் பாரி.

காய்கறியில் புழு, பூச்சி எல்லாம் இருக்கும். அவற்றைத் தூக்கிப்போட்டு விட்டுச் சாப்பிட வேண்டும். பிடிக்கவில்லை என்று எறிந்தாலும் தண்டனை. போதவில்லை என்று கேட்டாலும் தண்டனை. அந்தச் சிறையில் மிர்ஸாகான் என்றொரு வார்டர் இருந்தான். அவருக்கு 'சோட்டா பாரி' என்று பெயர். பயங்கரமானவன். கைதிகளுக்கு வாரம் ஒருமுறை கொட்டாங்கச்சியில் தேங்காய்ப்பால் கொடுக்கப்படும். அதை அரிசிச் சோற்றில் விட்டுப் பிசைந்து சாப்பிடுவார்கள். ஆனால் அந்தத் தேங்காய்ப்பாலை அவர்கள் உண்ணக் கூடாது. ஜமேதார்களுக்குக் கொடுத்துவிட வேண்டும். ஓர் இந்துக் கைதி தனக்குக் கொடுக்கப்பட்ட பாலைத் தன் சோற்றில் ஊற்றிக்கொண்டுவிட்டான். அந்த ஜமேதார் உடனே அவனை அடித்து, ஏன் ஓட்டைக் கொட்டாங்காய்ச்சியை வைத் திருக்கிறாய் என்று திட்டினார். அதற்குள் மிர்ஸா கான் அங்கு வந்தான். ஒரு இந்துக்கைதிக்கு இவ்வளவு துணிச்சலா என்று எரிச்சலடைந்த மிர்ஸா கான், அவனை அடித்தான். இதைத் தொலைவிலிருந்து பார்த்துக் கொண்டிருந்த சாவர்க்கர், ஜெயில் சூப்பரின்டென்டெண்டிடம் சென்று புகார் கொடுத்தார். அவர் மிர்ஸாகானை விசாரித்தார். 'பொய்ப்புகார் கொடுப்பதே சாவர்க்கருக்குப் பழக்கம்' என்றான் கான்.

'நீங்களே வந்து பாருங்கள். ஜமேதார் சேகரித்த தேங்காய்ப்பாலை எங்கே மறைத்துவைத்திருக்கிறார் என்று எனக்குத் தெரியும் காட்டு கிறேன்' என்று அழைத்துவந்தார் சாவர்க்கர். அவர் காட்டிய இடத்தில்

தேங்காய்ப்பால் பானை இருந்தது. சூப்பரின்டென்டெண்ட் கடுங்கோப மடைந்தார். அந்த ஜமேதாருக்கு உடனடியாகப் பதவியிறக்கம் கொடுக் கப்பட்டது. அவர் மீண்டும் கைதி ஆனார். இப்படிப் பல சமயங்களில் தன் சகக் கைதிகளுக்கு உதவினார் சாவர்க்கர்.

பாரி என்ன சொல்லச் சொல்கிறானோ அதைத்தான் வார்டர்கள் சொல்ல வேண்டும். ஒருமுறை பல கைதிகளை அழைத்து, அவர்களின் முன் நின்றுகொண்டு ஒரு வார்டரைப் பார்த்து 'இப்பொழுது இரவு தானே?' என்றான்.

'இல்லை பகல்' என்றார் அந்தப் புது வார்டர். 'உனக்கு நாளையிலிருந்து பதவியிறக்கம்' என்றார் பாரி.

இன்னொரு வார்டரைப் பார்த்து 'இப்பொழுது இரவுதானே?' என்று கேட்டார். பட்டப்பகல் நேரத்தை இரவுதான் என்று சொன்னார் அந்த வார்டர்.

1915-ம் ஆண்டு பிப்ரவரி மாதத்தின் பிற்பகுதி. பாரி அவசர அவசரமாகச் சாவர்க்கரின் அறைக்கு வந்தார்.

'சாவர்க்கர். ஒரு செய்தி கொண்டு வந்திருக்கிறேன். கோகலே இறந்து விட்டார்' என்றார்.

சாவர்க்கருக்கு அந்த செய்தியை நம்ப முடியவில்லை. ஒரு கண நேரம் ஸ்தம்பித்து நின்றுவிட்டார். அவருடைய கண்களிலிருந்து கண்ணீர் பெருகியது.

'அழுகிறாயே, அவர் உனக்கு எதிரியில்லையா?' என்றார் பாரி.

'நிச்சயமாக இல்லை. அவர் தலைவராக இருந்த கல்லூரியிலேதான் நான் படித்தேன். எங்களுக்குள் கருத்து வேற்றுமை இருந்தது என்னவோ உண்மைதான். ஆனால் அவர் என் பகைவர் அல்லர். அவர் மிகச் சிறந்த மனிதர். எதற்கும் கலங்காத தேசபக்தர்.'

'அவருக்கு எதிராக நீ சதி செய்ததாக உனது வழக்கு விசாரணையில் சொல்லப்பட்டதே. உனக்குத் தண்டனை கொடுத்தால்தான் இந்தியா வில் அமைதி நிலவும் என்று அவர் சொன்னாராமே!' என்றான் பாரி.

'தயவுசெய்து இப்படிப்பட்ட வதந்திகளை நம்பாதீர்கள்.'

சாவர்க்கர் சொன்னதையெல்லாம் பாரி தனது கையேட்டில் குறித்துக் கொண்டான். வெகுகாலத்துக்குப்பின் அந்தக் கையேட்டை சாவர்க்கர் பார்க்க நேர்ந்தது.

‘எவ்வளவுதான் மாறுபட்டவர்களாக இந்த மஹாராஷ்ட்ரியர்கள் வெளிப்படைக்குத் தெரிந்தாலும், மனத்தளவில் அவர்கள் ஒன்றேதான்’ என்று எழுதியிருந்தார் பாரி.

‘தி பெங்காலி’ பத்திரிகையில் வெளிவந்த ஹோதிலாலின் கட்டுரையின் ஒரு பகுதி, சலன் மூலம் சாவர்க்கருக்குக் கிடைத்தது. அதில் அவர் செக் கிழுக்கும் அவல நிலைக்குத் தள்ளப்பட்டதைப் பற்றியும் எழுதப் பட்டிருந்தது. அதைப் படித்த அபிநவ பாரதத்தின் அமெரிக்கக் கிளை அதை கார்ட்டூன் படமாக்கி அமெரிக்கப் பத்திரிகைகளிலும் ஐரோப் பியப் பத்திரிகைகளிலும் வெளியிட்டிருந்தது. பாரியை வழிக்குக் கொண்டுவர நினைத்த சாவர்க்கர் அரசியல் கைதிகளைத் தூண்டி, வேலை நிறுத்தம் செய்வதற்கு ஏற்பாடு செய்ய முயற்சி செய்தார். அதற்காக மோடி மொழியில் ஓர் அறிக்கை தயாரித்தார். மற்றவர் களுக்கு அதை அனுப்பி எப்படி, எப்பொழுது வேலை நிறுத்தத்தைத் தொடங்கவேண்டும் என்று சொல்ல நினைத்தார். ஆனால், அதை ஒருவன் காட்டிக் கொடுத்துவிட்டான். அந்த அறிக்கை பாரியிடம் கொடுக்கப்பட்டது. அங்குள்ளவர்களுக்கு அது என்ன மொழி என்பது புரியவில்லை. ஆனால் பாரி அவனது அலுவலக எழுத்தரை அழைத்து அந்தக் கடிதம் பெங்காலியில் எழுதப்பட்டிருக்கிறது என்றும் அதில் என்ன எழுதியிருக்கிறது என்பதைத் தான் சொல்லுகிறபடி சூப்பரின் டென்டெண்டிடம் சொல்ல வேண்டும் என்று சொன்னான். அதன் படி அந்த எழுத்தர் சொன்னான். ஆனால், இன்னொரு நண்பன் அது பெங் காலியில் எழுதப்படவில்லை என்று சூப்பரின்டென்டெண்டிடம் சொல்ல, அந்தக் கடிதத்தை வாங்கிப் பெங்காலி தெரிந்த ஒருவரிடம் அவர் கொடுத்தார். அதில் ஒரு எழுத்துக்கூட பெங்காலி இல்லை என்று அவர் சொன்னார். சூப்பரின்டென்டெண்ட் அந்த எழுத்தரைப் பணி நீக்கம் செய்தார். பாரியையும் கண்டித்தார். இது மாதிரியான நிகழ்ச்சி களால் பாரி, சாவர்க்கர் மீது கடும் கோபம் கொண்டிருந்தான். இருந்தாலும் உள்ளுக்குள் அவரைக் கண்டால் அவனுக்கு ஒரு பயம் இருந்தது.

மற்றக் கைதிகளைப்போலத் தன்னையும் வெளி வேலைக்கு அனுப்ப வேண்டும் என்று சாவர்க்கர் கேட்டுக்கொண்டார். ஆனால் அவருக்கு அந்த வாய்ப்பு கொடுக்கப்படவில்லை. மற்றக் கைதிகளுக்குக் கிடைக்கும் சலுகைகள்கூட சாவர்க்கருக்குக் கிடைக்கவில்லை. கைதி களின் வீட்டில் இருப்பவர்கள் கைதிகளைப் பார்க்க அனுமதிக்க வேண்டும் என்றும் கடிதங்கள் அனுப்பவும் கோரிக்கை வைத்தனர். வீட்டிலிருந்து கடிதம் அனுப்ப அனுமதி இருந்தது. ஆனால் அதைப் பிரித்துப் பார்த்து, கொடுக்கலாம் என்று அவர்கள் கருதினால் மட்டுமே கைதியின் கையில் கொடுக்கப்படும். தங்களது கோரிக்கைகளை

அதிகாரிகள் கவனிக்கவில்லை என்று கோபம்கொண்ட அரசியல் கைதிகள் மீண்டும் வேலை நிறுத்தம் செய்யவேண்டும் என்று சாவர்க்கர் சொன்னார்.

அதிலும் ஒரு சின்னச் சிக்கல் இருந்தது. சாவர்க்கர் வீட்டிலிருந்து கடிதத்தை எதிர்பார்த்துக்கொண்டிருந்தார். கடிதம் வந்தால் இந்தியா வில் உள்ள நிலவரம் புரியும். உடனே அவர் வேலை நிறுத்தத்தில் கலந்துகொண்டால் கடிதத்தைக் கொடுக்கமாட்டார்கள் . எனவே, கடிதம் வந்ததும் வேலை நிறுத்தத்தைத் தொடங்கலாம் என்றார். ஆனால், மற்றவர்கள் உடனே தொடங்கவேண்டும் என்றுகூறினர். அவரது அண்ணன் தான் வேலை நிறுத்தத்தில் கலந்து கொள்வதாகச் சொன்னார். தான் கலந்து கொள்ளவில்லை என்றால் விநாயக் சாவர்க்கர் வேலை நிறுத்தத்தைத் தூண்டிவிட்டுத் தான் ஒதுங்கியிருந்தார் என்று குற்றஞ்சாட்டுவார்கள் என்று அஞ்சினார். நண்பர்களின் வற்புறுத்து தலால் வேலை நிறுத்தம் தொடங்கப்பட்டது.

வேலை நிறுத்தத்தில் கலந்துகொண்டவர்கள் அளவுக்கு அதிகமாகத் தண்டிக்கப்பட்டார்கள். அதிகாரிகள் வந்தால் எழுந்திருக்க மறுத்தனர். தண்டனை கொடுப்பதற்குக்கூட அவர்களை அழைத்துச்செல்ல இயல வில்லை. மூன்று பேர் சேர்ந்து தூக்க வேண்டியிருந்தது. யாருடனும் பேசக் கூடாது என்ற சட்டம் இருந்ததால் வேண்டுமென்றே பலத்த சத்தத்துடன் ஒருவருக்கொருவர் பேசிக்கொண்டார்கள். சிரித்தார்கள். ஆடினார்கள். தொல்லை தாங்க முடியவில்லை. அவர்களுக்கு சாப் பாட்டை நிறுத்தும்படி பாரி உத்தரவிட்டார். இதைக்கேள்விப்பட்ட சாவர்க்கர் பாரியைத் தேடித் தான் செல்லாமல் பாரியைத் தன் அறைக்கு அழைத்துவரும்படி சொன்னார். பாரி வந்தார்.

'நீங்கள் செய்வது சரியில்லை. அவர்கள் இப்பொழுது சாதாரணமாகத் தங்கள் எதிர்ப்பைக் காட்டுகிறார்கள். அரசியல் கைதிகளைச் சாதாரண மாக எடை போட்டுவிடாதீர்கள். அவர்கள் எதற்கும் அஞ்சாதவர்கள். உயிரைத் துச்சமாக மதிப்பவர்கள். எனவே, அவர்கள் திருப்பி அடித் தால் உங்கள் நிர்வாகம் ஆட்டம் கண்டுவிடும். ஜாக்கிரதை. அடிக்கு அடி. வசவுக்கு வசவு என்று அவர்கள் ஆரம்பித்தால் உங்களால் தாங்க முடியாது' என்று எச்சரித்தார். பாரி மேலும் கடுமையாக நடந்து கொண்டான். சாவர்க்கர் எச்சரித்தது போலவே நடந்தது.

சிறைச்சாலை சூபரிண்டெண்ட் சாவர்க்கரிடம் பேசினான். அவர் களுடைய கோரிக்கைகளைத் தாம் கவனிப்பதாகவும், அரசியல் கைதி களைத் தனிப்பிரிவாக அங்கீகரிக்கும்படி மேலிடத்துக்கு எழுதுவ தாகவும், அரசியல் கைதிகளுக்கு மற்றக் கைதிகளைப்போல வெளியே வேலை கொடுப்பதாகவும் எளிதான வேலை கொடுப்பதாகவும்

கூறினார். சாவர்க்கர் நண்பர்களை அழைத்துத் திரும்ப வேலைக்குச் செல்லும்படி சொன்னார். அதிகாரி சொன்னபடி அரசியல் கைதிகள் வெளி வேலைக்கு அனுப்பப்பட்டனர். அங்கு மிக எளிதான வேலைகள் கொடுக்கப்பட்டன. சாவர்க்கருக்கும் அவரது அண்ணனுக்கும் வேறு சிலருக்கும் வெளியில் வேலை கொடுக்க மறுத்தனர்.

நானிகோபால் என்ற 17 வயது பெங்காலி இளைஞன். ஒரு போலீஸ் அதிகாரியின் வண்டியை நோக்கிக் குண்டு வீசியதற்காக 14 வருடம் கடுங்காவல் தண்டனை பெற்று வந்திருந்தான். சிறை விதிகளுக்கு மாறாக அவனுக்குச் செக்கிழுக்கும் வேலை கொடுக்கப்பட்டது. மறுத்தான். கடுமையான தண்டனைகள் கொடுக்கப்பட்டன. ஆனால் அவன் கலங்கவில்லை. அவனைக் கட்டித்தொங்கவிட்டார்கள். நின்ற நிலையிலேயே நாள்கணக்கில் நிற்கவைத்தனர். எல்லாவற்றையும் தாங்கினான். ஆனால் வேலை செய்ய மறுத்தான். தனது துணிகளைத் துவைக்க மறுத்தான். அவனுக்கு மாற்றுடையாகக் கோணிப்பை கொடுக்கப்பட்டது. அதையும் தூக்கி எறிந்துவிட்டு நிர்வாணமாகத் திரிந்தான்.

அவனைப் பலவந்தமாகக் குளிக்கவைத்தனர். மூன்று நான்கு பேர் அவனைக் குண்டுக்கட்டாகத் தூக்கித் தொட்டியில் போட்டார்கள். கையைக் காலைக்கட்டி அறையில் தள்ளினார்கள். அதையெல்லாம் உடைத்து வெளியில் வந்தான். அவனுடைய ஒரே கோரிக்கை அவனை அரசியல் கைதியாக அங்கீகரிக்க வேண்டும் என்பது. அதற்கு மறுத்தது சிறை நிர்வாகம். அதோடு, தண்டனையைக் கூட்டிக்கொண்டே சென்றனர். பாரி அவனுக்குக் கசையடி கொடுக்கப்போவதாக அறிவித்தார். மார்லி பிரபுவின் அறிக்கையின்படி அரசியல் கைதிகளுக்கு சாட்டை அடி கொடுக்கக் கூடாது. என்றாலும் சாட்டையடி கொடுக்கப் போவதாக அறிவித்தான். சாவர்க்கர், பாரியிடம் பக்குவமாக எடுத்துச் சொன்னார். சிறைச்சாலை மேலதிகாரிகள் கசையடிகொடுக்க அனுமதி மறுத்தனர். எனவே, அவனை அந்தமானில் வேறொரு சிறைக்கு மாற்றினர். அங்கே அவன் உண்ணாவிரதம் இருந்தான். ஒரு வாரமாயிற்று. அவன் சாப்பிடவில்லை.

எனவே, அவனைப் பாரியின் சிறைக்கே திருப்பியனுப்பினர். அவனுக்கு மூக்கு வழியாகப் பால் செலுத்தப்பட்டது.

இதற்கிடையில் சாவர்க்கரை வெளியில் அனுப்பப்போவதாகச் சொன்னார் பாரி. ஆனால், என்று அனுப்புகிறேன் என்று சொன்னாரோ அன்று எல்லா அறைகளும் சோதனை போடப்பட்டன. வெளியில் பணிக்குச் சென்றவர்கள் அங்குள்ளவர்களுடன் தொடர்புகொண்டு குண்டு தயாரிப்பதாக வதந்தி. எனவே, வெளியிலும் சோதனை போட்டார்கள். எந்தத் தடயமும் கிடைக்கவில்லை.

இந்தியாவில் பெங்காலிப் பத்திரிகையில் வெளியான ஹோதிலாலின் கட்டுரையாலும் அந்தமானில் குண்டு தயாரிக்கப் படுகிறது என்று கிளப்பிவிடப்பட்ட பீதியாலும் அதிர்ச்சி அடைந்த ஆங்கில அரசு, அதையெல்லாம் பற்றி அறிந்து வருவதற்காக அந்த மானின் உள்நாட்டு உறுப்பினர் ஸர் ரெஜினால்ட் க்ரடாக் (SIR REGINALD CRADDOCK) என்பவரை அனுப்பியிருந்தது. அவர் வரப்போ வதை அறிந்த சாவர்க்கர், அந்தமான் சிறையிலிருந்து தப்பிக்க வேண்டு மென்றால் ஒரு கருணை மனுவை அவரிடம் கொடுக்கவேண்டியது தான் என்று முடிவுசெய்தார். இந்தியா சென்ற பிறகு பார்த்துக் கொள்ளலாம் என்று எண்ணி, பணிந்துபோவதுபோல ஒரு மனு தயார்செய்து, அவரிடம் கொடுக்கச் சொல்லி அலுவலகத்தில் கொடுத் தார். ரெஜினால்ட் கிரடாக் வரப்போவது முன்கூட்டிய தெரிந்த காரணத் தால் அவரிடம் அங்கே நடக்கும் எல்லாவற்றையும் சொல்வது எனக் கைதிகள் முடிவெடுத்தனர். ரெஜினால்ட் வந்தார். அவரைச் சந்திப்பதற்கு ஒருசிலர் மட்டுமே அனுமதிக்கப்பட்டனர். சாவர்க்கரைப் பற்றி அவருக்கு முன்பே தெரியுமென்பதால், அவருடைய மனுவைப் பார்த்ததும் அவரே சாவர்க்கரைச் சந்திக்க வந்தார்.

'என்னை இங்கிருந்து வெளியே கொண்டு வருவது உங்கள் கையில் தான் இருக்கிறது. இம்பீரியல் லெஜிஸ்லேடிவ் கவுன்ஸிலில் கோகலே கட்டாயக் கல்வித் திட்டத்தைப்பற்றித் தீர்மானம் கொணர்ந்தார். அந்தத் தீர்மானம் ஏற்றுக்கொள்ளப்பட்டால், இத்தைகய முன்னேற்றங்கள் தொடர்ந்து எங்கள் மக்களுக்கு வழங்கப்பட்டால், என் தேசம் பல வழிகளிலும் முன்னேற வழிமுறைகள் ஏற்படுமானால் நான் மட்டு மல்ல , புரட்சிக்காரர்கள் என்று முத்திரை குத்தப்பட்டுள்ள என் நண்பர்களும் அமைதி மார்க்கத்துக்குத் திரும்பத் தயாராக இருக்கிறோம்' என்றார் சாவர்க்கர்.

'உங்களுக்கு இது எப்படித்தெரியும்?'

'எனக்கு எப்படித் தெரியும்? நான்தான் அடைபட்டுக்கிடக்கிறேனே! என்னைப்பற்றி அவர்களுக்குத் தெரிவதுபோல எனக்கும் அவர்கள் என்ன எண்ணுவார்கள் என்பது தெரியும்.'

'அவர்கள் உங்கள் பெயரைச் சொல்லி வன்முறையில் ஈடுபடு கிறார்கள்.இந்தியாவிலும் அமெரிக்காவிலும் உங்கள் தொண்டர்கள் ரகசிய அமைப்புகள் மூலம் புரட்சிகரமான செயல்களைச் செய்வதில் ஈடுபட்டுக்கொண்டிருக்கிறார்கள்.'

'நீங்கள் சொல்லித்தான் இதை நான் கேள்விப்படுகிறேன். நான் இங்கிருக்கும்போது என் பெயரைச் சொல்லி அவர்கள் சபதம் ஏற்பதை நான் எப்படித் தடுக்க முடியும்?'

‘இப்பொழுது நீங்கள் சொன்னதுபோல நடந்து கொள்ள நீங்கள் உண்மையிலேயே தயாரென்றால் உங்கள் கருத்துகளைத் தெளிவு படுத்தி நீங்கள் ஒரு கடிதம் எழுத உங்களை அனுமதிக்கிறேன்.’

‘அதற்கு நான் மகிழ்ச்சியோடு சம்மதிக்கிறேன். ஆனால் அந்தக் கடிதத்தை நான் தனியாகத்தான் அனுப்புவேன்.’

‘அது எங்கள் வழியாக, குறைந்தபட்சம் என்வழியாகச் செல்ல வேண்டும்.’

‘உங்கள் வழியாகச் சென்றால் உங்களுடைய பலவந்தத்தின் காரண மாகத்தான் எழுதினேன் என்று எண்ண மாட்டார்களா? எனவே நான் தனியாகத்தான் அனுப்பவேண்டும்.’

‘அதை நான் அனுமதிக்க முடியாது.’

‘மன்னிக்க வேண்டும். என்னால் எழுத முடியாது. உங்கள் அரசின் மூலமாகச் சென்றால் அவர்கள் சந்தேகிப்பார்கள்.’

‘உங்களுடைய குறைபாடுகள் என்ன? எனக்குச் சொல்லுகிறீர்களா?’

சாவர்க்கர் அந்தச் சிறையில் அவர்கள் படும் அவதிகளைப்பற்றி ஆதி யோடந்தமாகச் சொன்னார். குறிப்பாக அரசியல் கைதிகள் அதிகமாக அல்லல் படுவதையும் கூறினார். இதைச் சொல்லும்போது அங்கே உடனிருந்த முதன்மை கமிஷனர் இடைமறித்து அரசியல் கைதிகளா, நீங்களெல்லாம் கொலை செய்யவில்லையா? நீங்கள் வன்முறையில் ஈடுபடவில்லையா? அரசைக் கவிழ்க்கச் சதி செய்யவில்லையா? ரஷ்யா மட்டும் இங்கே ஆட்சி செய்தால், உங்களையெல்லாம் சைபீரியாவுக்கு அனுப்பியிருப்பார்கள். அல்லது சுட்டுத் தள்ளியிருப்பார்கள். பிரிட்டிஷ் அரசு உங்களைக் கருணையோடு நடத்துகிறது. இந்த அரசின் கீழ் நீங்கள் வாழ்கிறீர்கள் என்பது நீங்கள் பெற்ற பேறு’ என்றார்.

‘உண்மை. ரஷ்யா, இந்தியாவைப் பலமற்றதாக ஆக்கி இருக்காது. இன்று ரஷ்யா சைபீரியாவில் உள்ளவர்களையும் வெளிநாட்டுக்காரர் களையும் அவர்களின் ராணுவத்தில் சேர்த்துக்கொள்கிறது. அவர் களுக்குப் பெரிய பதவிகளைக் கொடுக்கிறது. நீங்கள் இப்பொழுது எங்களை நடத்துவதுபோல் அவர்கள் நடத்தி இருந்தால், முகலாய சாம் ராஜ்யத்தை நாங்கள் வீழ்த்தியதுபோல அவர்களையும் வீழ்த்தியிருப் போம்’ என்றார் சாவர்க்கர்.

அதன் பிறகு ரெஜினால்ட் அங்கே கைதிகள் நடத்தப்படும் விதம் பற்றிச் சில கேள்விகள் கேட்டார். அரசு விரைவில் பதில் எழுதும் என்று சொன்னார்.

மனுவில் மிகவும் தாழ்மையாக எழுதிவிட்டு நேரில் முறைப்பாகப் பேசினால் யார் கருணைகாட்டுவார்கள்? ரெஜினால்ட் கிரடாக், சாவர்க் கருக்குக் கருணை காட்டக் கூடாதென்று அரசுக்கு எழுதினார்.

உள்துறை உறுப்பினர் வந்துபோயும் ஒரு நன்மையும் ஏற்படவில்லை. எனவே அரசியல் கைதிகள் வேலைநிறுத்தம் அறிவித்தனர். அதற்குள் சாவர்க்கருக்குக் கடிதம் வந்திருந்தது. அதில் சில வேண்டப்படாதத் தகவல் இருப்பதாகச் சொல்லிக் கடிதத்தைத் தர மறுத்துவிட்டனர் சிறை அதிகாரிகள். கடிதம் வரும் என்பதற்காகத்தான் முன்பு வேலை நிறுத் தத்தில் சேராமல் இருந்தார். கடிதம் வந்துவிட்டதால் சாவர்க்கரும் வேலை நிறுத்தத்தில் கலந்துகொண்டார். நானிகோபால் 45 நாட்களாகச் சாப்பிடாமல் இருந்தான். அவனுக்கு வெறும் பால் மட்டுமே ஏற்றப் பட்டது. பாபா ராவ் சாவர்க்கர் மோர்ஸ் கோடுக்கு மாற்றாக, வேறொரு குறியீட்டைக் கண்டுபிடித்தார். அதைப் பயன்படுத்திக் கைதிகள் கதவு களையும் கம்பிகளையும் தட்டிச் செய்தி பரிமாறிக்கொண்டனர். ஐந்தாம் நாள் எல்லோரும் சாப்பிட அமர்ந்தபோது 'சகோதரர்களே நாம் விடுதலை அடைந்துவிட்டோம்' என்று குரல் கேட்டது. குரல் கொடுத்த வன் நானிகோபால். எழுந்து நடக்க முடியாத நிலையிலும் சொற் பொழிவு நிகழ்த்தத் தொடங்கிவிட்டான். அவனை பலவந்தமாகக் கட்டி இழுத்துக்கொண்டு சென்றனர். அறைக்குப் போனபின்னும் அவன் சொற்பொழிவாற்றுவதை நிறுத்தவில்லை,

சாவர்க்கருக்கு உண்ணாவிரதத்தில் நம்பிக்கை கிடையாது. அது உடலுக்கும் ஊருக்கும் கெடுதல் என்று நினைத்தார். நானி கோபாலுக்கு ஆதரவாக உண்ணாவிரதம் இருந்தவர்களிடம் அதை நிறுத்தும்படி சாவர்க்கர் வேண்டினார். அவர்களும் நிறுத்தினர். ஆனால் நானி கோபால் மசியவில்லை. உண்ணாவிரதம் தொடர்ந்தது.

திடீரென்று சாவர்க்கர் தான் உண்ணாவிரதம் இருக்கப்போவதாக அறி வித்தார். அதிகாரிகளுக்கு அதிர்ச்சி. எப்படியாவது அதைத் தடுத்து நிறுத்த முயன்றனர். மற்றக் கைதிகளுக்கும் அதிர்ச்சி. அவர்களை உண்ணாவிரதத்தை நிறுத்தச் சொல்லிவிட்டு, அவர் இருக்கிறாரே என வியந்தனர். சாவர்க்கரின் செயலுக்கு ஏதாவது காரணம் இருக்கும் என நம்பினர். சாவர்க்கரை அதிகாரிகள் விசாரணைக்கு அழைத்தனர். விசாரணை செய்வதற்குப் பதிலாக உண்ணாவிரதத்தை நிறுத்தும்படி வேண்டினர். சாவர்க்கர், உடனே தன்னை நானிகோபால் அறைக்கு அழைத்துச் செல்லும்படி வேண்டினார். பாரி அவரை நானிகோபால் அறைக்கு அழைத்துச் சென்றார். தன்னை நானி கோபாலிடம் தனியாக விட்டுச் செல்லும்படி வேண்டினார். பாரி அங்கிருந்து அகன்றார். சாவர்க்கர் மூன்று நாள்கள் உண்ணாவிரதம் இருக்கப்போவதாக

அறிவித்திருப்பதை அறிந்து நானிகோபால் வருந்தினான். அவனிடம் உண்ணாவிரதத்தைக் கைவிடும்படி சாவர்க்கர் வேண்டினார். நானி கோபால் உண்ணாவிரதத்தை நிறுத்தினான். எல்லோரும் சாவர்க்கரின் சாமர்த்தியத்தைப் பாராட்டினார்கள்.

கைதிகளுக்குத் தினமும் இரண்டுவேளை முழுச் சாப்பாடும் நிறையத் தேங்காயும் கொடுக்கப்பட்டன. வேலை நிறுத்தத்தில் இருந்தவர் களுக்குச் சாப்பாடு குறைக்கப்பட்டது. 'எவ்வளவு சாப்பிட முடியுமோ அவ்வளவு சாப்பிடுங்கள். ஆனால் வேலை செய்யாதீர்கள்!' என்று சொன்னார் சாவர்க்கர். எல்லா வகையான தண்டனைகளும் கொடுக் கப்பட்டன. சிலருக்கு இரண்டுமாதம், சிலருக்கு நான்கு மாதங்கள், நானிகோபாலுக்கு ஓராண்டு கடுங்காவல் என்று அதிகப்படி தண்டனை வழங்கப்பட்டது. வேலை நிறுத்தம் இந்தியாவில் புயலைக் கிளப்பியது. எனவே, அரசு பணிந்து ஓர் அறிவிப்பைச் செய்தது. அதன்படி ஒரு புது உத்தரவு போடப்பட்டது.

1. ஆயுள் தண்டனைக்குக் குறைவாகத் தண்டனை பெற்றவர்கள் உடனடியாக அவர்கள் எங்கிருந்து வந்தார்களோ அந்தச் சிறைக்குத் திருப்பி அனுப்பப்படுவார்கள். அங்கே அவர்கள் மீதித் தண்ட னையைக் கழிக்கலாம்.

2. ஆயுள் தண்டனை பெற்றவர்கள் இந்தச் சிறைச்சாலையில் பதினான்கு ஆண்டுகள் தொடர்ந்து இருக்கவேண்டும். அதற்குப் பிறகு அவர்களுக்கு மிக எளிதான வேலை கொடுத்து வெளியில் விடப்படுவார்கள். ஆனால், அவர்களது தண்டனை காலத்தில் அவர்கள் நடத்தை நல்லபடி இருக்கவேண்டும்.

3. பதினான்கு ஆண்டுக் காலத்தில் கைதிக்கு நல்ல சாப்பாடு கொடுக் கப்படும். நல்ல உடைகள் கொடுக்கப்படும். ஐந்து ஆண்டுகளுக்குப் பிறகு அவரது சாப்பட்டை அவரே சமைத்துக்கொள்ளலாம். மாதம் ஒன்றுக்கு 12 அணாவிலிருந்து ஒரு ரூபாய் வரை அலவன்ஸ் கொடுக்கப்படும்.

இந்த அறிவிப்பு, சாவர்க்கரைப்போல ஆயுள்தண்டனை பெற்றவர் களைவிட மற்றவர்களுக்கு அதிகம் நன்மை அளிப்பதாக இருந்ததால், வேலை நிறுத்தம் திரும்பப்பெறப்பட்டது.

அந்தமான் சிறையில் இஸ்லாமிய வார்டர்கள் கைதிகளை அதிகாரம் செய்து வேலை வாங்கும் பதவியில் இருந்ததால், நலிந்த மனம் கொண்ட இந்துக்களை ஆசைவார்த்தை காட்டியும் அதட்டியும் இஸ்லாம் மதத்துக்கு மாற்ற முயன்றனர். மதம் மாறியவர்களுக்குச் சலுகைகள் கொடுக்கப்பட்டன. மாற மறுத்தவர்களுக்கு அதிக

வேலையும் அடியும் உதையும் கொடுக்கப்பட்டன. இன்னல் தாங்க மாட்டாமல் இந்துக்கள் பலர் மதம் மாறினர். மதம் மாறிய பிறகு அவர்கள் மீண்டும் இந்துவாக மாற முடியாது.

சாப்பாட்டு வரிசையில் இந்துக்களுக்குத் தனிவரிசையும் முஸ்லிம் களுக்குத் தனி வரிசையும் ஒதுக்கப்பட்டிருந்தது. மதம் மாறிய இந்து வின் குடுமி வெட்டப்பட்டு முஸ்லிம் பெயர் கொடுக்கப்பட்டது. அவனுக்குச் சுன்னத்தைப் பற்றியோ நமாஸ் செய்வதைப் பற்றியோ கவலையில்லை. மதம் மாறியவர்களை இந்துக்கள் அவர்களுடைய வரிசையில் நிற்க அனுமதிப்பது இல்லை. இந்தக் கொடுமையான மத மாற்றத்தைச் சாவர்க்கர் பார்த்தார். அவருடைய மனம் கொதித்தது. வலுக்கட்டாயமான மத மாற்றத்தைத் தடுக்க முயற்சி செய்தார். இரண்டு வழிகளில் அவர் செயல்பட வேண்டியிருந்தது.

1. இந்துவை மதம் மாற்ற விடாமல் தடுப்பது

2. இஸ்லாம் மதத்துக்கு மாற்றப்பட்டவர்களை மீண்டும் இந்துக்களாக மாற்றுவது. மதம் மாற்றவிடாமல் தடுப்பதற்கு அவர் இந்துக்க ளோடும் இஸ்லாமியர்களோடும் போராட வேண்டியிருந்தது.

'திருடர்கள் முஸ்லிமாக மாறுவதால் என்ன தீங்கு விளைந்துவிடப் போறது? ஒரு திருடன் அவர்கள் மதத்தில் அதிகமாகப் போகிறான். அவ்வளவுதான்' என்றனர் இந்துக் கைதிகள்.

சாவர்க்கர் சொன்னார்: 'இந்துவாக இருக்கும் திருடன் கோயில்களில் திருடுவான். ஆனால் மதம் மாறிய இந்துத்திருடன், கோயில்களில் திருடு வது மட்டுமல்லாமல் கோயில்களை அழிக்கவும் செய்வான். அதோடு, அவனின் வாரிசுகள் எல்லோரும் தீவிர முஸ்லிம் ஆகிவிடுவார்கள்' என்றார். இறுதியில் இந்துக் கைதிகள் அவரை ஆதரிப்பதாகச் சொன்னார்கள். ஆனால் இரண்டாவது நிபந்தனையை அவர்கள் ஏற்றுக் கொள்ளவில்லை. ஒருமுறை ஓர் இந்து முஸ்லிமாக மாறிவிட்டால்' அவனை இந்துவாக ஏற்றுக்கொண்டு தங்களோடு சமமாக உட்கார வைக்க முடியாது என்று சொல்லிவிட்டனர்.

ஒரு பிராமண இளைஞனைப் பலவந்தமாக மதம் மாற்ற முயன்ற போது, கையும் களவுமாகப் பிடித்துக்கொண்டுபோய் சிறை சூப்பிரண் டெண்ட் முன் நிறுத்தினார் சாவர்க்கர். சாவர்க்கரின் முயற்சியால், இந்துக்களை மதம் மாற்றுவது வெகுவாகக் குறைந்தது. பாதிக்கப்பட்ட வார்டர்கள் அவரைத் தாக்க முற்பட்டார்கள். அதிலிருந்து தப்பினார் சாவர்க்கர். அவரது அண்ணனுக்கு மட்டும் அந்தத் தாக்குதலில் காயம் பட்டது. இந்து மதத்துக்குத் திரும்ப வர விரும்புபவர்களை ஏற்றுக் கொள்வதற்காக, 'சுத்தி' என்ற முறையை ஏற்படுத்தினார் சாவர்க்கர்.

இரண்டு துளசி இலைகளையும் கொஞ்சம் தண்ணீரையும் கொடுத்து மதம் மாற்றிவிடலாம் என்றார். முன்னர் மதம் மாற்றம் பெற்றுச் சிறைக்கு வெளியே தனியாக வாழ்ந்துவரும் கைதிகள் சிலர், மீண்டும் இந்து மதத்துக்குள் வர விரும்பினர். அவர்களையும் துளசித் தீர்த்தம் கொடுத்து மதம் மாற்றினார்.சாவர்க்கர் சிறையிலிருந்த கைதிகளுக்குப் பாடம் சொல்லிக்கொடுத்தார். படிப்பு எதற்கு என்று தயங்கிய கைதிகள் கூடப் பிறகு படிப்பதில் அக்கறை காட்டினர். இதை அறிந்த பாரி, புத்த கங்கள் படிப்பதற்குத் தடை விதித்தார். இந்தியாவிலிருந்து யார் புத்தகம் வரவழைத்தாலும் அதைத் தான் பார்த்த பின்புதான் அவர்களிடம் கொடுத்தார். சிலசமயங்களில் அது என்ன புத்தகம் என்று தெரியாமலே தூக்கிப்போட்டுவிடுவார். நல்ல வேளையாக அப்பொழுதிருந்த சூப் பிரிண்டெண்ட் சற்று முற்போக்குக் கருத்து உடையவர். அவர் கைதிகள் ஞாயிற்றுக் கிழமைகளில் புத்தகம் படிப்பதற்கு அனுமதி அளித்தார். அவரே ஒரு கட்டடத்தில் இருந்த ஓர் அறையை நூலகமாக மாற்றிக் கொடுத்தார். கைதிகள் தங்களுக்கு வீட்டிலிருந்து கடிதம் வரும்போது, சில புத்தகங்களையும் அனுப்பச் சொன்னார்கள். என்ன புத்தகம் வேண்டும் என்பதை முன்கூட்டியே சாவர்க்கர் சொல்லிவிடுவார். அந்த வகையில் மத சம்பந்தமான புத்தகங்கள், இலக்கியப்புத்தகங்கள், வரலாறு, அரசியல், பொருளாதாரம், அறிவியல் மற்றும் மொழி சம்பந் தப்பட்ட புத்தகங்கள் வரவழைக்கப்பட்டன. மிகக் குறுகிய காலத்தில் 2000 புத்தகங்களுக்கு மேல் சேர்ந்துவிட்டன. ஒவ்வொரு ஞாயிறன்றும் இலக்கியக் கூட்டங்கள் நடத்தப்பட்டன. மேலதிகாரியிடம் சொல்லி அவர்களுக்குச் சிலேட்டும் பலப்பமும் வாங்கிக்கொடுத்தார் சாவர்க்கர். மதமாற்றம் செய்யப்படுவது சாவர்க்கரின் முயற்சியால் நிறுத்தப்பட்டு விட்ட காரணத்தால், இஸ்லாமிய வார்டர்கள் வேறு வழியில் தொந்தரவு கொடுக்கத் தொடங்கினர். காலை ஐந்தரை மணிக்குத் தொழுகைக்கு அழைக்கிற 'வாங்கு' உரத்த குரலில் கத்துவார்கள். கொலுவில்(செக்கு) வேலை செய்துவிட்டு அலுத்துத் தூங்கும் கைதிகள் அதனால் தூக்கம் கெட்டு அவதிப்பட்டார்கள். பாரியிடம் புகார் கொடுத்தனர். 'மத விஷயத்தில் தலையிடக் கூடாது என்று எங்களுக்கு உத்தரவு ' என்று சொல்லிவிட்டார் பாரி. சாவர்க்கரிடம் இந்துக் கைதிகள் முறையிட்டனர். காலையில் அதேசமயம் பஜனைப் பாடல்கள் பாடும்படி சொன்னார் சாவர்க்கர். இந்துக் கைதிகள் பஜனைப் பாடல்கள் பாடினார். பாரி வந்து கத்தினார்.

'முஸ்லிம் தொழுகைக்கு அனுமதிக்க வேண்டும் என்றுதான் விதி இருக்கிறதே தவிர, ஹிந்துக்களின் வழிபாட்டுக்கு அனுமதி அளிக்க விதி இல்லை என்றார்.பஜனையை நிறுத்தவில்லை என்றால் தண்டனை கொடுப்பேன்' என்றார். பஜனை தொடர்ந்தது. பாரி, பஜனை

பாடியவர்களுக்குத் தண்டனை கொடுத்தார். வெளியிலே வேலைக்குச் செல்லும் இந்துக் கைதி ஒருவர் வெளியிலிருந்து சங்கு ஒன்றை வாங்கி யாருக்கும் தெரியாமல் உள்ளே கொண்டு வந்தார். மறுநாள் பஜனை யோடு சங்கும் ஊதப்பட்டது. ஓரிரு தினங்களில் பல சங்குகள் வாங் கப்பட்டு உள்ளே கொண்டு வரப்பட்டன. ஒரே சமயத்தில் பல சங்குகள் ஊதப்பட்டதால், இஸ்லாமியர்ககளின் 'வாங்கு' ஓசை சங்குமுன் எடுபடாமல் போய்விட்டது. சூப்பரின்டென்டெண்ட் வந்து விசாரித் தார். இந்துக்கள் தரப்பில் நியாயம் இருப்பதை உணர்ந்தார். வேறு வழியின்றி வாங்கு நிறுத்தப்பட்டது. சாவர்க்கர் சங்கொலிப்பதையும் நிறுத்திவிட்டார்.

முஸ்லிம் விடுமுறை நாள்களில் அவர்கள் வேலை செய்யவேண்டிய தில்லை. யாருடன் வேண்டுமானாலும் பேசலாம் என்ற சலுகை கொடுக்கப்பட்டிருந்தது. இந்துக்களுக்கு அந்தச் சலுகை கிடையாது. அன்றைக்கும் அவர்கள் வேலை செய்தே ஆகவேண்டும். அதற்காகவும் போராட முடிவெடுத்தர் சாவர்க்கர். அவர் ஓர் இந்துக்கள் விடுமுறை நாளன்று எல்லோரையும் அழைத்து 'இன்று போராடுவோம்' என்றார். அன்று சாவர்க்கர் உள்பட எல்லோரும் வேலை நிறுத்தம் செய்தனர். கூச்சல் போட்டனர். மேலதிகாரி வந்தார். பார்த்தார். 'கூச்சல் போடா தீர்கள். இனி உங்களுக்கும் அதே சலுகை வழங்கப்படும். கூச்சல் போட்டால் இனித் தண்டனைதான்' என்றார். எல்லோரும் மகிழ்ச் சியுடன் அந்த விடுமுறையைக் கொண்டாடினர்.

முதல் உலகப்போர் தொடங்கியது. ஜெர்மன் படைகள் முன்னேறின. இங்கிலாந்து வெற்றியடையுமா என்பது முதலில் சந்தேகத்திலிருந்தது. அந்தச் சமயம் எம்டன் கப்பல் அந்தமான் தீவுப்பகுதியில் உலா வந்த தாகச் செய்திவந்தது. சாவர்க்கரை அழைத்துச் செல்வதற்காகத்தான் அது அந்தப்பகுதியில் சுற்றுவதாக வதந்தி. எனவே, அந்தமான் சிறையின் மையப்பகுதியில் பலத்த காவல் போடப்பட்டது. எந்த நேரத்திலும் சிறை தாக்கப்படலாம் என்று சிறை அதிகாரிகள் அஞ்சினர். இந்தியாவிலிருந்து அந்தமான் சிறைக்குச் செலவுக்குப் பணம் வேண்டும் என்று முதன்மை கமிஷனர் தந்தி கொடுத்திருந்தார். ஆனால், அந்தச் செய்தி எம்டன் நீர்மூழ்கிக்கப்பலுக்கு வந்தது. இந்திய அரசு அந்தமானுக்குப் பணமும் பொருளும் அனுப்பிய கப்பலை வழிமறித்து எல்லாவற்றையும் பறித்துக்கொண்டது. அந்தமானுக்கும் இந்தியா வுக்கும் இடையே கப்பல் போக்குவரத்து நிறுத்தப்பட்டது. போர்க் காலத்தில் சிறைகள் ஏற்கெனவே கலவரத்தில் இருந்ததால் கைதிகளை அவ்வளவு கடுமையாக நடத்தவில்லை.

முதல் உலகப்போர் நடந்துகொண்டிருக்கும்போது, அமெரிக்காவில் ஹர்தயாள் நடத்தி வந்த கத்தார் இயக்கம், பெர்லின் இயக்கம்,

ஜெர்மானிய அரசின் வெளியுறவுத்துறை ஆகியவை இணைந்து, 1857-ல் நடந்ததுபோல ஒரு சிப்பாய்ப் புரட்சியைத் தூண்ட முயன்றன. அதில் பல பஞ்சாபி சீக்கியர்கள் கலந்துகொண்டனர். குண்டுகள் தயாரிக்கப்பட்டன. ஆனால், எப்படியோ ஆங்கில அரசு துப்புக் கிடைத்து அந்தப் புரட்சியை முறியடித்தது. அபிநவ பாரத்தைச் சேர்ந்த புரட்சியாளர்கள் பலர் அதில் பங்கேற்றிருந்தனர். பலர் தூக்கிலிடப் பட்டனர். பலருக்குத் தீவாந்திர தண்டனை கொடுக்கப்பட்டு, அந்த மான் சிறைக்கு அனுப்பப்பட்டனர். அந்தப்புரட்சியைப் பற்றிய செய்தியை யாரோ தனது அறையில் போட்ட ஒரு துண்டுச் செய்தித் தாளிலிருந்து அறிந்தார் சாவர்க்கர்.

நீர்மூழ்கிக் கப்பல் எம்டன் அழிக்கப்பட்டதும், அந்தமானுக்கும் இந்தி யாவுக்கும் இடையே மீண்டும் கப்பல் போக்குவரத்துத் தொடங் கப்பட்டது.

அன்று அந்தமான் சிறையில் ஒரே பரபரப்பு. அன்று புதிய சலன் வரப்போவதாகப் பேச்சு. மாலையில் பல சீக்கியர்கள் அந்தச் சலனில் வந்தார்கள். கத்தார், மற்றும் லாகூர் சதி வழக்கில் தண்டனை பெற்ற வர்கள். அவர்களைப் பார்த்ததும் சாவர்க்கருக்குப் பெருத்த மகிழ்ச்சி ஏற்பட்டது. சில ஆண்டுகளுக்கு முன்பு லண்டனில் ஹர்நாம் சிங்கிடம் அவர் கூறியது நினைவுக்கு வந்தது. 'இன்னும் ஐந்து ஆண்டுகளில் சீக்கியர்களும் புரட்சிப்போரில் பங்கெடுப்பதை நீ பார்ப்பாய்' என்று சொன்னது நினைவுக்கு வந்தது. 1909-ல் சொன்னது 1914-ல் பலித்து விட்டதில் அவருக்கு மகிழ்ச்சி.

கத்தார் இயக்கம் அபிநவ பாரத்தோடு தொடர்புடையது. அவர்களின் தலைவர் சாவர்க்கர். எனவே சலனில் வந்தவர்கள் அங்கே தங்கி யிருக்கும் சாவர்க்கரைப் பார்க்கத் துடித்தார்கள். சாவர்க்கரைத் தனியாக வைக்கும்படி பாரி உத்தரவிட்டிருந்தான். ஆனாலும் 50 அரசியல் கைதி களை ஒரே சமயத்தில் அவர்களால் சமாளிக்க முடியவில்லை. வந்தவர் களில் பெரும்பாலோர் சீக்கியர்கள். நல்ல பலசாலிகள். எனவே, அவர் களில் பலர் சாவர்க்கரைச் சந்தித்தனர். அவர்கள் அரசியல் கைதிகள் ஆனதால் அவர்களுக்குச் செக்கிழுத்தல் போன்ற கடுமையான வேலைகள் கொடுக்கப்படக்கூடாதென்றும் அப்படிக் கொடுத்தால் முதலிலேயே மறுத்துவிடுங்கள். எல்லோரும் சேர்ந்து மறுக்கும்போது அவர்களால் ஒன்றும் செய்ய முடியாது என்றும் சாவர்க்கர் ஆலோசனை சொன்னார்.

முன்பு அளிக்கப்பட்ட புது உத்தரவின்படி பல அரசியல் கைதிகள் நாட்டுக்குத் திருப்பி அனுப்பப்பட்டனர். எனவே அரசியல் கைதிகளின் எண்ணிக்கைக் குறைந்திருந்தது. புதியவர்களின் வரவால் அவர்களின்

எண்ணிக்கை அதிகமாகிவிட்டது. அன்று வந்த அரசியல் கைதிகளில் சிலர், சாவர்க்கரின் முதல் சுதந்தரப் போர் 1867 புத்தகத்தைப் படித்து விட்டுப் புரட்சியாளர்கள் ஆனவர்கள். அதில் ஒருவர் சாவர்க்கர் செக் கிழுக்கிற செய்தியை கத்தார் பத்திரிகையில் கார்ட்டூனாகப் பார்த்துவிட்டு புரட்சியாளர் ஆனவர்.

வந்த சிலநாள்களிலேயே அவர்கள் எப்படிப்பட்டவர்கள் என்பதைச் சிறை அதிகாரிகள் உணர்ந்தார்கள். ஒருநாள் பரமானந்த் எனும் கைதியை பாரி வாய்க்கு வந்தபடி திட்டினான். எரிச்சலடைந்த பரமானந்த் முன்னே பாய்ந்து சென்று பாரியைக் கன்னத்தில் ஓங்கி அடித்தான். பாரி கத்தினான். எல்லா அதிகாரிகளும் ஓடிவந்தனர். பர மானந்துக்குச் சாட்டையடி கொடுக்கப்பட்டது. சாட்டையின்கூர்கள் அவனது சதையைப் பிய்த்துக்கொண்டு வந்தன. என்றாலும் அவன் கலங்கவில்லை. அவனை மருத்துவமனைக்கு அனுப்பாமல் அறையில் அடைத்துப் போட்டனர். இன்னொருவன் மேலதிகாரியைக் கீழே தள்ளி விட்டான். சாவர்க்கர்தான் தூண்டிவிடுகிறார் என்று வார்டர்கள் பாரியிடம் போட்டுக்கொடுத்தனர்.

சாவர்க்கர் இந்தியாவுக்குத் தன்னைத் திருப்பி அனுப்பும்படி எவ் வளவோ விண்ணப்பங்கள் கொடுத்தார். அவருடைய மனுக்கள் எல்லாமே பாரி வழியாகச் சென்றதால் அவர் வேண்டுதலுக்கு ஒப்புக் கொள்ளக் கூடாது என்று எல்லா மனுக்களிலும் குறிப்பு எழுதினார். ஒருமுறை பாரியே தான் எழுதிய குறிப்பைச் சாவர்க்கரிடம் காட்டினார். இடையில், சாவர்க்கருடைய உடல்நிலை பாதிக்கப் பட்டது. ஜீரண சக்தி குறைந்துவிட்டது. அடிக்கடி காய்ச்சல் வந்தது. சிறைச்சாப்பாடு அதை அதிகப்படுத்தியது. பேதியானது. பேதி அளவுக்கு அதிகமாகப் போனால்தான் டாக்டரை அழைக்கமுடியும். நல்ல வேளையாக பாபாராவுக்கு அவரே சமையல் செய்துகொள்ள அனுமதி கிடைத்தது. யாருக்கும் தெரியாமல் தனது சாப் பாட்டிலிருந்து ஒருபகுதியைத் தம்பிக்கு அனுப்பிவந்தார். அதனால் சாவர்க்கரின் உடல்நிலை மிகவும் மோசமாகாமல் இருந்தது.

பான் சிங் என்ற ஒரு சீக்கிய இளைஞன் அங்குக் கைதியாக இருந்தான். அவனுக்கும் வார்டர்களுக்கும் சண்டை வந்தது. பாரியை அழைத் தார்கள். அவர் வந்தார். அவனைக்கண்டபடி திட்டினார். அவனும் திருப்பித் திட்டினான். அவனை அடித்து நொறுக்கும்படி பாரி சொன்னார். வார்டர்களும் ஜமேதார்களுமாக நால்வர் உள்ளே நுழைந்து அவனை அடித்து நொறுக்கினார்கள். அவன் எதிர்த்துப் பார்த்தான். முடியவில்லை. அடி தாங்க முடியாமல் 'என்னைக் காப்பற்றுங்களேன், என்னைக் காப்பாற்றுங்களேன்' என்று அலறினான். அதைக் கேட்ட

மற்றக் கைதிகள் தங்கள் அறைகளிலிருந்து ஓடிவந்தனர். அவர்கள் ஓடி வந்ததைப்பார்த்த பாரி அங்கிருந்து போய்விட்டார். அந்தச் செய்தி சாவர்க்கருக்குத் தெரிவிக்கப்பட்டது. அதை எழுதிக்கொடுக்கும்படி சொன்னார்.

மறுநாள் சூப்பரின்டென்டெண்ட் பார்வையிட வந்தபோது எல்லோரும் அவரிடம் நடந்ததைச் சொன்னார்கள். ஆனால் சூப்பரின் டென்டெண்ட் பாரியைக் கண்டிப்பதற்குப் பதிலாக பான்சிங்கைக் காப் பாற்றியவர்களைக் கண்டித்தார். அது அடுத்த வேலை நிறுத்தத்துக்கு வித்திட்டது. இங்கிலாந்து மந்திரி மாண்டேகு இந்தியாவுக்கு வரப் போவதாகச் செய்தி வந்தது. அந்த நேரத்தில் இங்கே வேலை நிறுத்தம் செய்தால் அது அவரது கவனத்துக்கு வரும் என்று சாவர்க்கர் சொன்னார். அந்த வேலை நிறுத்தத்துக்கு அங்கே நீண்ட நாள்களாக இருக்கும் கைதிகள் தலைமைப் பொறுப்பேற்று நடத்த வேண்டும் என்றார்கள்.

'நானோ, என்னுடன் இங்கே இருக்கும் நீண்ட நாள் கைதிகளோ தலைமைப் பொறுப்பை ஏற்றால் நாங்கள் இவ்வளவு நாள்கள் போராடிப் பெற்ற சலுகைகள் போய்விடும். மீண்டும் செக்கிழுக்க வேண்டியிருக்கும்' என்று எடுத்துச் சொன்னார் சாவர்க்கர். அவர் சொன்னதிலிருந்த நியாயத்தைப் புரிந்து கொண்டு புதிதாக வந்தவர்கள் வேலை நிறுத்தத்தில் ஈடுபடச் சம்மதித்தனர்.

'முதலில் இரண்டு இளைஞர்கள் அதிகாரிகளிடம் ஒரு அறிக்கையைக் கொடுக்கவேண்டும். அதன்படி அரசியல் கைதிகளை கொலைக்குற்றம் செய்த கைதிகளைப்போல நடத்தக் கூடாது என்று சொல்லி பான்சிங்கை அடித்ததை எடுத்துக்காட்டாகக் காட்டவேண்டும் என்றார். அதிகாரிகள் அதை ஏற்க மறுத்தால் சிலர் உண்ணாவிரதம் இருக்கப்போவதாகச் சொல்லவேண்டும் என்றும் சொன்னார். ஆனால் உண்ணாவிரதம் இருப் பவர்கள் எந்தக் காரணம் கொண்டும் உயிரைவிடும் அளவுக்குப் போய் விடக்கூடாதென்று அறிவித்தார். அந்த வேலை நிறுத்தத்தைப்பற்றி உலகில் உள்ள பல பத்திரிகைகளில் செய்தி வரவழைப்பது தன் பொறுப்பு' என்றார்.

100 பேருக்கு மேல் வேலை நிறுத்தத்தில் கலந்துகொண்டனர். அந்த மானின் வரலாற்றில் அத்தனை பேர் ஒரே சமயத்தில் வேலைநிறுத்தம் செய்ததில்லை. அதிகாரிகள் ஆடிப்போய்விட்டார்கள். சாவர்க்கருக்கு எதிராக அவர்களைத் தூண்ட முயன்றார் பாரி. அது நடக்கவில்லை. இதற்கிடையில் உடல்நிலை தேறாமல் பான் சிங் இறந்துவிட்டான். பிரித்வி சிங் என்பவன் வாரக்கணக்கில் உண்ணாவிரதம் இருந்தான். அவனுக்கு மூக்கு வழியாகப் பாலை ஏற்றினர். ஆறு மாதங்கள் அந்த

நிலையில் இருந்தான். இனி அவன் பிழைக்கமாட்டான் என்று டாக்டர் சொன்ன நிலையில், அதிகாரிகள் கைதிகளின் நிபந்தனைகளில் பல வற்றை ஏற்றுக்கொண்டார்கள். சாவர்க்கர் வேண்டிக்கொண்டதால் பிருத்வி சிங் உண்ணாவிரதத்தை முடித்துக்கொண்டான். அரசியல் கைதிகளுக்கு எளிய வேலை கொடுக்கப்பட்டது. நல்ல சாப்பாடு கிடைத்தது.

சாவர்க்கரின் உடல் நிலை மிக மோசமானது. மலேரியாக் காய்ச்சல், பேதி, வயிற்று வலி என எல்லாம் ஒரே சமயத்தில் வந்து தொல்லை கொடுத்தன. 108 பவுண்டிலிருந்து 92 பவுண்டுக்கு எடை குறைந்தது. சாப்பிட முடியவில்லை. ஜீரணமாகவில்லை. இன்னும் ஒரு சில மாதங் களில் காச நோய் வருவதற்கான அறிகுறிகள் இருக்கின்றன என்று டாக்டர் சொல்லிவிட்டார். அந்தமானில் சாவதைவிட இந்தியாவுக்குச் சென்று சாவது உத்தமம் என்று எண்ணிய சாவர்க்கர், இந்திய அரசுக்குக் கருணை மனு எழுதினார். அரசு சொல்லும் நிபந்தனைகளுக்கு ஒப்புக் கொள்வதாக எழுதி அனுப்பினார். ஆனால் அவரது எல்லா மனுக்களும் நிராகரிக்கப்பட்டன. அந்தச் சமயத்தில், நோயின் கொடுமை தாங் காமல் தற்கொலை செய்து கொள்ளலாமா என்றுகூட எண்ணினார் சாவர்க்கர்.

இந்த நிலையில் அவரைப் பார்ப்பதற்கு அவரது மனைவிக்கும் தம்பிக்கும் அனுமதி கிடைத்தது. அவரது அண்ணி தனது கணவரையும் பிள்ளைபோல் வளர்த்த தாத்யாவையும் பார்க்க இயலவில்லையே என்ற ஏக்கத்திலேயே இறந்துவிட்டார். ஆனால் அவர் இறந்த மறுநாள் அவரது கணவரைப் பார்க்க அனுமதிக் கடிதம் கிடைத்தது.

இரண்டு அண்ணன்களும் தம்பியை ஆரத் தழுவிக்கொண்டனர். மராட்டி தெரிந்த ஒரு காவலர், அவர்கள் என்ன பேசுகிறார்கள் என்று தெரிந்துகொள்வதற்காக வெளியில் காவலிருந்தார். மனைவியுடன் தனியாக அரை மணி நேரம் பேசுவதற்கு அனுமதி கொடுக்கப்பட்டது. பிறகு தம்பி, மனைவியுடன் ஒன்றரை மணி நேரம் பேசிக்கொண்டிருந் தார். அவர்கள் விடைபெற்றுச் சென்றனர். பான் சிங் நிகழ்ச்சிக்குப் பிறகு பாரி மனமுடைந்து போய்விட்டார். அவ்வப்போது அவரது கொடூர குணம் தலைதூக்கும். ஆனாலும் முன்போல அவ்வளவாக அதிகாரம் செய்வதில்லை. அவருடைய ஆணைகளைக் கைதிகள் முன் போல் மதிப்பதில்லை என்று கண்டுகொண்டார். அவருடைய உடல் நிலையும் பாதிக்கப்பட்டது. நீண்டகால விடுமுறைக்கு மனுச்செய் திருந்தார். விடுமுறையில் செல்ல அனுமதி கிடைத்தது. அவருக்கு இந்தியா வழியாகச் செல்வதற்குப் பயம். என்றாலும் வேறு வழியில்லை. அவரை இரண்டு பேர் தூக்கிச் சென்று ஸ்டீமரில் ஏற்ற

வேண்டியிருந்தது. இந்தியா சென்ற சில நாள்களில் மிக அவதிப்பட்டு இறந்தார்.

மிர்ஸாகான் இந்திய ஜெயிலுக்கு மாற்றப்பட்டான். அவன் கையில் மிகுந்த வலியால் அவதிப்பட்டான். பார்க்கிற எல்லோரிடமும், 'அந்த வலிக்குக் காரணம் படே பாபுதான். ஏதோ மந்திரம் போட்டுவிட்டார். அதனால் கைவலிக்கிறது. அவர் மனம் வைத்தால் வலியைச் சரிசெய்ய முடியும்' என்றான். ஒரு நாள் மிர்ஸா கான் சாவர்க்கரிடம் நேரிடையாக வந்து தான் செய்த கொடுமைகளுக்கெல்லாம் மன்னிப்புக்கேட்டான்.

'தயவுசெய்து நீங்கள் போட்ட மந்திரத்தை நீக்கி எனக்குக் கைவலியைப் போக்குங்கள்' என்றான்.

'எனக்கு மந்திரம் தந்திரம் எதுவும் தெரியாது. நான் எதுவும் செய்ய வில்லை' என்றார் சாவர்க்கர்.

'அப்படிச்சொல்லாதீர்கள். எனக்குத் தெரியும். தயவுசெய்து மறுக்காமல் உதவுங்கள்' என்றான். வேறுவழியின்றி, 'சரி, உங்களுடைய கை வலி விரைவில் குணமாகட்டும்' என்றார். இதில் வேடிக்கை என்ன வென்றால் சிலநாள்களில் அவனது கைவலி பூரணமாகக் குணமாகி விட்டது. இந்தியாவுக்குத் திரும்பும்போது அவருக்கு நன்றி தெரிவித்து விட்டுச் சென்றான் மிர்ஸாகான்.

பாரியின் மைத்துனர் மிஸ்டர் டிக்கின்ஸ் அந்தமான் சிறையின் ஜெயில ராக நியமிக்கப்பட்டார். அவர் மிகவும் நல்லவர். சிறையின் சட்ட திட்டங்களுக்கு மாறுபடாமல் நடந்துகொண்டாலும் கைதிகளைக் கண்ணியமாக நடத்தினார்.

அந்தமான் சில்வர் ஜெயிலில் என்னென்ன மாறுதல்கள் செய்ய வேண்டும் என்றும் அந்தமான் காலனியில் என்ன மாற்றங்களைச் செய்ய வேண்டும் என்றும் ஆராய்ந்து முடிவு சொல்வதற்காக ஒரு கமிஷனை இந்திய அரசு நியமித்தது.

கமிஷன் வந்தது. சிறைச்சாலையைச் சுற்றிப்பார்க்கத் தொடங்கியதும், கமிஷன் உறுப்பினர்கள் நேரடியாக சாவர்க்கரின் அறைக்கு வந்தனர். பம்பாய் மாநிலத்தின் சிறைத்தலைமை அதிகாரியாகப் பணியாற்றிய ஜாக்ஸன், பனகல் ராஜா ஆகியோர் அந்த உறுப்பினர்கள் குழுவில் இருந் தார்கள். சாவர்க்கரிடம் அவர்கள் பல கேள்விகள் கேட்டனர். சாவர்க்கர் பான் சிங்குக்கு நடந்த அநியாயத்தை விளக்கமாக எடுத்துச் சொன்னார்.

கமிஷனில் உறுப்பினராக இருந்த ஓர் இந்தியர்தான் சற்றுக் கடுமையாக நடந்து கொண்டார். சிறைச்சாலையில் அவர் பெற்ற அனுபவங்களைப் பற்றி கமிஷன் உறுப்பினர்களுக்கு விலாவாரியாகச் சொன்னார்

சாவர்க்கர். கிட்டத்தட்ட ஒன்றரை மணி நேரம் பேசினார்கள். குற்றவியல் சட்டங்கள் பற்றியும் சிறை நிர்வாகம் பற்றியும் ஐரோப் பாவிலும் அமெரிக்காவிலும் நவீன முறையில் சிறை நிர்வாகம் நடப்பது பற்றியும் சாவர்க்கர் எடுத்துரைத்தார். எல்லாவற்றையும் சுருக்கமாக எழுதிக் கொடுக்கச் சொன்னார்கள். எழுதிக்கொடுத்தார். அந்தக்குழு உறுப்பினர்கள் அந்தமான் காலனியில் பலரையும் சந்தித்துப் பேசினார்கள். அவர்களும் ஏற்கெனவே பேசி வைத்திருந்த படி ஒரே மாதிரியான கருத்துகளைச் சொன்னார்கள்.

அந்தமானை ஒரு சிறந்த துறைமுகமாக மாற்றவேண்டும் என்றும் அதை கப்பற்படைத் தளமாக மாற்றவேண்டும் என்று சாவர்க்கர் எழுதிக் கொடுத்தார். அந்தத் திட்டத்தைச் சில உறுப்பினர்கள் வரவேற்றார்கள். அவர்கள் திரும்பிச் செல்லும்பொழுது ஒரு உறுப்பினர் சாவர்க்கரைப் பார்த்து, விளையாட்டாக 'அதோ பாருங்கள், உங்கள் துறைமுகத் தையும் கப்பல் படையின் கப்பல்கள் அலைகளில் ஆடிக்கொண்டிருப் பதையும்' என்று சொன்னார். சாவர்க்கர் சிரித்துக்கொண்டே,

'அது உங்கள் காலத்திலோ என் காலத்திலோ நடக்காமல் போகலாம். ஆனால் நமது குழந்தைகள் நிச்சயம் பார்ப்பார்கள்' என்றார். பல ஆண்டுகளுக்குப் பிறகு அவரது கனவு நிறைவேறத்தான் செய்தது.

அப்பொழுது இந்தியா முழுக்க மத மாற்றம் நிகழ்ந்துகொண்டிருந்தது. அரசியல் விடுதலை எவ்வளவு முக்கியமோ அதே அளவுக்குச் சமூக விடுதலையும் முக்கியம் என்பதை உணர்ந்திருந்தார் சாவர்க்கர். இனி மேல் சமுக விடுதலைக்காக முழுமூச்சுடன் பாடுபடவேண்டும் என்று நினைத்தார். எனவே, எப்படியாவது இந்தியாவுக்குச் சென்றுவிட வேண்டும் என நினைத்து மனுக்கள் கொடுத்தார். தன் மனுக்களை சற்று நைச்சியமாகவே எழுதினார். அப்பொழுதுதான் அந்தமான் சிறை அதிகாரிகள் நல்ல குறிப்போடு அதை அனுப்புவார்கள். எப்படியாவது வெளியே சென்றுவிட்டால் இந்தியாவில் போய் சமூக நலனுக்காகப் பாடுபடலாம் என்றும் அரசியல் விடுதலைக்காகப் பாடு படத் தொண்டர் படையையே தயாரித்து வைத்திருப்பதால் அவர்கள் பார்த்துக்கொள்வார்கள் என்றும் நினைத்தார்.

ஜெயில் கமிஷன் சாவர்க்கரிடம் கேள்வி கேட்டுவிட்டுப் போய் வெகு நாளாகியிருந்தது. அவர் விடுதலை குறித்து எந்த பதிலும் வரவில்லை. எத்தனை முறைதான் மனுக்கள் அனுப்புவது? கெஞ்சிப் பார்த்தாகி விட்டது. மற்ற கைதிகளில் பலர் நிபந்தனைகளோடும் நிபந் தனையின்றியும் அனுப்பப்பட்டுவிட்டனர். ஆனால் சாவர்க்கருக்கும் அவரது சகோதரருக்கும் மட்டும் மறுப்பு, மறுப்பு, மறுப்பு.

ஒரு நாள் மாலை சீக்கியக் கைதி ஒருவன் வேக வேகமாக ஓடிவந்தான்.

'படே பாபு, எல்லா அரசியல் கைதிகளுக்கும் விடுதலை கிடைத்து விட்டது' என்றான். சாவர்க்கரைச் சுற்றி நின்ற மற்றக் கைதிகள் துள்ளிக் குதித்தனர். ஆனால் சாவர்க்கர் எந்த உணர்ச்சியையும் காட்டாமல் நின்றுகொண்டிருந்தார்.

'படே பாபு, நான் சொல்வதை நீங்கள் நம்பவில்லையா? இங்கே உள்ள அதிகாரிகளுக்கு உத்தரவு வருவதற்கு முன் எங்களுக்குத் தெரிந்து விடும். இதோ பாருங்கள். தந்தியின் நகல்' என்றான் அந்தச் சீக்கிய இளைஞன்.

சாவர்க்கர் அதை வாங்கிப்பார்த்தார்.

'பொதுப்பாதுகாப்புக்குக் குந்தகம் விளைக்கிற அரசியல் கைதிகளை விடுவிக்கக் கூடாது' என்று அதில் எழுதியிருந்தது.

'இந்தக் குறிப்பால் எங்களுக்கு விடுதலை கிடைக்காது. ஆனால், இங்குள்ள பலருக்கும் விடுதலை கிடைக்கும். அதை நினைத்து நான் மகிழ்ச்சி அடைகிறேன்' என்றார் சாவர்க்கர்.

எதிர்பார்த்தது போலவே அவருக்கும் அவரது அண்ணனுக்கும் விக்டரி சலுகை வழங்கப்படவில்லை. பல அரசியல் கைதிகளுக்கு விடுதலை கிடைத்தது. அவர்கள் எல்லோரையும் வழியனுப்பி வைத்தார் சாவர்க்கர்.

அவரது அண்ணனுக்குக் கடுமையான உடல்நலக் குறைவு ஏற்பட்டது. காசநோய் தாக்கியது. இரவும் பகலும் இருமிக்கொண்டே இருந்தார். அந்த நிலையில் அவர் நீண்டநாள் உயிர்வாழ மாட்டார் என்று சாவர்க்கர் நினைத்தார். இரண்டாம் முறையாக அவரது தம்பி நாராயண சாவர்க்கரும் யமுனாபாயும் வந்து அவர்களைச் சந்தித்தனர். தம்பியிடம் வெளிப்படை யாகவே சாவர்க்கர் சொன்னார். 'பால், எங்களை நன்றாகப் பார்த்துக் கொள். அடுத்தமுறை நீ என்னையோ பாபாவையோ அல்லது இரு வரையுமோ சந்திக்க முடியாமல் போகலாம். பாபாவின் உடல்நிலை மிகவும் மோசமாக இருக்கிறது. அந்தமான் சிறையில்தான் எங்கள் ஆவி பிரிய வேண்டும் என்பது தலைவிதியோ என்னவோ?'

பால் அழுதார்.

'தாத்யா, உங்கள் இருவரின் விடுதலைக்கு நான் அரசுடனும் காங்கிரஸ் மஹா சபையுடனும் போராடிக்கொண்டிருக்கிறேன். மாநாட்டில் உங்கள் இருவரின் விடுதலைக்காகத் தீர்மானம் நிறைவேற்றுவதாக காங்கிரஸ் தலைவர்கள் உறுதிமொழி கொடுத்திருக்கிறார்கள்' என்றார் பால்.

பத்து ஆண்டுகள் முடிய ஒருசில தினங்களே இருக்கும் போது சாவர்க்கர் தனக்குச் சிறையிலிருந்து வெளியில் சென்று சுதந்தரமாக வாழ டிக்கெட் கொடுக்கவேண்டும் என்று விண்ணப்பித்தார்.

'இன்னும் பத்து ஆண்டுகள் முடியவில்லை' என்று பதில் வந்தது.

'ஐந்து ஆண்டுகள் முடிந்தவர்களுக்கெல்லாம் டிக்கெட் கொடுத்திருக் கிறீர்களே!' என்று கேட்டார்.

'உங்களுக்கு அந்த விதி பொருந்தாது' என்று சொன்னார்கள்.

பத்து ஆண்டுகள் முடிந்த பிறகு சாவர்க்கர் மீண்டும் மனு செய்தார். அவருக்கு டிக்கெட் கொடுக்கப்பட்டது. அவர் சிறைக்குள் தனியாக மையப்பகுதியில் வாழலாம் என்ற அனுமதி மட்டும்தான் அது. வெளியில் செல்ல முடியாது. அந்த மாதிரியான ஓர் அனுமதி அதுவரை யாருக்கும் கொடுக்கப்பட்டதில்லை.

அந்தமான் சிறையில் சாவர்க்கருக்குப் பதவி கொடுக்கப்பட்டது. எண்ணை ஆலைக்கு அவரை ஃபோர்மேனாக நியமித்தனர். அந்தமான் சிறைச்சாலையை ஒட்டி நிறையத் தென்னை மரங்கள் உண்டு. கைதிகள் செக்கிழுத்துத் தந்த எண்ணெயைத் தவிர எண்ணெய் ஆலை மூலம் கிடைக்கும் எண்ணெயும் அங்கே சேகரித்து வைக்கப்படும். பிறகு வெளிநாட்டுக்கு ஏற்றுமதி செய்வார்கள். எண்ணெயைச் சேகரம் செய்து கணக்கு வைக்கும் பொறுப்பு சாவர்க்கருக்குக் கொடுக் கப்பட்டது.

'படே பாபு, ஃபோர்மேன் என்ற பெயர் அவ்வளவு நன்றாக இல்லையே!' என்றார் ஒரு சக கைதி.

'இவ்வளவு அழகான பெயர் கொடுத்திருக்கிறார்களே என்று நான் மகிழ்ச்சியில் இருக்கிறேன். பெயர் நன்றாக இல்லை என்கிறாயே?' என்றார் சாவர்க்கர்.

'அந்தப்பெயரில் அப்படி என்னதான் இருக்கிறது?'

'இங்கிருக்கும் அதிகாரிகள் எல்லோரும் சாதாரண 'மேன்' தான் . ஆனால் நான் அவர்களுக்கெல்லாம் தலைவன் மாதிரி 'ஃபோர்மேன்' என்று சொல்லிச் சிரித்தார் சாவர்க்கர். எதையும் எளிதாக எடுத்துக் கொள்ளும் அந்தப் பண்புதான் எல்லாச் சுமைகளையும் சுமக்கும் தைரியத்தை அவருக்குக் கொடுத்தது.

அந்தப்பணிக்காக அவருக்கு மாதம் ஒரு ரூபாய் கொடுக்கப்பட்டது. சிறையில் வேதாந்தம் படித்தார். தியானம் செய்தார். யோகாசனப் பயிற்சி செய்தார். கவிதைகள் எழுதினார்.

விக்டரி சலுகை பெற்ற கைதிகள் சிலருக்கு நிபந்தனை விடுதலை கிடைத்தது. 'இனி ஐந்து ஆண்டுகளுக்குத் தீவிர அரசியலில் ஈடுபட மாட்டேன் . அப்படி ஈடுபட்டால் திரும்பவும் அந்தமான் சிறைக்கு அனுப்பிவிடலாம்' என்று எழுதிக் கையெழுத்திடவேண்டும். சில கைதிகளுக்கு அப்படிக் கையொப்பமிட விருப்பமில்லை. சாவர்க் கரிடம் வந்து தங்கள் கருத்தைச் சொன்னார்கள்.

சாவர்க்கர் அவர்களைக் கண்டித்தார். கையெழுத்துப் போட்டுவிட்டு வெளியே போகச் சொல்லி அறிவுரை சொன்னார்.

ஆங்கிலேயர் இந்தியாவின் ஆட்சியைக் கைப்பற்றிய பிறகு ஆங்கிலம் ஆட்சி மொழியாகிவிட்டது. இந்தியா சுதந்தரம் பெற்ற பிறகு ஆங் கிலம் ஆட்சி மொழியாக நீடித்தால் அந்நிய ஆட்சியிலிருந்து விடுதலை பெற்றாலும் அந்நிய மொழிக்கு அடிமைகளாயிருப்போம்.இப்படி நினைத்தார் சாவர்க்கர். அதனால், இந்தியாவுக்கு ஒரு பொது மொழி வேண்டும். இந்தி மொழி ஒன்றுக்குத்தான் அப்படிப் பொது மொழியாகும் தகுதி இருக்கிறது என்று நினைத்தார். எனவே, இந்திய மக்கள் அனைவரும் தங்கள் தாய்மொழியோடு இந்தியையும் கற்றுக் கொள்ளவேண்டும் என்றார் சாவர்க்கர். அதற்கான முயற்சியை அந்த மானிலேயே தொடங்கிவிட்டார். அங்கே முதலில் முஸ்லிம் கைதிகள் அதிகமாக வெளிவந்து அந்தமான் காலனியில் தங்கியதால், உருது மொழியே முதன் மொழியாக இருந்து வந்தது. அதன் ஆதிக்கத்தை மாற்றி இந்தியைப் புகுத்துவதற்காக, இந்தி கற்றுக்கொடுக்க ஏற்பாடு செய்தார். சில ஆங்கிலச் சொற்களுக்கு ஈடாக எளிமையான இந்திச் சொற்களை உருவாக்கினார். அழைப்பிதழ்களை இந்தியில் அச்சடிக்க ஏற்பாடு செய்தார். நிறைய இந்திப்புத்தகங்கள் வாங்குவதற்கும், இந்தியாவிலிருந்து தருவிப்பதற்கும் ஏற்பாடு செய்தார். எல்லோரும் எளிதாக எழுதுவதற்காக இந்தியைத் தேவநாகிரி லிபியில் எழுத வேண்டும் என்றார்.

1920-ம் ஆண்டு 'பாம்பே நேஷனல் யூனியன்' என்ற அமைப்பு அரசியல் கைதிகளை உடனடியாக விடுதலை செய்யவேண்டும் என்று 70,000 பேரிடம் கையெழுத்து வாங்கி அரசுக்கு அனுப்பியது. அரசியல் கைதிகளை விடுதலை செய்வதாக அரசும் உத்தரவாதம் கொடுத்தது. பம்பாயில் மகாத்மா காந்தி சாவர்க்கர் சகோதரர்களுக்கு ஆதரவாகப் பேசினார்.

சர்தார் வல்லபாய் பட்டேலின் தமையனார் வித்தல்பாய் பட்டேல் இம்பீரியல் லெஜிஸ்லேடிவ் கவுன்ஸிலில் சாவர்க்கர் சகோதரர்களை விடுதலை செய்யத் தீர்மானம் கொண்டு வந்தார். அதே டெல்லி ராஜாங்க சபையில் கனம் கே.வி. ரங்கசாமி அய்யங்கார் 1921-ம் ஆண்டு

மார்ச் மாதம் சாவர்க்கர் சகோதரர்களை விடுதலை செய்ய வேண்டும் என்று தீர்மானம் கொணர்ந்தார். அரசாங்கம் அவர்களை விடுவிக்கச் சம் மதிக்கவில்லை. உடனே ரங்கசாமி அய்யங்கார், சாவர்க்கர் சகோதரர்கள் சார்பில் தான் ஜாமீன் கொடுக்கத் தயார் என்று அறிவித்தார். அதன் பிறகுதான், அவர்களை இந்தியாவுக்குக் கொண்டுவர அரசு ஆணை பிறப்பித்தது.

அதே சமயம், சாவர்க்கரின் மனம் அரசியல் விடுதலையிலிருந்து சமுதாய விடுதலையை நோக்கித் திரும்பியது. தம்பிக்கு எழுதிய கடிதத் தில் 'அந்நியனை இந்துஸ்தானத்திலிருந்து விரட்ட நான் விரும்புவது போலவே ஜாதிப்பாகுபாடுகளுக்கும், தீண்டாமைக்கும் எதிராகப் போராடவேண்டும் என்று நான் விரும்புகிறேன்' என்று குறிப் பிட்டிருந்தார்.

2-5-1921 அன்று சாவர்க்கர் சகோதரர்களை இந்தியாவுக்கு அனுப்பும்படி உத்தரவு வந்திருப்பதாக சாவர்க்கருக்குத் தகவல் வந்தது. சிறிது நேரத் தில் சிறை மேலதிகாரி அவரைக் கூப்பிட்டனுப்பினார். சாவர்க்கர் அவரது அறைக்குப் போனார். அரசிடம் இருந்து வந்த உத்தரவை அவருக்குப் படித்துக் காட்டினார். சாவர்க்கர் சகோதரர்களை இந்தியா வுக்குத் திருப்பி அனுப்பும்படி செய்தி வந்திருந்தது.

சாவர்க்கர் இந்தியாவுக்குச் செல்கிறார் என்று கேள்விப்பட்ட மற்றக் கைதிகள் குதித்துக் கூத்தாடினர். அவரது அறைக்கு வந்து சந்தித்தனர். 11 ஆண்டுகளுக்குப் பிறகு இந்தியா போகிறோம் என்ற மகிழ்ச்சி ஒருபுறம் இருந்தாலும் சாவர்க்கர் அவ்வளவாக உற்சாகம் காட்ட வில்லை. 'இது உண்மையான விடுதலை இல்லை. அந்தமானிலிருந்து இந்தியச் சிறைக்கு மாற்றப்பட்டிருக்கிறோம் அவ்வளவுதான்' என்று நினைத்தார் சாவர்க்கர்.

சிறைவிதிகளையும் மீறி சாவர்க்கர் சகோதரர்களுக்குப் பிரிவு உபசாரம் செய்யப்பட்டது. அந்தமான் காலனியைச் சேர்ந்தவர்கள் பழங்கள், மலர்கள், தின்பண்டங்கள் என்று கொண்டுவந்து அவர்களைத் திணறடித்துவிட்டார்கள். தனது நூல்களை நூலகத்துக்குக் கொடுத்து விட்டார் சாவர்க்கர். பிற பொருள்களை சக கைதிகளுக்குப் பகிர்ந் தளித்துவிட்டார். கையில் சில பழங்களையும் தின்பண்டங்களையும் எடுத்துக்கொண்டார். அவர்கள் இருவரையும் சிறைக்கதவுக்கு வெளியே கொண்டு வந்து, அங்கே அவர்களை அழைத்துச் செல்லக் காத்திருந்த காவலர்கள் வசம் ஒப்படைத்தனர் சிறை அதிகாரிகள்.

எந்தச்சாலை வழியே வந்தார்களோ, அதே சாலை வழியே போர்ட் ப்ளேயர் துறைமுகம் நோக்கி நடந்தார்கள். திடீரென்று குஷாபா என்ற

மராத்தியக் கைதி ஓடிவந்தான். அவனைக் காவலர்கள் தடுக்கப் பார்த்தனர். ஆனால் அவர்களையும் மீறி அவன் சாவர்க்கரின் அருகில் வந்து செண்பக மலர் மாலையொன்றை அவர் கழுத்தில் போட்டு அவர் காலைத் தொட்டுக் கும்பிட்டான். அவன் ஜமேதாராகப் பணியாற்றிக் கொண்டிருந்தான். இன்னும் சில தினங்களில் அந்தமானில் சுதந்தர மாகத் தங்கும் டிக்கெட் அவனுக்குக் கிடைத்துவிடும். ஆனால் அவன் அப்பொழுது செய்த செயலுக்காக அவனுக்குத் தண்டனை கிடைக்கும். பதவியிறக்கம் செய்யப்படலாம். அவன் அதைப்பற்றியெல்லாம் கவலைப்படவில்லை. சாவர்க்கருக்கு எத்தனையோ இடங்களில் சால்வைகள் போர்த்தப்பட்டதுண்டு. எவ்வளவோ மலர்மாலைகளும் பாராட்டுப் பத்திரங்களும் அளிக்கப்பட்டதுண்டு. ஆனால் அன்று அந்தக் கைதி போட்ட செண்பக மாலைக்கு ஈடாக எதுவும் இல்லை என்று சொன்னார் சாவர்க்கர்.

அவர்கள் கப்பலில் ஏற்றப்பட்டார்கள். சென்ற முறை அவர் வந்த போது அவர் பட்ட கஷ்டங்கள் நினைவுக்கு வந்தன. சென்ற முறை தனியாக வந்தார். இந்த முறை அண்ணனோடு சேர்ந்து செல்கிறார்.சிறைச்சாலையில் பத்தாண்டுகளுக்கு மேல் ஒன்றாக இருந் தாலும், இருவரும் எப்பொழுதாவது சந்திக்க முடிந்ததே தவிர, நேரடியாகப் பேச முடியவில்லை. இப்போது இருவரும் பேசித்தீர்த் தார்கள். அவர்களுடன் அந்தமான் மனநல மருத்துவ மனையிலிருந்து வந்த மனநலம் குன்றிய நோயாளிகள் சிலர் இருந்தார்கள். என்ன செய்கிறோம் என்று தெரியாமல் அவர்கள் செய்த அசிங்கமான செயல்களும், போட்ட கூச்சல்களும் அவர்களுக்கு இடைஞ்சல்களாக இருந்தன. கப்பல் தலைவன் அவர்களை வேறிடத்துக்கு மாற்றினான். அப்பொழுது தான் அண்ணனுடன் ஒன்றாகப் போனாலும் கல்கத்தா சென்றவுடன் இருவரையும் பிரித்துவிடுவார்கள். யாரை எந்தச் சிறையில் அடைப்பார்கள் என்று தெரியாது என்பதை உணர்ந்தே இருந்தார் சாவர்க்கர்.

கப்பல் கல்கத்தா துறைமுகத்தை அடைந்தது. அவர்கள் கல்கத்தா சிறையில் அடைக்கப்பட்டார்கள். அண்ணனும் தம்பியும் பிரிக்கப் பட்டார்கள். தனியாக அண்ணனை அழைத்துச் செல்வதைப் பார்த்த சாவர்க்கர் கண்கலங்கினார். அவரை இனிமேல் பார்க்க முடியாமல் போய் விடுமோ, அதுதான் கடைசி முறையோ என்றெல்லாம் நினைத்தார்.

ஒரு கைதி அவரிடம் வந்து 'நீங்கள் மார்ஸெயில்ஸ் கடலில் எத்தனை மைல் நீந்தினீர்கள்' என்று கேட்டான்.

'100 மீட்டர் தூரம் நீந்திக் கரை சேர்ந்துவிட்டேன்' என்றார் சாவர்க்கர்.

‘அவ்வளவுதானா?’ என்று சொல்லிவிட்டு அவன் நகர்ந்து போய் விட்டான். உண்மையை அவர் சொன்னதால் அவர்மேல் அவன் வைத்திருந்த மதிப்புக் குறைந்துவிட்டது.

ஒரு சீனாக்காரன் அவருடன் பேசினான். ‘உங்கள் பெயர் என்ன?’ என்று கேட்டான்.

‘விநாயக் சாவர்க்கர்.’

‘என்ன சொல்கிறீர்கள்? நீங்கள் சாவர்க்கரா? உங்களைப்பற்றி நிறையக் கேள்விப்பட்டிருக்கிறேன். நீங்கள் பெரிய ஆகிருதியுடன் ஆறடிக்கும் மேல் இருப்பீர்கள் என்று நினைத்தேன். இப்படிச் சின்ன அறையில் அடை பட்டுக்கிடக்கிறீர்களே’ என்றான். எல்லாவற்றையும் மிகைப்படுத்திப் பார்த்தே மக்கள் மதிப்பு வைக்கிறார்கள் என்று நினைத்துக்கொண்டார் சாவர்க்கர்.

ஒருநாள் சாவர்க்கரை ரயில்வே ஸ்டேஷனுக்கு அழைத்துச் சென்றனர். ரயிலில் எங்கே அழைத்துப்போகிறார்கள் என்பது தெரியாது. ஆனால் சாவர்க்கரை அழைத்துச் செல்கிறார்கள் என்று மக்களுக்கு எப்படித் தெரிந்ததோ தெரியவில்லை. ஒவ்வொரு ரயில் நிலையத்திலும் மக்கள் திரண்டு வந்து ஜன்னல் வழியாக மலர்களையும் பழங்களையும் வீசினர். நாக்பூர் வந்தது. அன்றைய செய்திகளில், சாவர்க்கர் இந்தியாவுக்குக் கொண்டுவரப்பட்ட செய்தி கொட்டை எழுத்தில் அச்சிடப் பட்டிருந்தது. வண்டி நாசிக்கை அடைந்தது. அது சாவர்க்கரின் சொந்த ஊர் என்பதால், காவலர்கள் ஜன்னல் கதவை மூடிவிட்டார்கள். நாசிக் என்ற பெயர் சாவர்க்கரின் காதில் விழுந்தது. பழைய நினைவுகள் அலைமோதின. எந்த மண்ணில் அவரது புரட்சி இயக்கம் தோன்றியதோ, எந்த மண் அவரைத் தலைவனாக்கியதோ அந்த மண்ணில் காலடி வைக்க அவர் அனுமதிக்கப்படவில்லை.

நாசிக்கிலிருந்து ரயில் கிளம்பி பம்பாயை வந்தடைந்தது. அங்கிருந்து ஸ்டீமரில் அழைத்துச் சென்றார்கள். அடுத்து அவர் அழைத்துச் செல்லப்பட்ட இடம், ரத்தினகிரி சிறைச்சாலை. லோகமான்ய திலகர் பிறந்த ஊர். அந்தமானில் இருந்தபோது சில மாதங்களுக்கு முன் லோக மான்ய பாலகங்காதர திலகர் இறந்த செய்தி வந்தது. செய்தி வந்த இரண்டு மணி நேரத்துக்குள் அந்தமான் பகுதி முழுதும் பரவியது. சாவர்க்கரின் வேண்டுகோளின்படி அன்று அந்த ஊரில் இருந்த பெரும் பாலானோர் உண்ணாவிரதம் இருந்தனர். அன்று சிறைக்கைதிகள் யாரும் சாப்பிடவில்லை. அவர் பிறந்த ஊரில் உள்ள சிறைக்குள் காலடி எடுத்து வைத்தார்.

12. இந்தியச் சிறை

'படே பாபு , உங்கள் அண்ணன் உயிருக்குப் போராடிக் கொண்டிருக் கிறாராம். செய்தி வந்திருக்கிறது' என்றார் ரத்தினகிரிச் சிறையில் இருந்த ஒரு வார்டர்.

'நான் எதிர்பார்த்தேன். கல்கத்தாவிலிருந்து செல்லும்போதே அவர் நிலை மோசமாகத்தான் இருந்தது' என்றார் சாவர்க்கர்.

'இப்பொழுது மிகவும் மோசமாம். உங்கள் தம்பி பார்க்கப் போயிருக்கிறார். ஆனால், அதிகாரிகள் அனுமதிக்கவில்லையாம்.'

'இந்தியச் சிறையிலுமா இந்தத் தொல்லை?'

'உங்கள் தம்பி கதராடை அணிந்து சென்றாராம். கதராடை அணிந்து கொண்டு உள்ளே செல்லக் கூடாது என்று சொல்லி விட்டார்களாம்.'

'பிறகு அவன் உடையை மாற்றிக்கொண்டு சென்றானா?'

'உங்கள் தம்பியாயிற்றே. விட்டுக் கொடுப்பாரா?' கவர்னருக்கு மனு கொடுத்து கதராடையோடு உள்ளே செல்ல அனுமதி பெற்று போய்ப் பார்த்திருக்கிறார்.'

'என் அண்ணனின் நோய் வேதனை கொடுக்கிறது. தம்பியின் உறுதி மகிழ்ச்சி கொடுக்கிறது. எங்கள் பால் எதற்கும் அஞ்சாதவன்.'

'டாக்டர்கள் உங்கள் அண்ணனுக்கு நாள் குறித்துவிட்டார்களாம்.'

'அவருக்கு மட்டும் ஏதாவது ஒன்று ஆகட்டும். காரணமான அத்தனை பேரையும் கழுவேற்றிவிட்டுத்தான் அவரது முதலாண்டு நினைவைக் கொண்டாடுவேன்' என்றார் சாவர்க்கர்.

ரத்தினகிரிச் சிறையில் தனியறையில் அடைக்கப்பட்டார் சாவர்க்கர். அந்தமான் சிறையில் போராடிப் பெற்ற வசதிகள்கூட அங்கு இல்லை. உணவு சரியில்லை. குடிக்கப் பால் கிடையாது. கொசுத்தொல்லை. குளிர் வாட்டியது.போர்த்திக்கொள்ளப் போர்வைகள் இல்லை. அண்ணனின் உடல்நிலையைக் கேள்விப்பட்டதிலிருந்து அவருக்குச் சரியான தூக்கமில்லை. இந்த நிலையில் மீண்டும் தற்கொலை எண்ணம் அவருக்குத் தலைதூக்கியது. செங்கல் கட்டியை எடுத்து மண்டையை உடைத்துக்கொண்டு செத்துவிடலாமா என்றுகூட எண்ணினார். எல்லாம் ஒரு கணம்தான். பிறகு மனம் மாறி, செங்கல் கட்டியை உடைத்து சிறைச்சாலைச் சுவர்களில் கவிதை எழுதினார். தனது அந்த மான் அனுபவங்களை மனத்துக்குள் எழுதத்தொடங்கினார். 'என் ஆயுள் தண்டனை' என்ற புத்தகம் உருவாகிக்கொண்டு வந்தது. அவருக்குப் பஞ்சிலிருந்து நூல் நூற்கும் வேலை கொடுக்கப்பட்டது.

தம்பியிடமிருந்து நல்ல செய்தி வந்தது. சாகும் நிலையில் அண்ணனை விடுதலை செய்திருக்கிறது அரசு. அவரைத் தூக்கிச் சென்று காரில் ஏற்றி வீட்டுக்குக் கொண்டுசென்றார்கள். எதற்கும் அஞ்சாத மன உறுதி படைத்த கணேஷ் சாவர்க்கர், எமனுடன் போராடி வென்றுவிட்டார். அவர் உடல்நிலை சீரடைந்து கவலைக்கிடமான நிலையைத் தாண்டி விட்டார். சாவர்க்கர் மகிழ்ச்சியில் துள்ளிக் குதித்தார்.

மதமாற்ற நிகழ்ச்சிகள் ரத்தினகிரிச் சிறையிலும் நடந்துகொண்டிருந் தன. மீண்டும் போராட்டம், கையும் களவுமாகப் பிடித்துக்கொடுப் பது, மதமாறியவர்களை சுத்தி செய்து ஏற்பது போன்ற செயல்கள் அவரைச் சுறுசுறுப்பாக இயங்கவைத்தன.

இந்துக்களை இழிநிலையிலிருந்து உயர்த்த வேண்டும் என்ற உத்வேகம் அவருக்குள் ஏற்பட்டது. யார் இந்து? இந்து மதத்தில் பிறந்தவரா, இந்தியாவில் வசிப்பவரா, இந்தியாவில் பிறந்தவரா என்னும் கேள் விகள் அவர் மனத்தில் எழுந்தன. அந்தக் கேள்விகளுக்கான பதிலாக 'ஹிந்துத்வா' என்னும் புத்தகத்தை எழுதினார். அந்தமான் சிறையில் அவர் எழுதிய காவியம் 'கமலா.' அதைப் படித்து மனப்பாடம் செய்த ஒருவரால் அவரது தம்பிக்குச் சொல்லப்பட்டுப் பிரசுரமானது. அவர் எழுதிய 'சப்தரிஷி', 'கோமந்தக' ஆகியவை கமலாவின் உள்பகுதிகள். வெவ்வேறு புனைபெயர்களில் வெளியிடப்பட்டன.

இதற்கிடையில், ரத்தினகிரிச் சிறையில் சிறை மேலதிகாரிகளுக்கும் அங்குக் கைதிகளாயிருந்த முஸ்லிம்களுக்குமிடையே சிறைச் சட்ட திட்டங்களின்படி நடப்பதில் பெருத்த கருத்துவேறுபாடு எழுந்தது. மேலதிகாரிகளைத் தாக்கத் திட்டமிட்டனர் கைதிகள். அதற்கு முதற் படியாக இந்துக் கைதிகளையும் இந்து வார்டர்களையும் தாக்குவ

தென்று முடிவானது. இதை எப்படியோ அறிந்தார் சாவர்க்கர். இந்துக் களைத் தயார் நிலையில் இருக்கச் சொன்னார். இதையறியாத முஸ்லிம் கைதிகள், பெரும் அளவில் ஒன்று திரண்டு இந்து வார்டர்களைத் தாக்கினர். சிலர் பலத்த காயம் பட்டனர். இந்துக்கள் தயார் நிலையில் இருந்ததால், தம்மைத் தாக்கியவர்களை நையப்புடைத்தனர். சாவர்க் கரும் தாக்குதலுக்குத் தயாராக இருந்தார். நல்லவேளையாக மேலதி காரி ராணுவ வீரர்களுடன் வந்து முஸ்லிம் கைதிகளை அடக்கினார். கலவரத்தைக் கட்டுப்படுத்தியதற்காக சாவர்க்கருக்கும் மற்றக்கைதி களுக்கும் நன்றி சொன்னார்.

ரத்னகிரி சிறைக்கு வந்து இரண்டாண்டுகளுக்குப் பிறகு 1923-ம் ஆண்டு எரவாடாச் சிறைக்கு மாற்றப்பட்டார் சாவர்க்கார். அங்கே அந்த மானிலிருந்து இந்தியாவுக்கு அனுப்பப்பட்ட கைதிகள் சிலரைச் சந்தித் தார். அந்தச் சிறையில் ஒத்துழையாமை இயக்கக் கைதிகளும் கிலாபாத் போராட்டக் கைதிகளும் இருந்தனர். அதே சிறையில் காந்திஜியும் இருந்தார். ஆனால், சாவர்க்கரால் அவரைச் சந்திக்கமுடியவில்லை.

அங்கே, சாவர்க்கர் சிப்பாய்ப் போராட்ட வீரர்களின் வரலாறுகளைச் சிறைக் கைதிகளுக்கு எடுத்துச் சொன்னார். மேஜர் மர்ரே என்னும் அதிகாரி சிறைச்சாலை இன்ஸ்பெக்டராகப் பதவியேற்றார். அந்தமான் சிறையில் சாவர்க்கர் இருந்தபோது அவர் சூபரிண்டெண்டாக இருந் தார். நல்லவர். சிறைச்சட்ட திட்டங்களைச் சரியாகக் கடைப்பிடிப் பவர். அவர் சாவர்க்கரை கொய்னா மருந்துத் துறைக்குத் தலைமை அலுவலராக நியமித்தார்.

அதேசமயம், சாவர்க்கரின் உடல் நிலை சரியில்லாமல் போனது. அவரை மருத்துவமனையில் சேர்த்தனர். மருத்துவமனையில் இருந்தபோது அவரைப் பார்க்க பம்பாய் கவர்னர் லாயிட் ஜார்ஜ் வரப்போவதாகச் சொன்னார்கள். கவர்னர் சாவர்க்கரைச் சந்தித்தார். விசாரணை நடத்தினார். ‘நிபந்தனையின் பேரில் தான் விடுதலை பெறச் சம்மதம்’ என்றார் சாவர்க்கர். ஒரு குறிப்பிட்ட காலத்துக்கு ஒரு குறிப்பிட்ட பகுதியில் இருப்பதற்கும் தான் தயார் என்றார் சாவர்க்கர். மேஜர் மர்ரே சாவர்க்கரை விடுவிக்க வேண்டுமென்று நல்லமுறையில் எழுதியிருந்தார்.

சில நாள்கள் கழித்து மேஜர் மர்ரே சாவர்க்கரை விடுதலை செய்வதற் கான நிபந்தனைகள் அடங்கிய ஒரு மாதிரி அறிக்கையைக் கொடுத்தார். அந்த அறிக்கையில் சாவர்க்கர் மேஜர் மர்ரேயின் ஒப்புதலோடு சில திருத்தங்கள் செய்தார். விடுதலை பெற்றுவிடுவோம் என்ற நம்பிக்கை அவருக்கு வந்தது.

1924-ம் ஆண்டு ஜனவரி மாதம் 6-ம் நாள் அவருக்கு விடுதலை கிடைத்தது. ‘ஐந்து ஆண்டுகள் அரசியல் செயற்பாடுகள் கூடாது. அந்தக்

காலகட்டத்தில் ரத்தினகிரி மாவட்டத்துக்குள் தங்கவேண்டும்' என்று நிபந்தனை விதித்திருந்தனர்.

ஒரு வயதான சீக்கியக் கைதி, 'ராமபிரானும் 14 ஆண்டுகள் வனவாசம் செய்தார். நீங்களும் 14 ஆண்டுகள் சிறைவாசம் செய்தீர்கள்' என்று சாவர்க்கரைப் பார்த்துச் சொன்னார்.

'உண்மைதான். ஆனால், ராமபிரான் ராவணனைக் கொன்று விட்டு வெற்றிவீரனாக வந்தார். ஆனால், இங்கே ராவணன் இன்னும் உயிரோடு இருக்கிறான்' என்று சொன்னார் சாவர்க்கர். அவருடைய பழைய உடைகள் அவரிடம் திருப்பிக்கொடுக்கப்பட்டன. வெளியில் வந்தார். அவருடைய உறவினர்கள் அவரைக் கூட்டிச் செல்ல வந்திருந் தனர். மறுநாள் பத்திரிகைகளில் சாவர்க்கரைப் பற்றிச் செய்திகள் வந்தன. ஆங்கங்கே கூட்டங்கள் போட்டு பலர் அவரை வாழ்த்தினர்.

13. சமுதாயத் தளம்

'இவ்வளவு நாள்கள் சிறையில் வேலை வேலை என்று இருந்துவிட்டு, இப்போது சும்மா இருப்பது கஷ்டமாக இருக்கிறது' என்றார் சாவர்க்கர்.

'கொஞ்ச நாள்கள் வீட்டுச் சாப்பாடு சாப்பிட்டுவிட்டு நிம்மதியாக இருங்கள்' என்றாள் யமுனாபாய்.

'எதாவது செய்யவில்லை என்றால்தான் என் உடல்நிலை கெட்டு விடும்.'

'கவிதை எழுதுங்கள். இன்னும் பாக்கியிருக்கும் அந்தமான் சிறை வாழ்க்கையை எழுதி முடியுங்கள்.'

'அதைச் செய்து கொண்டுதான் இருக்கிறேன்.'

'இன்னும் கொஞ்ச நாளைக்கு இலக்கியத்தில் மட்டும் கவனத்தைச் செலுத்துங்கள்.'

'நான் ரத்னகிரியில் ஒரு இந்து சபா தொடங்கப் போகிறேன்.'

'அரசியலில் ஈடுபடமாட்டேன் என்றுசொல்லி வெளியே வந்திருக் கிறீர்கள். வெள்ளைக்காரனுக்கு எது அரசியல், எது சமூகத் தொண்டு என்பது தெரியாது. மீண்டும் பிடித்து உள்ளே போட்டுவிடப்போகிறான் ஜாக்கிரதை' என்றாள் யமுனாபாய்.

சாவர்க்கர் சிரித்தார். அவர் சொன்னது போலவே வந்த ஒரு மாதத்துக் குள்ளாக ரத்தினகிரி இந்து சபாவைத் தொடங்கினார். இந்துக்களை வளரவிடாமல் தடுப்பவை ஏழு தடைகள் என்றார் அவர். அதைபற்றி ஆராய்ந்து 'ஏழு தடைகள்' என்ற தலைப்பில் கட்டுரை எழுதினார்.

ஏழு தடைகளாக அவர் குறிப்பிடுபவை

1. ஸ்பரிஸ பந்தி - தீண்டாமை 2. ரொட்டி பந்தி - உடனுண்ணாமை 3. பேட்டி பந்தி - ஜாதி மாற்றித் திருமணம் செய்யாமை 4. விவசாய பந்தி - தொழில் வேற்றுமைக் கட்டுப்பாடு 5. சிந்து பந்தி - கடல் தாண்டிப் போகத் தடை 6. வேதோக்த பந்தி - வேதம் படிக்கச் சில வகுப் பினருக்குத் தடை 7. சுத்திபந்தி - வேற்று மதத்தினரை இந்து மதத்தில் சேர்த்துக் கொள்ளத் தடை.

இந்த ஏழு தடைகளையும் முறியடிப்பதுதான், தனது முதல் சமுதாயக் கடமை என்றார் சாவர்க்கர். இதில் எந்த அரசியல் செயல்பாடும் இல்லை என்பதால், அரசு தலையிடமுடியாது. ஜனவரி 6-ம் தேதி விடு தலையான அவர், பாம்பேயில் தம்பியுடன் இரண்டுநாள்கள் தங்கி விட்டு, ரத்தினகிரி வந்தார். அவருடைய அரசியல் செயல்பாடு களையும் புரட்சியையும் அறிந்த வீட்டுக்காரர்கள், அவருக்கு வீடு கொடுக்க மறுத்தார்கள். தெரிந்தவர் ஒருவர் வீட்டில் தங்கினார். பிறகு வீடு கிடைத்தது. இவ்வளவுக்கும் மத்தியில், விடுதலையான 20 நாள் களுக்குள் ரத்னகிரி இந்து சபாவைத் தொடங்கிவிட்டார். 23-1-1924 அன்று அந்தச் சபா தொடங்கப்பட்டது. ஆர்.எஸ்.எஸ். நிறுவனத்தைத் தொடங்கிய ஹெக்டேவார் அவரை ஆதரித்தார். அவரைச் சந்தித்துப் பேசினார்.

தீண்டாமை

வீட்டில் இருந்து தொடங்குவது சிறப்பு என்பதால் முதலில் தனது மனைவியைச் சம்மதிக்க வைத்தார். முதல் வேலையாக ஹல்தி குங்குமம் கொடுக்கும் சேவையைத் தொடங்கினார். அந்தக் காலத்தில் தீண்டத்தகாதவர்கள் உயர்ஜாதியினரின் இல்லத்தில் நுழைய முடியாது. பெண்கள் வீட்டுக்கு வந்தால் மஞ்சள் குங்குமம் கொடுப்பது வழக்கம். சிலவிசேஷ நாள்களில் பெண்களை வீட்டுக்கு அழைத்து அவர்களுக்கு உணவிட்டு மஞ்சள் குங்குமம் கொடுத்து அனுப்புவார்கள். அதில் கலந்துகொள்ள உயர்சாதிச் சுமங்கலிகள் மட்டுமே அழைக்கப்படு வார்கள். ஆனால் சாவர்க்கர் தன்வீட்டில் எல்லாச் சாதிப்பெண்களையும் அழைத்து மஞ்சள் குங்குமம் கொடுக்க வேண்டும் என்றார். இதற்கு முதலில் மனைவியிடமிருந்து எதிர்ப்பு வந்தது. பிறகு ஒப்புக் கொண்டார். அதன் பிறகு உயர்சாதிப் பெண்கள் மற்றப்பெண்களை அழைத்தால் வரமாட்டோம் என்றனர்.

'யார் வந்தாலும் வராவிட்டாலும் பரவாயில்லை அந்தச் சேவையைத் தொடங்கிவிடு' என்று மனைவியிடம் சொன்னார் சாவர்க்கர். தன் வீட்டில் கூட்டம் போட்டுப் பேசினார். படிப்படியாக எல்லோரும்

கலந்துகொள்ளத் தொடங்கினர். தாழ்ந்த சாதிப்பெண்கள் உயர் சாதிப் பெண்களைவிட மிகவும் சுத்தமாகவும் ஆசாரத்தோடும் வந்தார்கள். இதைப்பார்த்த மற்றவர்களும் தங்கள் வீட்டிலும் இத்தகைய நிகழ்ச்சி களை ஏற்பாடு செய்தனர்.

இதற்கிடையில் ரத்தினகிரியில் பிளேக் நோய் பரவத் தொடங்கியது. மாநில அரசு பிளேக் நோய் தீரும் வரை நாசிக்கில் போய் இருக்க சாவர்க் கருக்கு அனுமதி கொடுத்தது. வெகு காலத்துக்குப் பிறகு சொந்த ஊரில் காலடியெடுத்து வைத்தார் சாவர்க்கர். தனது சீடரான கஜானன் விஷ்ணு தாம்லே வீட்டில் *24/11/1924* முதல் *20-6-1925* வரை தங்கினார். பெரிய வரவேற்பு விழாக்களுக்கு ஏற்பாடு செய்யப்போவதாக நண்பர்கள் சொன்னபோது வேண்டாம் என்று மறுத்துவிட்டார். அரசு கண்கொத் திப்பாம்பாகக் கவனித்துக்கொண்டிருக்கும் போது எரிச்சல் படும்படி நடந்துகொள்ள வேண்டாம் என்றார் சாவர்க்கர். நாசிக்கில் அவரது நண்பன் கோவிந்தன் என்ற ஆபா பாங்க்ளே இருந்தார். நாடோடிப் பாடல்களைப் பாடிப்புகழ்பெற்ற ஆபா பாங்க்ளே, சாவர்க்கரின் தொடர்பால் தேசபக்திப் பாடல்களைப் பாடினார். அவருக்கு இரண்டு கால்களும் ஊனம். உடலில்தான் ஊனம் இருந்ததே தவிர உள்ளத்தில் அவர் என்றும் ஊக்கம் மிக்கவராகவே இருந்தார். சாவர்க்கர் நாசிக் வந்திருக்கிறார் என்று தெரிந்ததும் அவரைப் பார்க்க வந்தார்.

‘விநாயக், உங்களைக் பார்ப்பதற்காகவே நான் இன்னும் உயிரோடிருக் கிறேன்’ என்றார் கோவிந்த்.

தனது நண்பனைக் காணுவதற்கென்றே உயிர்வாழ்ந்தாரோ என்பது போல, சாவர்க்கர் பார்த்துவிட்டுச் சென்ற பதினைந்து நாள்களுக்குள் உயிர்நீத்தார்.

அங்கிருக்கும்போதுதான், சாவர்க்கர் அவரது பிரசித்தி பெற்ற நூலான ‘பத்பாத்ஷாஹி’யை எழுதினார்.

சாவர்க்கர் நாசிக்கில் மீண்டும் மக்களிடம் பழகுவதை அறிந்த அரசு, அவர் எந்த அரசியல் நிகழ்ச்சிகளிலும் கலந்துகொள்ளவில்லை என்றாலும், உடனே ரத்தினகிரிக்குத் திரும்பும்படி உத்தரவிட்டது. அங்கிருந்து பம்பாய் வந்தார். அங்கிருந்து ரத்தினகிரிக்குச் செல்லுமுன் தம்பி வீட்டில் தங்கினார். அப்பொழுது மும்பையில் தங்கியிருந்த கிலாபத் இயக்கப் போராட்ட வீரரும் அலி சகோதரர்களில் ஒருவருமான மௌலானா சௌகத் அலி சாவர்க்கரைச் சந்தித்தார். சாவர்க்கரின் தேசபக்தியையும் அவரது புரட்சிகரமான போராட்டங்களையும் பாராட்டினார்.

‘உங்கள் பாராட்டுக்கு நன்றி. கிலாபத் இயக்கத்தில் நீங்கள் தீவிரமாகப் போராடியிருக்கிறீர்கள். நான் கிலாபாத் இயக்கத்தையும் காந்தியின்

ஒத்துழையாமை இயக்கத்தையும் ஆதரிக்கவில்லை. ஆனாலும் உங்கள் போராட்டத்தால் ஆங்கில அரசைக் கதிகலங்க வைத்திருக்கிறீர்கள். அதற்காக உங்களைப் பாராட்டுகிறேன்' என்றார் சாவர்க்கர்.

'மிஸ்டர் சாவர்க்கர். உங்கள் புத்தகத்தில் முஸ்லிம்களைப் பாராட்டிய நீங்கள், இப்பொழுது மாறிவிட்டீர்கள்' என்றார் அலி.

'எதனால் அப்படிச் சொல்லுகிறீர்கள்? இப்பொழுதும் கூட எனக்குப் பல முஸ்லிம் நண்பர்கள் இருக்கிறார்கள். அவர்கள் வீட்டுக்குப் போகிறேன். அவர்கள் வீட்டில் சாப்பிடுகிறேன்' என்றார் சாவர்க்கர்.

'அதெல்லாம் சரி. ஆனால் மத மாற்றத்தில் தலையிடுகிறீர்கள். அப்படி இனிச் செய்யாதீர்கள்' என்றார் அலி.

'கட்டாயமாக மத மாற்றம் செய்யாமல் அவர்களாகவே உங்கள் மதத்துக்கு மாறினால் தலையிடமாட்டேன். ஆனால் கட்டாயப் படுத்தினால் தலையிடுவேன்.'

'மற்ற மதத்திலிருந்து எங்கள் மதத்துக்கு மாற்றுவது ஒவ்வொரு முஸ்லிமின் கடமை என்று சொல்லப்பட்டிருக்கிறது.'

'எங்கள் மதம் மதமாற்றத்தை ஆதரிக்கவில்லை. அதனால்தான் சுத்தி இயக்கம் தொடங்கியிருக்கிறேன்.'

'அதைத்தான் எதிர்க்கிறேன். எங்களைப்பற்றி உங்களுக்குத் தெரியு மல்லவா?'

'நன்றாகத் தெரியும். அதைத்தான் சிறைச்சாலையில் பார்த்தேனே! சூரியன் அஸ்தமிக்காது என்று சொன்ன அந்த நாட்டுக்கே நான் அஞ்ச வில்லை. உங்களுக்கா பயப்படப்போகிறேன்' என்றார் சாவர்க்கர்.

'நாங்கள் நினைத்தால் எங்களை வரவேற்க எத்தனையோ முஸ்லிம் நாடுகள் இருக்கின்றன.'

'ஃபிராண்டியர் மெயில் தினமும் போகிறது. இப்பொழுதே கிளம்புங் களேன். யார் வேண்டாமென்றது. ஆனால் ஒன்று. நீங்கள் இங்குதான் இருக்கவேண்டும்.நீங்கள் சொல்லும் நாடுகள் உங்களை வரவேற்குமா என்று தெரியவில்லை' என்றார் சாவர்க்கர்.

சாவர்க்கர் இந்துக்கள் ஒரு தேசம் என்றார். முகமதலி ஜின்னா, இந்துக் களும் முஸ்லிம்களும் இரண்டு தேசம் என்று சொன்னபோது, வர வேற்றார். 'இந்தியா இந்துக்களின் தேசம். மத்திய தரைப்பகுதியில் முஸ்லிம்களுக்காகத் தனி நாடு இருக்கிறது. அங்கே போகட்டும்' என்றார் சாவர்க்கர். இந்தியாவைத் துண்டாடுவதை அவர் விரும்ப

வில்லை. 'இந்தியாவில் ஒன்றாக எல்லோரும் வாழலாம். ஆனால், இந்தியாவைத் தனது தாய் நாடகாவும் புனித பூமியாகவும் இந்திய மொழிகளில் ஒன்றைத் தாய்மொழியாகவும் கொள்ளவேண்டும்' என்றார்.

பம்பாயிலிருந்து மீண்டும் ரத்தினகிரிக்குத் திரும்பினார்.

ரொட்டித் தடை

'ஒன்றாகச் சாப்பிடுவது சாத்தியமா? ஒவ்வொருவருக்கும் ஒவ்வொரு வகையான உணவுப்பழக்கம்' என்றார் சாவர்க்கரின் நண்பர்.

'உண்மைதான். ஒப்புக்கொள்கிறேன். எல்லோருக்கும் எது ஒத்துக் கொள்ளுமோ அதைப் பொதுஉணவாக வைத்துக்கொள்ளலாம். ஒரே தட்டில் சாப்பிடுங்கள் என்று நான் சொல்லமாட்டேன். ஆனால், ஒரே இடத்தில் ஒன்றாக உட்கார்ந்து சாப்பிடுங்கள் என்கிறேன்.'

'இதனால் சாதி வித்தியாசம் போகுமா?'

'நிச்சயமாகப் போகும். பக்கத்தில் உட்கார்ந்து அன்போடு சாப்பிடும் போது, அது பழகிவிடும். பிறகு அவர்களும் நம்மவர்கள் என்ற எண்ணம் வரும்' என்றார்.

'உங்களுக்கு ஒன்று தெரியுமா? நேற்று ஹல்தி குங்குமம் கொடுக்கும் போது, உயர்சாதிப்பெண்கள் மகிழ்ச்சியோடு எல்லோருடனும் அமர்ந்து வாங்கிச் சென்றார்கள். ஆனால், மஹர் பெண்கள் பங்கிக ளோடு அமர்ந்து வாங்கமாட்டோம் என்றார்கள்' என்றாள் யமுனாபாய்.

'இதுதான் பெரிய பிரச்னை. அதுவும் நாளடைவில் சரியாகப் போய் விடும். இப்பொழுதெல்லாம் கணேஷ் சதுர்த்தியின்போது ஒரு பிரா மணனுக்காவது சாப்பாடு போடவேண்டும் என்ற விதி இருக்கிறது. அதை மாற்றி ஒரு தாழ்த்தப்பட்டவனுக்காவது சாப்பாடு போட வேண்டும் என்று மாற்றப்போகிறேன். அதில் பங்கிகள், மகர், சாமர்கள் எல்லோரையும் உட்காரவைத்தால் போயிற்று' என்றார் சாவர்க்கார்.

'அநாவசியமாகக் கெட்ட பேர் வாங்கிக்கொள்ளப்போகிறீர்கள்' என்றாள் யமுனா பாய்.

'என்ன செய்வது? யாராவது ஒருவர் பூனைக்கு மணியைக் கட்டித்தானே ஆகவேண்டும்' என்றார் சாவர்க்கர்.

'இதனாலெல்லாம் சாதி வித்தியாசம் போகுமா?' என்று கேட்டார் நண்பர்.

'இதுதான் மந்திரக்கோல். வேறுவழியில்லை. ஒரு பிராமணன் ஒரு தாழ்த்தப்பட்டவனுடன் லட்டு உருண்டையை ஒன்றாக உட்கார்ந்து

உண்டால் போதும். இது வீடுகளிலும், பொது இடங்களிலும் நடக்க வேண்டும். அப்படி நடந்தால் பீரங்கிக் குண்டுகளால் சாதிக்க முடியாததை ஒரு லட்டு உருண்டை சாதித்துவிடும்' என்றார் சாவர்க்கர்.

தான் சொன்னதோடு அவர் நின்றுவிடவில்லை. தனது நண்பர்களுடன் பேசினார். பெரிய பெரிய தலைவர்களை அழைத்து சமபந்தியில் சாப்பிட வைத்தார். அந்த ஊரிலிருந்த பண்டிதர்கள் எதிர்த்தார்கள். அவர்களையெல்லாம் ஒரு கூட்டத்துக்கு அழைத்தார். விவாதம் தொடங்கியது. சாஸ்திரங்களில் கூறியிருப்பதை எடுத்துக்காட்டி அவர்கள் விவாதித்தார்கள். சாவர்க்கர் அந்தமான் சிறையில் இருந்தபோது வேதமும் வேதாந்தங்களும் கற்றவர். ஆகையால் அவர்கள் கேள்விகளுக்கெல்லாம் தக்க ஆதாரங்களோடு பதில் சொன்னார். புராணங்களிலிருந்தும் இதிகாசங்களிலிருந்தும் எடுத்துக்காட்டுகள் கொடுத்தார். சமபந்திபோஜனம் அடிக்கடி நடந்தது. எல்லா விருந்திலும் சாவர்க்கர் தாழ்த்தப்பட்ட ஒருவரின் அருகில் அமர்ந்து சாப்பிட்டார்.

அவ்வூரிலுள்ள பள்ளிகளில் தீண்டாமை வெறி தலைவிரித்தாடியது. கிறிஸ்தவர்களும் முகமதியர்களும்கூட தாழ்த்தப்பட்ட மாணவர்களின் அருகில் அமர்வதில்லை. அதை ஒழிக்கப் போராடி வெற்றி பெற்றார். ஒரு கிறிஸ்துவப் பாதிரியார் சாவர்க்கர் அநாவசியமாக மத விஷயத்தில் தலையிடுவதாக அரசுக்குப் புகார் கொடுத்தார். அரசு விசாரித்தது. சாவர்க்கர் தாம் செய்வது சமூகத்தொண்டென்று விளக்கம் சொன்னார். அவருடைய விளக்கத்தை அரசு ஏற்றுக்கொண்டது. ஜாதிவிட்டுச் ஜாதி திருமணம் செய்யத் தடை. அந்தமானில் இருந்தபோது வெவ்வேறு மதங்களைச் சேர்ந்த இருவருக்கிடையே திருமணத்தைச் சாவர்க்கர் நடத்திவைத்தார். கிறிஸ்துவராக மதம் மாறிய ஒரு பிராமணன், மீண்டும் மதம் மாற விரும்பினார். அவரைச் சுத்திப்படுத்தி மதம் மாற்றினார். அவருக்கும் வேறொரு ஜாதிப் பெண்ணுக்கும் திருமணம் செய்துவைத்தார்.

இதைப்போன்ற கலப்புத் திருமணங்களால் ஜாதி வேற்றுமை ஒழியும் என்று நம்பினார். வெவ்வேறு ஜாதிப் பெண்ணும் பையனும் தாமே விரும்பி திருமணம் செய்ய விரும்பினால் ஏற்றுக்கொள்ளவேண்டும் என்றார். ஆனால், மதம்மாறித் திருமணம் செய்துகொள்வதற்குச் சில நிபந்தனைகளை விதித்தார். ஒரு முஸ்லிம் இந்துப்பெண்ணைத் திருமணம் செய்துகொண்டால், அவள் முஸ்லிமாக மாறிவிட வேண்டும் என்பது நிர்ப்பந்தம். அப்படியே ஒரு முஸ்லிம் பெண் ஹிந்துவைத் திருமணம் செய்தால், அவன் முஸ்லிமாக மாறினால்தான் நடக்கும். கிறிஸ்துவர்களிடையேயும் அப்படித்தான். எனவே, ஹிந்துத்வா என்ற வளையத்தில் இருக்கும் இந்துக்கள், முஸ்லிமையோ

கிறிஸ்துவரையோ மதம்மாறித் திருமணம் செய்துகொள்ளக் கூடாது என்றார் சாவர்க்கர்.

தொழில் தடை

ஒவ்வொரு தொழிலுக்கும் ஒவ்வொரு ஜாதியென்று இந்துக்கள் பிரிவுபட்டுக்கிடக்கிறார்கள். ஒரு நெசவாளி நெடுக்கில் நெய்தால் ஒரு ஜாதி, குறுக்கில் நெய்பவன் வேறொரு ஜாதி என்ற நிலை நல்லதல்ல. தொழிலால் ஜாதிப்பாகுபாடு கூடாது. எந்தச் ஜாதியும் எந்தத் தொழிலையும் செய்யலாம். தொழிலில் உயர்வு தாழ்வு இல்லை. இதை வலியுறுத்தினார் சாவர்க்கர். அதற்காகவே அவர் கட்டிய 'பதித பாவன் மந்திரி'ல் ஒரு தாழ்த்தப்பட்டவரைப் பூசாரியாக நியமித்தார்.

வேதம் படிக்கத் தடை

'ஒவ்வொரு ஹிந்துவுக்கும் வேதம் கற்கும் உரிமை வேண்டும். அவன் விரும்பினால் அதைக் கற்று அவன் பயன்படுத்தலாம். அர்ச்சகனாவதற்குள்ள தகுதியைக் கற்பதனாலும் பயிற்சி பெறுவதனாலும் எவன் அடைகிறானோ அவன் அர்ச்சகனாக வேண்டும்' என்பதை வலியுறுத்தினார் சாவர்க்கர். 'எட்டு வயதில் காயத்ரி மந்திரத்தைப் பிராமணப் பையனுக்குக் கற்றுக்கொடுக்கும்போது, அதன் சரியான உச்சரிப்பும் அதன் பொருளும் அவனுக்குத் தெரியாது. அவன் பயிற்சியால் அதை அறிகிறான். அதைப்போல ஒரு தீண்டத்தகாதவன் வேதம் படித்தால் அம்பேத்கரைப்போல, வேதம் கற்றுக்கொடுக்கும் திறமையைப் பெற்றுவிடுவான்' என்றார் சாவர்க்கர்.

கடல்தாண்டத் தடை

சாவர்க்கர் வாழ்ந்த காலத்தில் இந்தத் தடை அநேகமாகப் போய் விட்டது. ஆனாலும் ஒரு சில இடங்களில் அது பின்பற்றப்பட்டது. அதை உடைக்கவும் போராடினார் சாவர்க்கர்.

சுத்தித்தடை

ஒரு முஸ்லிமோ, கிறிஸ்தவரோ ஒரு ஹிந்துவுடன் உட்கார்ந்து சாப்பிட்டால், அவர் ஹிந்துவாக மாறிவிடமாட்டார். ஆனால், அந்தக் காலத்தில் ஒரு ஹிந்து ஒரு முஸ்லிமுடன் உட்கார்ந்து அவரது சாப்பாட்டைச் சாப்பிட்டால் அவர் பிறகு இந்துவாக இருக்கமுடியாது. ஹிந்து மதத்திலிருந்து ஒதுக்கி வைத்துவிடுவார்கள். அவர் முஸ்லிமாகவே காலம் தள்ள வேண்டியதுதான். தீட்டுப்பட்டு விட்டதால் மீண்டும் அவர் இந்து மதத்துக்கு மாற முடியாது. அதனால் பலவந்தமாக ஒரு இந்துவை ஒரு முஸ்லிம் தன்னுடைய உணவைச் சாப்பிட வைத்து எளிதாக மதம் மாற்றிவிடலாம். மதம் மாற்றப்பட்டவன்

மீண்டும் விரும்பினால் அவனை இந்துவாக்க ஒரே வழி சுத்தி. ஆனால், அதை இந்துக்கள் ஏற்கவில்லை. சாவர்க்கர் மிக எளிதாக ஒரு சுத்தி வழியைச் சொல்லி மதம் மாறியவர்களை இந்துக்களாக்கினார். செலவு அதிகம் கிடையாது. இரண்டு துளசி இலைகளும் ஒரு சிறு குவளைத் தண்ணீரும் தான். பலத்த போராட்டத்துக்குப் பிறகு அவரது முறை ஏற்கப்பட்டது.

தான் தொடங்கிய இந்துசபா உறுப்பினர்களுகு ஒரு வேண்டுகோள் விடுத்தார்: 'இந்தக் கணமுதல் என்னுடைய இந்தக் கரங்களால் தீண்டத் தகாத எனது சகோதரனைத் தீண்டுவேன். அப்படிச் செய்ய இயல வில்லை என்றால், அன்று பட்டினி கிடப்பேன். மற்றவர்கள் முன்னால் தாழ்த்தப்பட்டவரைத் தொட்டு என்னைப் பொறுத்தமட்டில் தீண்டாமை என்னும் பாபத்திலிருந்து விடுபட்டுவிட்டேன் என்று இந்த உலகத்துக்கு அறிவிக்க வேண்டும். மற்ற இந்துக்களை எப்படி உன் வீட்டுக்குள் அனுமதிக்கிறாயோ அப்படியே தாழ்த்தப்பட்டவரையும் அனுமதிக்கவேண்டும். வீட்டை வாடகைக்குக் கொடுப்பவர்கள் எல்லோரையும் ஒன்றாகவே கருதவேண்டும். கிணறு வைத்திருப்ப வர்கள் தாழ்த்தப்பட்டவர்களையும் அந்தக் கிணற்றிலிருந்து தண்ணீர் எடுத்துச் செல்ல அனுமதிக்கவேண்டும்.'

அப்போதெல்லாம், இந்துக்கோயில்களில் தலித்துகள் அனுமதிக்கப் படுவதில்லை. அவர்களை அனுமதிப்பதற்காக வாதாடினார் சாவர்க்கர். ரத்தின கிரியில் இருந்த விட்டோபா மந்திரில் தலித்துகளை அனுமதிக்கவேண்டும் என்று சொல்வதே அபசாரமாகக் கருதப்பட்ட காலம் அது. அவர்களின் நிழல் பட்டால்கூட தீட்டு என்று சொல்லிக் குளிக்கப்போகும் காலம் அது. அந்த நாளில் விட்டோபா மந்திருக்குள் தலித்துகளை அனுமதிக்க வேண்டும் என்றார் சாவர்க்கர். பலர் சாவர்க் கரைத் திட்டினார்கள். அவரது வேலையைப் பார்த்துக்கொண்டு சும்மா இருக்கும்படி சொன்னார்கள். ஆனாலும், விட்டோபா மந்திரின் நிர் வாகச் சபையைக் கூட்டும்படி வேண்டினார் சாவர்க்கர். நிர்வாகச்சபை கூட்டப்பட்டது. அனுமதிக்கலாம் என்று சாவர்க்கரும், அனுமதிக்கக் கூடாது என்று பலரும் வாதிட்டனர். தீர்ப்புச் சொல்ல ஒரு நீதிபதியும் இருந்தார். நீண்ட நேர விவாதம். விட்டோபாவின் தலித் வரலாறை யெல்லாம் சொல்லி சாவர்க்கர் வாதாடினார். அவரது வாதங்களைக் கேட்டுக்கொண்டிருந்த நீதிபதி தன்னை மறந்து எழுந்து நின்று, 'நமது பந்துக்களை கோயிலுக்குள் அழைத்துச் செல்வதில் ஏதேனும் ஆட்சேபம் உண்டா?' என்று கேட்டார். யாரும் எதிர்ப்புத் தெரிவிக்க வில்லை. ஆலயப்பிரவேசத்துக்கு நாள் குறிக்கப்பட்டது.

பங்கி இனத்தைச் சேர்ந்த ஒரு பையனைத் தேர்ந்தெடுத்து அவனுக்கு ஒரு பாடலைக் கற்றுக் கொடுத்தார். அவன் பாட, மற்றவர்கள் அவன்

பின்னே பாடிக்கொண்டு கோயிலுக்குள் செல்வதாக ஏற்பாடு. குறிப் பிட்ட நேரத்தில் பல தலித்துக்கள் கோயிலுக்கு முன்னால் கூடினர். எல்லோரும் குளித்து மிகத் தூய்மையாக வந்திருந்தனர். அந்தச் சிறுவன் சாவர்க்கர் எழுதிய பாடலைப் பாடிக்கொண்டு முன்னேறினான். அந்தப் பையன் பாட அவன் பின்னாலே எல்லோரும் பாடிக்கொண்டு சென்றார்கள். கோயிலுக்குள் சென்றதும் நடக்க முடியாத ஒன்று நடந்த மகிழ்ச்சியிலே தம்மையறியாமல் கீழே அமர்ந்துவிட்டனர் அந்த தலித் மக்கள். அவர்களை ஆசுவாசப்படுத்தி உள்ளே அழைத்துச் சென்றனர்.

ரத்னகிரியில் அவர் செய்துவரும் தொண்டு பற்றிய செய்திகள் இந்தியா முழுதும் பரவியது. டாக்டர் அம்பேத்கர் அவரைப் புகழ்ந்து எழுதினார். அதேபோல, அம்பேத்கரின் சேவைகளை முடிந்தபோதெல்லாம் பாராட்டினார் சாவர்க்கர். ஆனால், அம்பேத்கர் புத்த மதத்தில் சேரப் போகிறேன் என்று சொன்னதை மட்டும் அவரால் ஜீரணிக்க முடிய வில்லை. புத்த மதத்திலும் எப்படி வேறுபாடுகள் இருக்கின்றன, உருவ வழிபாடுகள் இருக்கின்றன என்பதையெல்லாம் எடுத்துக்காட்டினார். பாரதியார் கனகலிங்கத்துக்குப் பூணூல் போட்டுப் பிராமணனாக் கியதைப்போல, *1929*-ம் ஆண்டு மே மாதம், பல தாழ்த்தப்பட்ட வர்களுக்குப் பூணூல் அணிவித்தார் சாவர்க்கர்.

தனித்தமிழ் இயக்கம்போல சாவர்க்கர் தனி மராத்தி இயக்கம் நடத்தினார். அதற்குப் பலத்த எதிர்ப்பு இருந்தது. பி.எம்.பட்வர்த் தன் கடுமையாக எதிர்த்தார். 'விவித் தின்வனிஸ்டா' எனும் பத்திரிகை ஆசிரியர், சாவர்க்கருக்குக் கடுமையான எதிர்ப்புத் தெரிவித்து எழுதும் படி வேண்டினார். பட்வர்த்தன் எதிர்ப்புத் தெரிவித்து எழுதுவதற்கு முன், சாவர்க்கருடைய கட்டுரைகளைப் படித்துவிட்டு எழுதலாம் என்று எண்ணித் தனி மராத்தி பற்றி அவர் எழுதிய அனைத்துக் கட்டுரை களையும் படித்தார் . சாவர்க்கரின் விவாதத்திலும் எழுத்திலும் மயங்கி அவரும் தனிமராத்தியை ஆதரிக்கத் தொடங்கிவிட்டார்.

ரத்தினகிரியில் பாகோஜிசேத்கேர் என்னும் கட்டட ஒப்பந்தக்காரர் ஒருவர் இருந்தார். சாவர்க்கரின் நண்பர். மாபெரும் பணக்காரர். *1928*-ம் ஆண்டு ஒருநாள் சாவர்க்கரைக் காண வந்தார். சாவர்க்கர் செய்துவரும் சமூகத் தொண்டுகளைப் பாராட்டினார். தான் ரத்தினகிரி கோட்டைக்குள் கட்டியுள்ள பாகேஸ்வர் சிவன் கோயிலுக்கு சிவராத்திரியன்று வர வேண்டும் என்று சாவர்க்கரை அழைத்தார். சிவராத்திரியன்று சாவர்க்கர் அந்தக்கோயிலுக்குச் சென்றார். தான் பண்டாரி இனத்தைச் சேர்ந்தவன் என்றும் தன்னை மற்றக்கோயில்களில் லிங்கத்தைத் தொட்டு வணங்க அனுமதிப்பதில்லை என்றும் அதனால் தானே பணம் செலவழித்து அந்தக் கோயிலைக் கட்டியதாகவும் சொன்னார் பாகோஜி.

உடனே சாவர்க்கர் 'நீங்கள் பணக்காரர். கோயிலுக்குள் மூர்த்தத்தைத் தொட இயலவில்லை என்பதற்காகக் கோயில் கட்டியிருக்கியிருக் கிறீர்கள். நமது தாழ்த்தப்பட்ட மக்களை எண்ணிப்பாருங்கள். அவர்கள் கோயிலுக்கு உள்ளேகூட வரமுடியாது. இறைவனின் திருவுருவத்தைக் காணமுடியாது. அவர்களுக்காக, அவர்கள் உள்ளே வந்து வணங்கு வதற்காக பதித பாவன் மந்திர் ஒன்றைக் கட்டுங்களேன்' என்றார். அவரும் சம்மதித்தார்.

கோயில் கட்டுவதற்கு சாவர்க்கரும் இந்து சபாவைச் சேர்ந்த நண்பர் களும் இடத்தைத்தேடி அலைந்தனர். நகரின் மையப்பகுதியில் ஒரு இடம் கிடைத்தது. அதற்கு 8000 ரூபாய் விலை . 6000 ரூபாய்தான் கொடுப்பேன் என்று பாகோஜி சொன்னார். உடனே இந்து மஹாசபா உறுப்பினர்கள் பொது மக்களிடமிருந்து 1000 ரூபாய் நன்கொடை சேகரித்தனர். நிலத்துக்குச் சொந்தக்காரர் தன் பங்குக்கு 1000 ரூபாய் நன்கொடையாகக் கொடுப்பதாகவும் அதை நிலத்தின் விலையில் குறைத்துக்கொள்ளுங்கள்' என்றும் சொன்னார். எனவே, அந்த நிலம் பாகோஜியின் பெயரில் 8000 ரூபாய் விலைக்கு வாங்கப்பட்டது.

சங்கேஸ்வர் பீடத்தின் சங்கராச்சர்யார் டாக்டர் குர்ட்டகோட்டி அடிக்கல் நாட்டினார். கோயில் கட்டப்பட்டது. அதற்குப் பதித பாவன மந்திர் என்று பெயர் கொடுக்கப்பட்டது. பதிதன் என்றால் மிகவும் தாழ்ந்த நிலையில் இருப்பவன். பாவன் என்றால் உயர்த்துபவன். எனவே, அது ஏழைப் பங்காளன் கோயிலாயிற்று. அந்தக் கோயில் கும்பாபிஷேகம் செய்ய வேண்டுமே! பதிதர்களால் கட்டப்பட்ட கோயிலில் வேத முறைப்படி கும்பாபிஷேகம் செய்யக் கூடாது என்று எதிர்ப்பு எழுந்தது. சாவர்க்கர் அதைப்பற்றிக் கவலைப்படவில்லை. கோயிலின் குடமுழுக்குச் சிறப்பாக நடந்தது. அந்தக் கோயிலுக்கு ஒரு தலித்தையே பூசாரியாக நியமித்தார் சாவர்க்கர்.

ரத்தினகிரிக்குச் செல்லுபவர்கள் பார்க்க வேண்டிய முக்கிய கோயிலாகப் பதித பாவன் மந்திர் திகழ்கிறது.

ரத்தின கிரியில் ஏற்பட்ட தீ விபத்தில் சில தலித்துகளின் வீடுகள் எரிந்து சாம்பலாயின. சாவர்க்க ரிடம் பணம் கிடையாது. ஆனால் அவருடைய நண்பர் பாகோஜியிடம் கேட்டு, அவர்களுக்கு வீடு கட்டிக்கொடுக்க ஏற்பாடு செய்தார்.

சாவர்க்கர் ரத்தின கிரியில் இருந்தாலும் அவர் அரசுக் கைதிதான். முழுவதுமாக அவர் விடுதலை பெற்றுவிடவில்லை. அவர் எந்தத் தொழிலும் செய்ய முடியாது. வேறு வருமானமும் கிடையாது. எனவே, அவருக்கு அரசு மாதம் ஐம்பது ரூபாய் படி வழங்கியது

(அதுவும் நான்கு ஆண்டுகள் கழித்து 1929 ஆகஸ்டிலிருந்துதான் வழங்கியது). அந்தப் பணத்தில் வீட்டு வாடகை 16 ரூபாய் போக மிச்சப் பணத்தில்தான் அவர் குடும்பம் நடத்த வேண்டியிருந்தது. ரத்தின கிரியில் இருந்தபோது அவருக்கு இரண்டு பெண்குழந்தைகளும் ஒரு பையனும் பிறந்தனர். இரண்டாவது பெண் ஷாலினி சிறுவயதிலேயே இறந்துவிட்டாள். அவர் மிகச் சிக்கனமாகத் தன் வாழ்க்கையை நடத்தி வந்தார். இந்த இக்கட்டான நிலையிலும் ஆதரவற்ற ஒரு தலித் பெண்ணைத் தன் வீட்டில் வளர்த்து வந்தார்.

லண்டனில் அவரோடு தங்கியிருந்த நெருங்கிய தோழர் வ.வே.சு. ஐயர் 1925-ம் ஆண்டு ஜனவரி மாதம் 2-ம் நாள் ரத்தினகிரியில் சாவர்க்கரைச் சந்தித்தார். அவருடன் கல்கி சதாசிவமும் சென்றிருந்தார். சதாசிவம் அந்தச் சந்திப்பைப் பற்றி 'ஸ்வராஜ்யா' தமிழ் இதழில் எழுதினார்.

சாவர்க்கரைச் சந்தித்துவிட்டுச் சென்ற சில மாதங்களில் வ.வே.சு ஐயர் பாபனாசம் அருவியில் விழுந்த தன் மகளைக் காப்பாற்றப்போய் அவரும் இறந்துபோனார். வ.வே.சு ஐயர் இறந்த செய்தி சாவர்க்கரை உலுக்கிவிட்டது. உடனே ஓர் இரங்கல் செய்தியை எழுதிப் பத்திரி கைக்கு அனுப்பினார். அந்த இரங்கல் செய்தி, பழைய நினைவுகளைக் கிளறுவதாகவும், உருக்கமானதாகவும் இருந்தது.

சாவர்க்கர் ரத்னகிரியில் இருந்தபோது, 1927-ம் ஆண்டு மஹாத்மா காந்தி ரத்னகிரிக்கு வந்தார். சாவர்க்கர் அப்பொழுது உடல் நலம் இன்றி வீட்டில் படுத்திருந்தார். தனது வீட்டுக்கு வரும்படி காந்திஜியையும் அவரது மனைவி கஸ்தூரிபாயையும் அழைத்தார். அவரது அழைப்பை ஏற்று இருவரும் 8-3-1927 அன்று அவரது வீட்டுக்குச் சென்றனர்.

'சாவர்க்கர் மிகச் சிறந்த தேசபக்தர். அவர் வெளிவர இயலாத நிலையில் இருக்கிறார். எனவே நான் சென்று அவரைப் பார்த்தேன்' என்றார் காந்திஜி. அவர்கள் இருவரும் என்ன பேசிக்கொண்டார்கள் என்று தெரியாது. இருவருக்கிடையே கருத்து வேறுபாடுகள் இருந்தாலும், ஒருவரை ஒருவர் மதித்தனர். சாவர்க்கரைப் பற்றி வேத ராஹி என்பவர் எடுத்த முழுநீளத் திரைப்படத்தில் இருவரின் சந்திப்பில் என்ன பேசிக் கொண்டார்கள் என்று விரிவாகக் காட்டப்பட்டிருக்கிறது.

ஐந்து ஆண்டுகள் தீவிர அரசியலில் ஈடுபடக் கூடாது என்று நிபந்தனை இட்டிருந்தாலும் அதை நீட்டிக்கொண்டே சென்றது அரசு. 1931-ம் ஆண்டு அவர் தனது சுயசரிதத்தை எழுதத்தொடங்கினார். அதற்கு முன்னுரையாக சில கட்டுரைகளை 'ஹுதாத்மா சிரத்தானந்த்' என்ற பத்திரிகையில் எழுதினார். சாவர்க்கர் தனது சுய சரிதத்தை எழுதக் கூடாதென்று அரசு தடை செய்தது. அவரது வீட்டில் சோதனையிட்டது.

தடயம் எதுவும் கிடைக்காததால் அவரை ஒன்றும் செய்ய முடியவில்லை.

சர்தார் பகத்சிங் ரத்தினகிரியில் சாவர்க்கரைச் சந்தித்தார். பஞ்சாப் சென்றதும் '1857 முதல் இந்தியச் சுதந்தரப் போர்' புத்தகத்தைப் பதிப் பித்தார். அதில் இரண்டு படிகளை சாவர்க்கருக்கு அனுப்பியிருந்தார். இதை எப்படியோ அறிந்து போலீஸ் அவரது வீட்டைச் சோதனை யிட்டது. போலீஸுக்கு அந்தப் புத்தகங்கள் கிடைக்கவில்லை.

பகத்சிங்கை அரசாங்கம் தூக்கிலிட்டபின் அந்த வருத்தம் தாங்காமல் அவர் ஒரு கவிதை எழுதினார். அதையும் தேடி வந்தது போலீஸ். சாவர்க்கருக்கா தெரியாது, அதை எப்படி மறைக்க வேண்டுமென்று! போலீஸுக்கு ஏமாற்றம்தான் கிடைத்தது.

சாவர்க்கருக்குப் பொதுமக்கள் அவ்வப்போது பணம் வசூலித்து நன் கொடை கொடுத்தார்கள். அந்தப்பணத்தைத் தனக்குத் தெரிந்த நண்பர் களுக்கு நியாயமான வட்டியில் கடனாகக் கொடுத்தார். அதில் சிலர் பணத்தைத் திருப்பிக்கொடுக்காமல் ஏமாற்றினர். வெறுத்துப்போன சாவர்க்கர், ஒருநாள் எல்லாக் கடன் பத்திரங்களையும் கிழித்துப் போட்டுவிட்டார். தீவிரவாதியாக இருக்கத்தெரிந்த அவருக்குக் கொடுத்த கடனை வசூல் செய்யத் தெரியவில்லை.

சாவர்க்கர் எவ்வளவு முயன்றும் அவருக்கு முழு விடுதலை கிடைக்க வில்லை. 1937-ம் ஆண்டு காங்கிரஸ் பாம்பாய் மாநிலத் தேர்தலில் பெரும்பான்மையில் வெற்றி பெற்றது. அதனால் சாவர்க்கர் எந்த நிபந் தனையும் இன்றி விடுதலை செய்யப்பட்டார்.

திலகர் தொடங்கிய ஸ்வராஜ்யக் கட்சியில் இருந்தவரை காங்கிரஸ் கட்சி அழைத்தது. ஆனால், அதில் சேர மறுத்துவிட்டார். சோஷலிஸ்ட் கட்சி அழைத்தது. அதிலும் சேரவில்லை. எந்தக்கட்சியிலும் சேராமல் ஒதுங்கியிருந்தார். பிறகு 1937-ல் இந்துமகா சபையின் தலைவராகத் தேர்ந்தெடுக்கப்பட்டார். 1943 வரை அதன் தலைவராகத் தொண் டாற்றினார். பம்பாய்க்குக் குடிபெயர்ந்தார். பம்பாய் தாதரில் அவர் வீட்டுக்குப் பெயர் சாவர்க்கர் சதனம். அங்கே தனது மனைவியோடும் ப்ரபாத், விஸ்வாஸ் என்ற இரண்டு குழந்தைகளோடும் வாழ்ந்தார்.

இந்துமகா சபாவின் சார்பாக நாட்டின் பல ஊர்களுக்கும் சென்று சொற்பொழிவாற்றினார். எங்குப் பேசப் போனாலும் அந்தக் கூட்டத் துக்குத் தலித்துகளையும் அழைப்பதாக இருந்தால்தான் அங்கு பேசு வேன் என்பது அவரது நிரந்தர நிபந்தனை. எந்த ஊருக்குப் போனாலும் அங்கே தலித்துகளின் காலனிகளுக்குச் சென்று அவர்களோடு உண வருந்துவார்.

ஒருமுறை, நேதாஜி சுபாஷ் சந்திர போஸ் சாவர்க்கரை அவரது இல்லத்தில் சந்தித்துப் பேசிக்கொண்டிருந்தபோது, இந்திய இளைஞர் களுக்கு ராணுவப் பயிற்சி கொடுத்து அவர்களைப் போராடச் செய்ய வேண்டும் என்ற கருத்தைச் சொன்னார். அப்பொழுது ஏதும் சொல்லா மல் சென்ற போஸின் மனத்தில், அவரது சொற்கள் ஒரு புதிய எழுச்சியைத் தோற்றுவித்தன. அதன் விளைவாகத்தான் 'இந்திய தேசிய இராணுவ'த்தை உருவாக்கினார் என்று சொல்லப்படுகிறது. தனது வீரர்களுக்கு உணர்ச்சி ஊட்டுவதற்காக சுபாஷ் போஸ், சாவர்க்கரின் 'இந்திய முதல் சுதந்தரப்போர் 1857' புத்தகத்தை ஜப்பானில் அச்சிட்டுத் தன் வீரர்களுக்கு வழங்கினார். வீரர்கள் அதை ஒரு புனித நூலைப் படிப்பதுபோல் படித்தனர். அந்த ராணுவத்தில் தமிழ் இளைஞர்கள் அதிகம் இருந்த காரணத்தால் அதைத் தமிழில் மொழியாக்கம் செய்து வெளியிட்டார். அந்த இரண்டு புத்தகங்களும் ஆங்கில அரசால் தடை செய்யப்பட்டன.

ஹைதராபாத் நிஜாம் தனது ஆட்சியின் கீழ் இருந்த ஹைதராபாத் சமஸ்தானத்தில் அதிகம் வாழ்ந்த ஹிந்துக்களுக்குத் தம் அரசில் பெரிய பதவிகள் வழங்கவில்லை. 5 சதவிகித ஊழியர்கள்கூட இந்துக்கள் இல்லை. இந்தக் கொடுமையை எதிர்ப்பதற்காக ஹைதராபாத் ஸ்டேட் காங்கிரஸ் போராட்டத்தைத் தொடங்கியது. வீர் சாவர்க்கர் அப்பொழுது இந்து மஹா சபையின் தலைவராக இருந்தார். இந்து மஹாசபையைச் சேர்ந்த சங்கர் ராமசந்திரா, ஹைதராபாத் சமஸ் தானத்தில் பயணம் செய்து அங்குள்ள இந்துக்களின் பரிதாப நிலையை சாவர்க்கருக்குத் தெரிவித்தார்.

எனவே, சாவர்க்கர் 1938-ம் ஆண்டில் மஹாசபை உறுப்பினர்களைப் போராட்டத்துக்குத் தயார்ப்படுத்தி தனது வீர உரையால் எழுச்சி கொள்ளச் செய்தார். போராட்டம் வலுத்தது. ஹைதராபாத் நிஜாம் அடிபணிந்தார். இந்துக்களுக்கு 50% பதவிகள் கொடுப்பதாக ஒப்பந்தம் செய்யப்பட்டது. இந்தப் போராட்டத்தில் பாலகங்காதர திலகரின் பேரன் கஜானன் விஷ்வநாத் கேட்கர் அலுவலகப் பணிகளைக் கவனித் துக்கொண்டார். இந்தப்போராட்டத்தில் கஜானன் விஷ்ணு தாம்லே, சங்கர் ராமசந்திரா மற்றும் பலர் கைது செய்யப்பட்டனர். சாவர்க்கர் பம்பாய்க்குக் குடிபெயர்ந்த பிறகு தாம்லே அவரின் செயலாளர் ஆனார்.

சாவர்க்கர் அந்தமான் சிறையில் காற்றோட்டமில்லாத அறையில் அடைபட்டுக்கிடந்ததால், வீட்டிலும் எல்லா ஜன்னல்களையும் மூடி விட்டு மின்விசிறி இல்லாமல்தான் தூங்குவாராம். சிறையில் சூடு இல்லாத சாப்பாட்டைச் சாப்பிட்டுப் பழகிவிட்டதால் பின்னாளில் சூடு இல்லாத உணவையே சாப்பிட்டு வந்தார்.

1941 டிசம்பர் மாதம் 24-ம் தேதி பிஹாரில் உள்ள பகல்பூரில் இந்து மஹாசபா வருடாந்திர மாநாடு நடக்கும் என்று அதற்கு முந்தைய ஆண்டே தீர்மானிக்கப்பட்டது . ஆனால், மாநாடு நடப்பதற்கு ஒரு மாதத்துக்கு முன்பு அந்த மாநாட்டை அன்று அங்கே நடத்தக் கூடாது என்று பிஹார் அரசு தடைசெய்தது. அதற்குப் பிஹார் அரசு சொன்ன காரணம் அந்தச் சமயத்தில் பக்ரீத் வருகிறது என்றும் மாநாட்டை நடத்தினால் கலவரம் ஏற்படும் என்றும் பாதுகாப்புக்கொடுக்கத் தேவையான போலீஸ் இல்லை என்றும் சொன்னது.

பக்ரீத்துக்கு முன்னமேயே மாநாடு வந்துவிடுகிறது என்று சொல்லியும் அரசு கேட்கவில்லை. ஆனால் மதராஸில் நடந்த முஸ்லிம் லீக் மாநாட்டின் போது, இந்துக்கள் அந்தப்பகுதிக்கே வரக்கூடாதென்று தடை போட்டும் ஐந்து பேருக்கு மேல் கூட்டம் போடுவதைத் தடுத்தும் அம்மாநாட்டை வெற்றிகரமாக நடத்த அரசு உதவியது. எனவே, சாவர்க்கர் இந்து மஹாசபை தொண்டர்களுக்கு அறிக்கைவிடுத்தார். நாம் அரசுக்கு எதிராகச் செல்லவில்லை என்றும், பேச்சு உரிமையும் கூட்டம் போடும் உரிமையும் பறிக்கப்படக்கூடாதென்பதே தமது நோக்கம் என்றும் அதனால் குறிப்பிட்ட நாளன்று எல்லோரும் பகல்பூருக்கு வந்து சேர வேண்டும் என்றும் வர முடியாதவர்கள் எங்கெங்கே இருக்கிறார்களோ அங்கங்கே ஒரு மேடை அமைத்து உரையாற்றவேண்டும் என்றும் பகல்பூரை 'ஹிந்து தர்மாகி ஜே' என்ற கோஷம் ஓர் கலக்குக் கலக்கவேண்டும் என்றும் சொன்னார். அரசு கைது செய்தால் எந்த எதிர்ப்பும் காட்டாமல் கைதாக வேண்டும் என்றும் கூறினார். டிசம்பர் 14-ம் தேதியை அகில இந்திய பகல்பூர் தினமாகக் கொண்டாட வேண்டும் என்றார். அவர் உத்தரவு கொடுத்தபடி குறிப்பிட்ட நாளில் மாநாடு ஓரிடத்தில் மட்டுமின்றி இந்தியாவின் பல்வேறு இடங்களிலும் நடைபெற்றது. பகல்பூருக்குச் சென்ற தலைவர்களும் தொண்டர்களும் கைது செய்யப்பட்டனர். சிறைச்சாலைக்குள்ளேயே மாநாடு சிறப்பாக நடந்தது. தொண்டர்கள் வெவ்வேறு இடங்களில் மேடைபோட்டு சாவர்க்கரின் தலைமை உரையைப் படித்தனர்.

இரண்டாம் உலகப்போரில் இந்தியர்களை அரசு போரில் ஈடுபடுத்திய போது, காங்கிரஸ் மந்திரி சபைகள் ராஜினாமாச் செய்தன. இந்தியர்களைப் போரில் ஈடுபடுத்துவதற்குப் பெருத்த எதிர்ப்பு எழுந்தது. ஆனால் சாவர்க்கரின் கருத்து வேறு விதமாக இருந்தது. அவர் லண்டனில் இருந்தபோது போர்ப்பயிற்சி பெறுவதற்காக இரண்டு பேரை யுத்தத்துக்கு அனுப்பியது நினைவிருக்கலாம். இந்துக்கள் எப்படியாவது போர்ப்பயிற்சி பெற வேண்டும் என்பது அவரது ஆசையாக இருந்தது. போருக்குப் பிறகு டொமினியன் அந்தஸ்து தருவதாக ஆங்கில அரசு ஆசை காட்டியது. அவரது உள்மனத்தில் சிப்பாய்ப் புரட்சியைப் போன்ற இன்னொரு புரட்சி தோன்ற வேண்டும் என்பது ஆசை.

இந்தியர்கள் நிறையப்பேர் ராணுவப் பயிற்சி பெற்று ராணுவத்தில் இருந்தால்தான் அது நடக்கும். எனவே, இந்து மகாசபையைச் சேர்ந்த வர்கள் ராணுவத்தில் சேரவேண்டும் என்று சொன்னார். அவர் சொன்ன காரணத்தால் பலர் ராணுவத்தில் சேர்ந்தார்கள். அப்படி இளைஞர்கள் சேர்ந்ததால், பின்னாளில் *1947*-ல் காஷ்மீர் யுத்தம் வந்தபோது நம் இளைஞர்கள் நாட்டுக்காகத் தீரத்தோடு போரிட முடிந்தது.

இந்தியா துண்டாடப் படக் கூடாதென்பதில் சாவர்க்கர் தீவிரமாக இருந்தார். முஸ்லிம்கள் இந்தியாவில் குடிமக்களாக வாழ்வதைப் பற்றி சாவர்க்கருக்கு ஆட்சேபமில்லை. ஆனால், அவர்கள் இந்தியர்களாக வாழவேண்டும் என்பதுதான், அவரது விருப்பம். தனி ஓட்டுரிமை தனிச் சலுகைகள் என்றில்லாமல் இந்தியக்குடிமக்களாக எல்லோரும் ஒன்றாக வாழ வேண்டும் என்று அவர் விரும்பினார்.

சாவர்க்கர் *1937*-ம் ஆண்டிலேயே காஷ்மீர் பிரச்னை வரும் என்றும் அதற்குத் தயாராக இருக்கவேண்டும் என்றும் சொன்னார். யாரும் செவி கொடுக்கவில்லை.

காந்தி ஒரு சமயம் காஷ்மீர் விவகாரத்தைப் பற்றிப் பேசும்போது, 'முஸ்லிம்கள் அதிகமாக இருக்கும் காஷ்மீரை விட்டு காஷ்மீர் ராஜா வெளி வந்து, வாரணாசியில் போய் வசிக்கட்டும்' என்றார். உடனே சாவர்க்கர், 'ஹிந்துக்கள் அதிகம் உள்ள ஹைதராபாத்தையும் போபாலையும்விட்டு அங்கு ஆளும் நவாப்புகளை மெக்காவுக்குத் தோபா செய்யப்போகும்படி காந்திஜி சொல்வாரா?' என்று கேட்டார்.

காங்கிரஸ், 'வெள்ளையனே வெளியேறு' இயக்கத்தை *1942*-ல் அறி வித்தது. அதற்கு முன்னர் நடத்திய ஒத்துழையாமை, மற்றும் கீழ்ப் படியாமை இயக்கங்கள் கட்டுங்கடங்காமல் போய்ப் பிறகு பாதியி லேயே நிறுத்தப்பட்டதைப்போல இல்லாமல் 'வெள்ளையனே வெளியேறு' இயக்கத்தைத் தடைபடாமல் இறுதிவரை கொண்டு செலுத்தமுடியுமா என்று கேட்டார் சாவர்க்கர். சரியான பதில் வராமல் போகவே தம் இயக்கம் அதில் கலந்துகொள்ளாது என்று முடிவெடுத்தார். 'வெள்ளையனே வெளியேறு' இயக்கத்தால் நாடு துண்டாடப்படுவதற்கு வாய்ப்பு அதிகம். எனவே, அந்த இயக்கம் வேண்டாம் என்றார். ஜின்னா நாட்டைப் பிரித்துவிட்டு வெளியேறு என்று கோஷம் எழுப்பினார். சாவர்க்கர் எதிர்பார்த்தது போலவே நாடு துண்டாடப்பட்டது.

1942-ம் ஆண்டு மார்ச் மாதம் சர் ஸ்டஃபோர்ட் க்ரிப்ஸ் இந்தியாவுக்கு வந்தபோது, அவர் பல தலைவர்களைச் சந்தித்தார். சாவர்க்கரையும் சந்தித்தார். சாவர்க்கர் முன் இரண்டு அம்சத் திட்டத்தை வைத்தார்.

அதில் 'அரசில் இணைய ராஜ்யங்களுக்குச் சுய நிர்ணய உரிமை கொடுக்கவேண்டும்' என்று குறிப்பிடப்பட்டிருந்தது. இது நாட்டைத் துண்டுபோட ஆங்கில அரசின் சூழ்ச்சி என்பதை அறிந்த சாவர்க்கர், அந்த அம்சத்தை ஏற்க மறுத்தார். 'பாரத நாடு என்றுமே ஒன்றென்று சொல்லப்படவில்லையே!' என்றார் கிரிப்ஸ்.

'தவறான கூற்று. இந்த நாட்டுமக்கள் நாட்டைத் தாய்நாடு என்றே போற்றுகிறார்கள். பிரிட்டிஷ் அரசாங்கமே இது ஒரே நாடு என்பதை அறிந்துள்ளதால்தான், இந்தியன் கவர்ன்மெண்ட், இந்திய ராணுவம் என்று கூறுகிறது' என்றார். கிரிப்ஸால் ஏதும் சொல்ல இயலவில்லை. இந்த விவாதத்தை அறிந்த பண்டிட் நேரு, நியூ ஹெரால்ட் பத்திரிகையில் சாவர்க்கரைப் பாராட்டி எழுதினார்.

1942 ஆண்டு ஆகஸ்டு *14*-ம் தேதி நாக்பூர் பல்கலைக்கழகம் அவருக்கு 'டாக்டர் ஆஃப் லிடரேச்சர்' பட்டம் வழங்கியது.

1943-ல் சுபாஷ் சந்திரபோஸ் அந்தமானைக் கைப்பற்றி, செல்லுலார் சிறையில் சாவர்க்கருக்கு மரியாதை செலுத்தினார்.

நாடு துண்டாடப்படுவதைத் தீவிரமாக எதிர்த்தார் சாவர்க்கர். ஆனால் இந்தியா சுதந்தரம் அடைந்தபொழுது நல்லவேளையாக சிந்துவைத் தவிர மற்றப்புண்ணிய நதிகள் இந்தியாவில் இருக்கின்றனவே என்று மகிழ்ந்தார். அன்று தன்னுடைய வீட்டில் இந்தியக் கொடியை ஏற்றினார்.

14. வரலாறானவர்

'அடி, உதை, பிடி, குத்து, கொல்லு' என்று எங்கும் ஒரே சத்தம்.

பம்பாய் வீதிகளில் இளைஞர்கள் கையில் தடிகளுடன் கூச்சலிட்டுக் கொண்டே ஓடினார்கள்.

'மகாத்மாவைக் கொன்றுவிட்டார்கள். பாவிகள். பிடி, அடி, உதை!' என்ற கூச்சல் எங்கும் கேட்டது.

'டே, இது சாவர்க்கரின் வீடு. புகுந்து அடி' என்று ஒரு கும்பல் புறப் பட்டு வந்தது. நாராயண் சாவர்க்கரும் இன்னொருவரும் தடியை வைத்துக்கொண்டு தயாராக நின்றனர். வாசலில் நின்றிருந்த நாராயண் சாவர்க்கரை மண்டையில் ஓங்கி அடித்தார்கள் வந்தவர்கள். அவர் சுருண்டு கீழே விழுந்தார். வந்தவர்கள் ஓடிவிட்டார்கள். நல்ல வேளை யாக சாவர்க்கர் மாடியில் இருந்தார். நாராயண் சாவர்க்கரை மருத்துவ மனையில் சேர்த்தனர்.

30-1-1948 அன்று மகாத்மா காந்தி கொல்லப்பட்டார். காந்திஜியைக் கொலை செய்தது தவறு என்று சாவர்க்கர் உடனே அறிக்கைவிட்டார். கொன்றவன் இந்து மஹாசபையில் உறுப்பினராகவும் சாவர்க்கருக்குப் பழக்கமானவராகவும் இருந்த நாதுராம் கோட்ஸே. சாவர்க்கர்தான் அந்தக் கொலைக்குத் தூண்டினாரென்றும் கொலை செய்தவன் இந்து மஹாசபை உறுப்பினர். எனவே, அவருக்கு அந்தக் கொலையில் பங்கு உண்டு என்றும் சொன்னார்கள். காங்கிரஸ் கட்சியைச் சேர்ந்தவர்கள் பலர் இந்து மஹாசபை உறுப்பினர்களையும் அலுவலகங்களையும் தாக்கினர். அவர்களுக்கு போலீஸ் பாதுகாப்புக் கொடுக்கப்படவில்லை.

சாவர்க்கர் பிப்ரவரி *5*-ம் தேதி கைது செய்யப்பட்டார். *46* நாள்கள் சிறையில் அடைபட்டிருந்த பின்தான், தன் உறவினர்களைப் பார்க்க

அவரால் முடிந்தது. காந்தியைக் கொலை செய்வதற்கு முன் கோட்ஸே சாவர்க்கரைச் சந்தித்து ஆசிபெற்றான் என்றும், 'வென்று வா!' என்று சாவர்க்கர் சொன்னார் என்றும், அப்ரூவராக மாறிய சாட்சி பாட்கே சொன்னான். எந்தச் செயலை 'வென்று வா' என்று அவர் சொன்னார் என்று அவனுக்குத் தெரியாது. வழக்கு டெல்லியில் ரெட் ஃபோர்ட்டில் நடைபெற்றது. அந்த வழக்கை விசாரிப்பதற்கென்றே தனி கோர்ட் அமைக்கப்பட்டது. பாம்பே ஸ்டேட் சட்டம் முன்தேதியிலிருந்தே அமலாகும்படி திருத்தப்பட்டது. ஜூரிகள் கிடையாது. 15 நாள் களுக்குள் அப்பீல் செய்யவேண்டும். வழக்கு நடந்தபோது, அரசாங்க வக்கீல் பேசும்போது, 'சாவர்க்கரின் கைப்பாவையாக, அவரது ஆணை யின் படிதான் கோட்ஸே காந்திஜியைச் சுட்டான்' என்று கூறினார். அவனுக்குக் கொடுக்கப்பட்ட குற்றப்பத்திரிகைக்குப் பதில் சொல்லும் வகையில் நெடும் அறிக்கை ஒன்றை கோட்ஸே சமர்ப்பித்தான்.

அதில் வீர் சாவர்க்கரைப்பற்றி விளக்கமாகப் பேசியிருந்தான். அதன் சுருக்கம் இதோ:

'நான் ஆர். எஸ். எஸ்.ஸின் தீவிர ஊழியன். வீரசாவர்க்கர் இந்து மஹா சபையின் தலைவரானதும் அவருடைய உழைப்பினாலும் தூண்டு தலாலும் இந்து மகாசபைக்கு ஒரு புதிய ஒளி வந்தது. இந்து மஹா சபைத் தொண்டனாகவும் பணிபுரிந்தேன். சாவர்க்கரை எங்கள் தலை வராகவும் வழிகாட்டியாகவும் ஏற்றுக் கொண்டோம். நான் பத்திரிகை தொடங்கப்போகிறேன் என்று சொன்னபோது, 15,000 ரூபாய்க்குப் பங்குகள் வாங்கி உதவினார் சாவர்க்கர். எங்கள் பத்திரிகைக்குச் செய்தி சேகரிப்பதாக தாதருக்குச் சென்று அவருடைய செயலாளரை நானும் ஆப்தேயும் சந்திப்பதுண்டு. சாவர்க்கர் உடல்நிலை சரியில்லாதிருந்ததால் முன்பதிவு இன்றி அவரைச் சந்திக்க முடியாது.

டெல்லியில் நடந்த காந்திஜியின் பிரார்த்தனைக் கூட்டத்தில் நாங்கள் குழப்பம் விளைவித்தோம். அமைதியாகத்தான் செய்தோம். இதைக் கேள் விப்பட்ட வீர் சாவர்க்கர், எங்களைக் கூப்பிட்டனுப்பினார். கண்டித்தார். 'காந்திஜி அவரது பிரார்த்தனைக் கூட்டத்தில் இந்துக்களைத் தாக்கினா ரென்றால், நீங்களும் கூட்டம் போட்டு உங்கள் கருத்துக்களைச் சொல்லுங்கள். சட்டத்தை மீறிச் செயல்படுவதில் எனக்குச் சம்மத மில்லை' என்றார். இனி இந்தப் பெரிய தலைகளை நம்பிப்பயனில்லை என்றும் எங்களது நடவடிக்கைகளை நாங்களே முடிவுசெய்வது என்றும் வீர் சாவர்க்கரிடத்தும் ஆலோசனை கேட்கப்போவது இல்லை என்றும் முடிவெடுத்தோம்.

நாட்டுப் பிரிவினை அறிவிக்கப்பட்ட பின் ஏற்படும் மந்திரிசபை, காங்கிரஸ் மந்திரிசபை அல்ல என்றும் அது தேசிய மந்திரிசபை என்றும்

காங்கிரஸ்காரர்களே அதில் இருந்தாலும் அதை ஆதரிக்கப்போவ தாகவும் வீர் சாவர்க்கர் சொன்னார். அவர்கள் அழைத்தால் இந்து மகா சபையைச் சேர்ந்தவர்களும் அமைச்சரவையில் சேர்வார்கள் என்றார். அப்படி அவர்கள் டாக்டர் முகர்ஜியை அழைத்தபோது, ஒப்புதல் கொடுத்தார். 1947 ஆகஸ்டு பதினைந்து அன்று காவிக்கொடியைத்தான் ஏற்ற வேண்டும் என்றோம். ஆனால் வீர் சாவர்க்கர் சக்கரம் பதித்த தேசியக்கொடியையும் ஏற்றவேண்டும் என்றார். அந்த நாளில் அவரது வீட்டில் பாக்வா கொடியோடு சக்கரம் பதித்த கொடியையும் ஏற்றினார். அதில் எங்களுக்கு உடன்பாடில்லை. எனவே தனித்துச் செயல்பட முடிவெடுத்தோம்.

அரசாங்க வக்கீல் வாதத்தின்போது, நான் சாவர்க்கரின் கைப்பாவை என்றார். இது என் தன்மானத்துக்கும் சுயமாகச் செயல்படும் தன்மைக்கும் அறிவுக்கும் அவமானத்தைத் தருகிறது. எனவே மேலும் தொடர்வதற்கு முன் ஒன்றை உறுதியாகச் சொல்றேன். காந்திஜியைக் கொல்வதற்கு நாங்கள் எடுத்த செயல்பாடுகளுக்கும் அதை அடுத்துக் காந்திஜியின் கொலைக்கும் நாங்களே முழுப்பொறுப்பு. இதற்கும் வீர் சாவர்க்கருக்கும் எந்தச் சம்பந்தமும் கிடையாது. வீர் சாவர்க்கர் காந்திஜியைக் கொல்ல ஆணையிட்டார் என்று சொல்வது முற்றும் தவறு.'

அப்பொழுது அரசில் சட்ட மந்திரியாக இருந்த டாக்டர் அம்பேத்கர். அவர் சாவர்க்கரின் சார்பில் வாதாடிய வக்கீல் எல். பி. போபட்கரிடம் சாவர்க்கரின் பேரில் வேண்டுமென்றே வழக்கு போடப்பட்டிருக்கிற தென்றும் அவர் மேல் சிறிதளவும் சந்தேகம் இல்லையென்றும், நீங்கள் தைரியமாக வாதாடுங்கள் என்றும் சொன்னதாகக் கூறப்படுகிறது.

சாவர்க்கரின் மெய்க்காப்பாளன் அப்பாகசர் கைதுசெய்யப்பட்டார். அவரது நகக்கண்களில் ஊசியால் குத்தி சாவர்க்கருக்கு எதிராகச் சாட்சி சொல்ல வற்புறுத்தப்பட்டார். அவர் அதற்கு இணங்கவில்லை.

10-2-1949-ல் தீர்ப்பு வழங்கப்பட்டது. நாதுராம் கோட்சேக்கும் ஆப்தேக்கும் தூக்குத்தண்டனையும் சாவர்க்கரைத் தவிர மற்ற அனைவருக்கும் தீவாந்திரத் தண்டனையும் வழங்கப்பட்டன. சாட்சியங்கள் ஒத்துப்போகவில்லை என்று சொல்லி சாவர்க்கர் விடுதலை செய்யப் பட்டார். சாவர்க்கர் விடுதலையைக் கேட்டுத் தொண்டர்கள் கொண் டாட்டங்களில் இறங்கிவிடுவார்கள் என்பதால், அவர் டெல்லியை விட்டுச் செல்லக் கூடாது என்று டெல்லி மாஜிஸ்ட்ரேட் உத்தரவிட்டார். ஆனால் அதற்கு நேர்மாறாக பஞ்சாப் பப்ளிக் செக்யூரிட்டி ஆக்ட்டின் படி, அவர் மூன்று மாதங்களுக்கு டெல்லிக்குள் வரக் கூடாது என்று உத்தரவு போடப்பட்டது. அவர் நேரடியாக பம்பாயில் உள்ள சாவர்க்கர் சதனுக்கு அழைத்துச் செல்லப்பட்டார்.

கலவரத்தில் அடிபட்ட நாராயண் சாவர்க்கர் 19-10-1949 அன்று இறந்து விட்டார். 1950-ம் ஆண்டு ஜனவரி 26-ம் தேதி நடைபெற்ற குடியரசு தினவிழாவுக்கு சாவர்க்கரை அழைக்கவில்லை என்று சொல்லப் படுகிறது.

'அபிநவ பாரத்' எந்தக் காரணங்களுக்காகத் தொடங்கப்பட்டதோ அந்தச் சுதந்தரத்தை அடைந்துவிட்டோம் என்று சொல்லி, அதை 1952-ம் ஆண்டு சாவர்க்கர் கலைத்துவிட்டார். அதன் பிறகு அவர் தனது முழுக்கவனத் தையும் இலக்கியம் படைக்கவும் சமுதாயச் சீர்திருத்தம் செய்யவும் செலுத் தினார். பல இடங்களுக்குச் சென்று சொற்பொழிவாற்றினார். இந்தியா தனது படைபலத்தைப் பெருக்க வேண்டும் என்று சாவர்க்கர் சொன்னார். இந்துக்கள் அனைவருக்கும் கட்டாய ராணுவப் பயிற்சி கொடுக்க வேண்டும் என்றார். நேருஜி பஞ்ச சீலக் கொள்கையைச் சொல்லி 'இந்தி சீனி பாய் பாய்' என்று சொன்ன போது, சீனாவை நம்பக் கூடாது என்றும் எந்த நேரத்திலும் கவனமாக இருக்கவேண்டும் என்றும் ராவணுத்தை நவீனப்படுத்தவேண்டும் என்றும் சொன்னார். அவர் சொன்னதற்கு அரசியல் தலைவர்கள் செவி சாய்க்கவில்லை. அதன் பலனை 1962-ல் இந்தியச் சீன யுத்தத்தின்போது அனுபவித்தனர். சாவர்க்கர் சொன்னதைக் கேட்டுப் படைபலத்தைப் பெருக்கியிருந்தால், இந்த அவலநிலை வந்திருக்காது என்றார் ஜெனரல் கரியப்பா.

சாவர்க்கர் மிகவும் ஆராய்ச்சி செய்து எழுதிய புத்தகம் 'இந்திய வரலாற்றில் ஆறு பொன்னேடுகள்.' இந்தியா எப்பொழுதுமே ஏதோ ஓர் அந்நிய ஆட்சிக்கு அடிமைப்பட்டே இருந்திருக்கிறது என்று குற்றஞ்சாட்டியவர்களுக்குப் பதிலடி கொடுப்பதற்காக எழுதப்பட்ட புத்தகம். இதைப்பற்றி பல இடங்களில் சொற்பொழிவாற்றினார்.

சாவர்க்கர் அறிவியலில் அதிக ஆர்வம் உடையவர். இந்தியா அறிவியல் ஆராய்ச்சியில் அதிகம் ஈடுபடவேண்டும் என்றும் அறிவியல், தொழில் கல்வி அளிக்கப்படவேண்டும் என்றும் கிராமப்புறங்களில்கூட தொழில்வளர்ச்சி ஏற்படவேண்டும் என்றும் சொன்னார்.

1957-ல் டெல்லி மக்கள் முதல் சுதந்தரப்போரின் நூற்றாண்டு விழாவை டெல்லியில் கொண்டாடினர். சாவர்க்கர் அதற்குத் தலைமைப் பொறுப் பேற்றுச் சிறப்புச் சொற்பொழிவு நிகழ்த்தினார்.

1960-ம் ஆண்டு இந்தியா ஆட்டம் பாம் தயாரிக்கவேண்டும் என்று சொன்னார்.

இந்தியச் சீன யுத்தத்தின் பின்னர் பம்பாயிலுள்ள சிவாஜி பார்க் மைதானத்தில் சாவர்க்கர் 2 மணிநேரம் வீராவேசமாகப் பேசினார். தன்னை மறந்து ஆவேசமாகப் பேசியதால், உடல்நிலை பாதிக்கப்பட்டு

ரத்தவாந்தி எடுத்தார். உடனே மருத்துவமனைக்குத் தூக்கிச்சென்றார்கள். அதன் பிறகு அவரது உடல்நிலை மிகவும் பாதிக்கப்பட்டது. இந்திய-பாகிஸ்தான் யுத்தத்தில் இந்தியா வெற்றி பெற்றதை எண்ணி மகிழ்ந்தார்.

அவர் ஐம்பதாண்டுகாலம் சிறையில் இருந்திருந்தால், 1960-ல் வெளி வந்திருப்பார். எனவே, அதை நினைவுகூரும் வகையில் 23/12/1960-ல் நாடெங்கும் விழா எடுக்கப்பட்டது. பல பெரிய தலைவர்கள் அந்த விழாக்களில் கலந்துகொண்டனர். சாவர்க்கர் பூனாவில் 14/1/61 அன்று நடந்த விழாவில் கலந்துகொண்டார். அவருக்கு அப்போது உடல்நலம் இல்லை. பேசத்தொடங்கினார். குரல் எழும்பவில்லை. மெதுவாக இரண்டு நிமிடம் பேசினார். எங்கிருந்துதான் தெம்புவந்ததோ திடீரென்று குரலில் பழைய கம்பீரம் வந்தது. அன்று அந்தப் பேச்சைக் கேட்டவர்கள் வியந்தார்கள்.

1964-ல் தான் சாவர்க்கருக்குத் தேசபக்தர்களுக்கான ஓய்வூதியம் வழங்கப்பட்டது.

அவர் தனது உயிலில் தான் இறந்த பின்னர் தன்னுடலை மின்மயானத்தில் தான் எரிக்கவேண்டுமென்றும் எந்தவிதமான மதச் சடங்குகளும் கூடாது என்றும் எழுதியிருந்தார்.

1966-ம் ஆண்டு தனது உடல்நிலை மிகவும் சீர்கெட்ட போது தான் 'ஆத்ம சமர்ப்பணம்' செய்யபோவதாகக்கூறி வெறும் தண்ணீரும் சிறிது தேநீரும் மட்டுமே சாப்பிட்டு, வடக்கிருந்து, 1966 பிப்ரவரி மாதம் 26-ம் தேதி தனது 83-ம் வயதில் உயிர்நீத்தார். அன்று பம்பாயில் வரலாறு காணாத கூட்டம் திரண்டது. அவர் வேண்டுகோளின் படி, அவரது பூத உடல் மின்மயானத்தில் எரிக்கப்பட்டது. ஆயிரக்கணக்கான ஆர். எஸ். எஸ். ஊழியர்கள் அணிவகுப்பு மரியாதை செலுத்தினர்.

பிரதமர் இந்திரா காந்தியின் தூண்டுதலால் சாவர்க்கர் தபால்தலை வெளியிடப்பட்டது. சாவர்க்கர் குறும்படம் தயாரிக்கப்பட்டது. சாவர்க்கர் நினைவகத்துக்குத் தம் சொந்தப்பணத்திலிருந்து 11,000 ரூபாய் கொடுத்தார். 1971-ம் ஆண்டு செல்லுலார் சிறையை இடித்து விட்டு அழகு படுத்தவேண்டும் என்ற ஒரு திட்டத்தை முன் வைத்த போது, அதைத் தள்ளுபடி செய்து பல தேசபக்தர்கள் அடைபட்டுக் கிடந்த அந்தச் சிறையை நினைவுச் சின்னமாக்கவேண்டுமென்றும் அங்கே தங்கியவர்களின் விவரங்களைச் சேகரித்து அங்கே பட்டயமாக வைக்க வேண்டும் என்றும் சொன்னார் இந்திராகாந்தி.

1983-ம் ஆண்டு தேஷ்பாண்டே என்ற அறிஞரின் தலைமையில் சாவர்க்கர் நூற்றாண்டு விழா அந்தமான் செல்லுலார் சிறையில் கொண்டாடப்பட்டது.

1983-ம் ஆண்டு சாவர்க்கர் லண்டனில் குடியிருந்த இந்தியா ஹவுசில்(65, கிராம்வெல் தெரு) அவருடைய நினைவாக கிரேட்டர் லண்டன் கவுன்ஸில் ஒரு பட்டயத்தைப் பதித்தது.

சாவர்க்கர் தேசபக்தர், புரட்சியாளர், சமூக சீர்திருத்தவாதி, கவிஞர், நாடக ஆசிரியர், சிறந்த பேச்சாளர், சிறுகதை ஆசிரியர், அரசியல்வாதி எனப்பல முகங்களைக் கொண்டவர். அவரின் எந்த முகத்தைத் தனித்துப் பார்த் தாலும் அதில் சிறப்பாகத் தனியிடத்தைப் பெறக்கூடியவர். கவிதையில் ஒரு புதிய வடிவத்தை 'வைநாயக் 'என்ற பெயரில் உருவாக்கியவர். மராத்தி இலக்கியத்தில் அவருக்குத் தனி இடம் உண்டு.

'எழுத்தாளர்' என்ற அவரது புகழை நிலைநாட்ட அவருடைய முதல் சுதந்தரப்போர் 1857 புத்தகம் ஒன்றே போதும்.

தேசபக்தியில் அவரது உயரத்தை எட்டிப்பிடித்தவர்கள் மிகக் குறைவு. அவருக்குக் கிடைக்கவேண்டிய புகழ் அவரை வந்து சேராமல் சில அரசியல்வாதிகள் செய்துவிட்டனர். சூரியனை மேகம் மறைப்பதால் சூரியனுக்குக் குறைவில்லை. அதுகூட ஓர் அழகுதான்.

அவர் அடைபட்டுக்கிடந்த செல்லுலார் சிறையில் நிறுவப்பட்ட சுதந்தர ஜோதி பீடத்தில் அவருடைய பொன்மொழியை அகற் றினார்கள். பார்லிமெண்ட் கூடத்தில் அவருடைய ஓவியத்தை நிறுவ எத்தனையோ தடைகள் வந்தன.

அவர் ஆயுள் முழுதும் செல்லுலார் சிறையிலேயே அடைபட்டுக் கிடந் திருக்கவேண்டும் என்று சொல்கிறவர்களும் உண்டு. எழுதிக்கொடுத்து விட்டு வந்தது இழிவு என்று பேசுகிறவர்கள் அவர் பட்ட அவதிகளை எண்ணிப்பார்க்கவில்லை. மார்செய்ஸில் கடலில் குதித்தவரை, இந்தியத் தலைவர்களேகூட ஆங்கில அரசுக்கு ஜால்ரா போட்டு, திங்ராவைத் திட்டிக்கொண்டிருந்த கூட்டத்தில் தனியாளாக எழுந்துநின்று எதிர்ப்புக் குரல் கொடுத்தவரை, பாரிஸில் வசதியாக நல்ல பாதுகாப்போடு வாழும் வசதியிருந்தும் கைதானாலும் பரவாயில்லை என்று லண்டனுக்கு வந்தவரை, கோழை என்று சொல்கிறார்கள்.

சமுதாயச் சீர்திருத்தம் அரசியல் போராட்டத்தைவிட எந்த விதத்திலும் குறைந்ததல்ல. 'சமூகச் சீர்திருத்தம் செய்யாமல் பெறுகிற சுதந்தரம், மூன்று நாள்கள்கூடத் தாக்குப் பிடிக்க முடியாது' என்று சொன்னார் சாவர்க்கர். சுதந்தரப் போராட்டத்தில் ஈடுபடாமல், சமூகச் சீர்திருத்தம் செய்தவர்களை நாம் பாராட்டவில்லையா? அவர் சொன்னதைப்போல், 'இமயமலையின் சிகரங்கள் வெளியே தெரிவதில்லை' என்பதற்காகச் சிகரங்கள் இல்லை என்று சொல்லிவிடமுடியுமா? சிகரம் சின்னதாகப் போகுமா? சிகரத்தை நோக்கிக் கை கூப்புவோம்! அந்த மரியாதையையா வது செய்யக் கற்றுக்கொள்வோம்.